மெல்லச் சிறகசைத்து...

சசி.S.குமார்

மெல்லச் சிறகசைத்து	:	பயணக் கட்டுரைகள்
ஆசிரியர்	:	சசி.S.குமார்
	:	© ஆசிரியருக்கு
முதற்பதிப்பு	:	டிசம்பர் 2019
அட்டை வடிவமைப்பு	:	பி.எஸ். வம்சி
வெளியீடு	:	வம்சி புக்ஸ்
		19, டி.எம்.சாரோன்,
		திருவண்ணாமலை - 606 601
		9445870995, 04175 - 235806
அச்சாக்கம்	:	மணி ஆப்செட், சென்னை - 600 077
விலை	:	₹ 280/-
ISBN	:	978-93-84598-77-8

Mella Siragasaithu	:	Travelogue
Author	:	Sasi. s. kumar
	:	© Author
First Edition	:	December - 2019
Wrapper Design	:	B.S. Vamsi
Published by	:	Vamsi books
		19.D.M.Saron,
		Tiruvannamalai - 606 601
		9445870995, 04175 - 235806
Printed by	:	Mani Offset, Chennai - 600 077
Price	:	₹ 280/-
ISBN	:	978-93-84598-77-8

www.vamsibooks.com - e-mail: vamsibooks@yahoo.com

வழித்தடத்தில்.....

காரணங்கள் சில....என்னுரை 07

நட்பின்வார்த்தைகள் - வாழ்த்துரைகள்

- எஸ். ராமகிருஷ்ணன்..15
  பயணியின் கண்கள்

- கே.வி. ஷைலஜா..17

- கே.எஸ்.ராதாகிருஷ்ணன்...21
  நகருங்கள், உலக மனித நேயத்தை காணுங்கள்

- அய்யனார்விஸ்வநாத்...23
  பயணங்களும், அரசியல்வரலாற்றின்பதிவுகளும்...

- நாகா...26
  ஐன்னலோரபிரயாணியின்தணிக்கைசெய்யாதவாழ்த்துக்கள்......

- ஆசீஃப் மீரான்..29

- காவிரிமைந்தன்...39
  கலைஞனின்கடமை

சிறகசைப்பில் ...

1. காயலோரநினைவுகள் -ஆலப்புழை..................37

2. பட்டுதேசத்தில், பத்துநாட்கள் - சீனா..................57

3. கோடையில் ஊர்வழி..................138

4. உவப்பத்தலைக்கூடி..................161

5. துபாய் கேளிக்கைப் பூங்கா..................170

6. பாலைவெளிப்பயணம்..................174

7. கண்டமயக்கம் -ஆசியா? ஐரோப்பா?

அர்மீனியா... ஜார்ஜியா..................181

8. நினைவில்நிறைந்தகாடு - கென்யா- ஆப்ரிக்கா..................233

எனது எண்ணத்தையும், எழுத்தையும் செப்பனிட்டு,

எனக்கு எழுதுகோல் எடுக்கும் துணிவைத்தந்த,

சங்ககாலம் முதல்சமகாலம் வரையிலான தமிழ் எழுத்தாளர்கள்
அனைவருக்கும் வணக்கத்துடன்...

காரணங்கள்சில ....

முன்னுரையாக, என்னுரை

எல்லாவற்றிற்கும் ஏதோ ஒரு காரணம் இருக்கும். இந்தப் புத்தகத்திற்கு பல காரணங்கள்.

அகிலா எனது இரண்டாம் வகுப்பு தமிழாசிரியர், தம்புசாமி .ராகவேந்திரன் எனும் உயர்வகுப்பு தமிழாசிரியர்கள், எனத்தொடரும் பல காரணங்கள். முதன் முதலாய்வாசித்தலின்சுகம், வாசித்தலின் அருமை, சொல்லித்தந்த, வீட்டு வேலை செய்த, எளியசலவைத் தொழிலாளர் குடும்பத்தை சேர்ந்த சுமதி அக்கா,பதின் வயதுகளில், கடலூர், திருப்பாதிரிப்புலியூர் கிளைநூலகர் அப்துல்குத்தூஸ், பொதுச்சுற்றுக்கு செல்லும்முன்பே, அச்சுமணம்மாறாத பாலகுமாரனின் நிலாக்கால மேகம் , இரும்பு குதிரை புத்தகங்கள் தந்து வாசிக்கச் சொன்ன உதவி நூலகர் ராமானுஜம்...

பத்து வயதில் எதிர் வீட்டில் வசித்து, அறிமுகமாகி, 1990களில் சென்னையில் உடன் பணிபுரிந்து, சைக்கிளில் ஒன்றாகப் பயணம் செய்து, கணையாழி கவிதைக்கூட்டத்தில் கலந்து கொண்டு, இன்று எத்தனை தொலைவில் வசித்தாலும், ஒவ்வொரு புத்தககத்தையும் வாசித்தபின்னர், வாசிப்பனுபவம் பகிர்ந்து கொள்ள உடன் வரும் சிநேகிதன் நாகராஜன்,

வாசித்தல் மட்டுமே வாழ்வை ஒளிரச்செய்யும் என தனது வாசிப்பால் சொன்ன அம்மா, ஏழு வயதில் என்னை நூலகத்தில் சேர்த்து விட்ட தினத்தந்திசெய்தியாசிரியருமான அப்பா, என இந்த புத்தகத்திற்கு பல பிரதான காரணங்கள்.

1990களின் முற்பகுதியில், எனது இருபதுகளின் அகவையில், கணையாழியில் பிரசுரமான கதை, கவிதைகளும், எழுத்தாளர்கள் சுஜாதா, பாலகுமாரன், ஞானக் கூத்தன் ஆகியோரின் அண்மையும், இடைவிடாத வாசிப்பும் இந்த புத்தகத்துக்கான ஊற்றுக்கண் என்றால், முதல்புத்தகம், ஒரு பயண அனுபவமாக மலர்ந்ததில் இனியநண்பராக பழகும் மதிப்பிற்குரிய எழுத்தாளர் எஸ். ராமகிருஷ்ணனின் பயணப்படைப்புகள் பெரும்காரணம் என நம்புகிறேன்.

ஆயிரம் முரண்பாடுகள், செல்லும் வழிகள் முற்றிலும் வேறாக இருந்தாலும், இலக்கியத்தால் என்னை இறுகப் பற்றிவாசித் தனவற்றை பகிர்ந்து, எனது எழுத்தை நேர்மையாக விமர்சிக்கும் தோழன் குறிஞ்சி நாதன் உட்பட., இந்த புத்தகத்துக்கான காரணங்கள் ஆயிரம்.

புத்தகவாசிப்பு வெகுவாக அருகிவிட்ட இன்றைய சூழலில், தொடர் கட்டுரைகளும், புதினங்களும், ஏன்? சிறுகதைகளுமே, கவனிப்பாரற்று கிடக்கும் நிலையே இன்று பெரும்பாலும் நிலவுகிறது. சின்னச் சின்ன துணுக்குகளும், குறுஞ்செய்திதகவல்களும், முகநூல் பதிவுகளும், வினவித் (whatsapp) தகவல்களும், பெருக்கெடுக்கும் நகைப்பழிகளும் (memes), அதிகபட்சம்வார இதழ்களின் மேலோட்டான வாசிப்பு மட்டுமே இன்றைய நாட்களின் வாசிப்பென சுருங்கிவிட்டது.

எட்டு கோடி தமிழர்வாழும், தமிழ் கூறும் நல்லுலகில் வெறும் 500 பிரதிகள் புத்தகம் வெளியிட்டு அதில்பாதியை இலவசமாக, நண்பர்களுக்கும், நண்பர்களின் நண்பர்களுக்கும் கையெழுத்திட்டு

கொடுத்து, கொடுத்த புத்தகங்கள் சீண்டுவாரற்று, வரவேற்பறை புத்தக அலமாரிகளில்வெறும் காட்சிப்பொருளாக மௌனத்தவம் இருக்கும் படியாக தமிழ்ப் பேணுவதே இந்த முன்தோன்றிய மூத்தக்குடியில் பிறந்த தமிழ் எழுத்தாளர்களின் நிலை.

'இவரு கமலகாசன் படத்துக்குவசனம் எழுதுனவருல்லா...பேரு என்னமோ ஒரு மோகன்னு...'

- என நெல்லையில் ஒரு புத்தகக் கடையில் ஒரு ஐம்பது வயது மனிதர் அவர்மனைவியிடம் எழுத்தாளர் ஜெயமோகன் புத்தகத்தை கையில் வைத்தவாறு பேசிக் கொண்டிருந்ததை கேட்கநேர்ந்தது.

நெல்லை -பாரதி, புதுமைப்பித்தன் பூமி. வண்ணதாசன், வண்ணநிலவன், கலாப்ரியா... வாழும் பொருநை நதிநனைத்த இலக்கியமண். அதனால் என்ன? நிஜம் வேறாகவே இருக்கிறது. எனினும், எழுத்து என்பது ஒரு அனுபவம்.இன்னொருமுறையும், இன்னும் பலதலைமுறையும் வாழச்செய்யும் கால நீட்சி.

''பெய்!! எனாவிடினும்பெய்யும்பெருமழை...''

யாருமற்றநிலங்களிலும்மழை, காலத்திற்கும் பெய்துகொண்டு தானிருக்கிறது. மண்ணுக்கோ, மனிதருக்கோ, மரங்களுக்கோ, நதிக்கோ, கடலுக்கோ... எனக்கவலை கொள்ளாமல், கொள்வோர் கொள்ளட்டும் என மழைகாலத்திற்கும், பெய்து கொண்டு தானிருக்கிறது.

எல்லா எழுத்துக்களும் அப்படியே. எமதும் அவ்வண்ணமே.

கொண்டோருக்கு எனது நன்றி,

பின்னர் கொள்ளலாம் என்று இருப்போருக்கு எனது அன்பும், வணக்கமும், அளப்பரிய நன்றியும்.

துபாயின் கலைத்தளங்களுக்கு என்னை அறிமுகம் செய்ததிரு. கலையன்பன், எனது நம்பிக்கையின் பலமாகவும், கலைகளை அடையபாலமாகவும் விளங்கும் நண்பர் கணேசன் ராமமூர்த்தி, பி.சி.மோகன் அண்ணா, வெங்கடேஷ் சங்கரநாராயணன், சேகர் அண்ணா, அமீரக குறுநாடக விழா ஏற்பாட்டாளர்கள் ஆனந்த், ரமாமலர், அமீரக எழுத்தாளர் குழுமத்தோழமைகள், ஹேமலதா- என அனைத்து குடும்ப நண்பர்களுக்கும் நேசத்துடன் எனது நன்றிகள்.

என் பிழைகளைத் திருத்துவதை தனது பிரதானபணியெனக் கொண்டு, இப்புத்தகத்தின் பிழைகளையும் திருத்தித்தந்த வாழ்விணையர் மீனாகுமாரி, இலக்கிய ஆர்வத்தாலும் என்னுடன் பிறந்த எனது இளைய சகோதரன் சிவசங்கர், என இவர்களனைவருக்கும் எனது பிரத்தியேக நேசமும், நன்றியும்.

சாகித்ய அகாதமி முதலாக பலவிருதுகள் பெற்று உயர்ந்தாலும், இந்தசாமானியனின் கட்டுரைத் தொகுப்பினை மின்னஞ்சலில்வாசித்து, கருத்துக்களை, வாழ்த்துரையாக, பிரசுரத்திற்கு எழுதித்தந்த, என் அன்பிற்குரிய நண்பரும், எழுத்தாளருமான எஸ்.ராமகிருஷ்ணன், வழக்கறிஞர் மற்றும் கதைசொல்லி இதழாசிரியர், கே.எஸ்.ராதாகிருஷ்ணன், இலக்கிய முயற்சிகளுக்கு துணைநிற்கும் அண்ணாச்சி ஆசிப்மீரான், தோழர் எழுத்தாளர் அய்யனார்விஸ்வநாத், நேசத்துக்குரிய நண்பர்களும், கவிஞர்களுமான R.J நாகா, காவிரிமைந்தன் ஆகியோரின் அன்பிற்கும், அளித்த வாழ்த்துரைக்கும், வாசிப்பனுபவ உரைக்கும் எனது அன்பின் ஆரத்தழுவலும், நன்றியும்.

ஷார்ஜா பன்னாட்டு புத்தகவிழாவில் (SIBF -2019) வெளிவந்திருக்க வேண்டிய இந்தப்புத்தகம், எதிர்பாராத காரணங்களால் தள்ளிப் போனதும், 'வம்சிபுக்ஸ்' வழியே வெளிவருவதும் முதல்

படைப்பிற்கான பெரிய அங்கீகாரம் எனக் கொள்கிறேன். தோழர்பவா, சகோதரி கே.வி. ஷைலஜா ஆகியோரின் பேரன்பில் நெகிழ்ந்து எளிய நேசத்துடன் நன்றியுரைக்கிறேன்.

நறுந்தொகையின் வாக்கு, ‘துணையோடல்லது நெடுவழி போகேல்’ என்ற பதினோராம் நூற்றாண்டின் வரிகள் தமிழையும், வாசகர்களையும் துணையாய் எனது இருகை கோர்த்து பயணம் செய்யவைத்திருக்கிறது. இது அப்படி யொருபயணம், பறவையாக சில உலகநாடுகளின் வானவீதியில் ‘மெல்லச்சிறகசைத்து...’ நிதானமாக ஒருபயணம். பயணங்கள்தொடரட்டும்.

உங்கள் ஒவ்வொருவரின் துணையோடும் ,இப்புத்தகத்தின் பயணமும் இந்தக்கணத்தில் துவங்குகிறது.

என்றென்றும்அன்புடன்,

சசி.S.குமார்

2019- ஜூலைமாதகோடைநாளின்மாலைவேளை

துபாய்

ஆசிரியர் குறிப்பு :

சசி.S.குமார்

பிறந்தது : 1972- திருநெல்வேலி

வளர்ந்தது: கடலூர்

தற்போது: துபாய்- ஐக்கிய அரபு எமிரேட்ஸ் (2004-முதல்)

பணி:திட்டமிடல் மற்றும் ஒருங்கிணைப்பு பொறியாளர்
        Dubai Electricity & water authority

தந்தை :எஸ் சங்கரவடிவேலு (செய்தியாசிரியர்)

தாய் : எஸ்.பார்வதி (இலக்கிய வாசிப்பாளர்)

வாழ்விணையர் : ப.மீனாகுமாரி (கணினி ஆசிரியர்)

மகன் : அர்விந்த்.கு.பாரதி

எழுத்து: கவிதைகள்,கதைகள்,நாடகங்கள் - பயணநூல்

ஆர்வம் : கலை,இலக்கியம், வாசிப்பு, இயக்கம்.

அமீரகத்தில் அறியப்படுவது – பேச்சாளராக,பொறியாளராக...

அறியப்படவேண்டுமெனவிழைவது- எழுத்தாளராக,இயக்குநராக...

முதல் புத்தகம் : மெல்லச் சிறகசைத்து... (பயணநூல்)

Email id: sasiskumar72@gmail.com

Contact number: 00971503245204

நவில்தொறும் நன்றி:

●

தனதுகலைக்கண்களுக்குள் சிறைப்பட்டு, கருவிக்குள் அடைபட்ட அழகுபுகைப் படத்தைபுத்தகத்தின் முகப்பாக, அளித்த வம்சிக்கும், கலையாக்கத்திற்கு என்றும் என்னுடன் துணைநிற்கும்

●

எஸ்.கணேஷ்பாபு -எனது இளைய சகோதரனுக்கும்.

பயணியின் கண்கள்

துபாயில் பணியாற்றிவரும் நண்பர் சசிகுமார்தேர்ந்த இலக்கியவாசகர். நாடக இயக்குனர். ஷார்ஜா புத்தகக்கண்காட்சிக் காகத்துபாய் சென்றிருந்த போது அவரை அறிந்து கொண்டேன். இலக்கியத்தின் மீது இத்தனை ஈடுபாடும் அர்ப்பணிப்பும் கொண்ட ஒருவரைக் காண்பது அரிது. தேடித்தேடிபடிப்பது போலவே பயணிப்பதிலும் ஆர்வம் கொண்டவர். அவர் அர்மீனியப் பயணம் மேற்கொண்ட அனுபவத்தை விவரித்தபோது வியப்பாகயிருந்தது.

"இடம்விட்டு இடம் நகர்ந்து சென்றால் மரம் அழிந்துவிடும். நகராமல் போனால் மனிதன் அழிந்துவிடுவான்"

-என்றொரு சீனப் பழமொழியிருக்கிறது.. பயணத்தின் போது தான் நமக்குள்ளிருந்த சிறகுகள் விரிகின்றன. கண்டம்விட்டுக்கண்டம் பறந்து

வரும் பறவை எதுவும் வரைபடத்தைத் துணைக்கு வைத்துக் கொள்வதில்லை. உள்ளுணர்வின் வழியே பறந்து செல்கின்றன. தீராப்பயணியும் அப்படித்தான் இருப்பான்.

அதியசங்களைத் தேடும் கண்களும், அன்றாடவாழ்க்கையிலிருந்து விடுபட முடியாதமனதும் கொண்ட ஒருவரின் அனுபவங்களாக இந்தப் பயணப்பதிவுகள் உள்ளன.

சீனப்பயணத்தின் போது சசி.s. குமாருக்கு உடலெல்லாம் கண்கள் முளைத்திருப்பது போலத் தோன்றுகிறது. அத்தனை அழகாக எழுதியிருக்கிறார். வில்லியம் சரோயன் பற்றிய எனது கட்டுரை ஒன்றில் ''அர்மீனியர்கள் ஒருபோதும் வாய்விட்டு சிரிப்பதில்லை. மறுக்கப்பட்ட நீதியின் வலி அவர்களின் தாடைகளை ஒடுக்கி வைத்திருக்கின்றது'' என்று எழுதியிருந்தேன். அர்மீனியாவிற்குப் பயணம் செய்து நேரில் அதை உணர்ந்து ''அர்மீனியர்கள் சிரிப்பை மறக்கவில்லை. மறுத்திருக்கிறார்கள்'' என்று சசிகுமார் எழுதியிருக்கிறார். பயணம் தந்த பாடம் என்பது இதுவே.

சசி.s. குமாருக்கு என் மனம் நிரம்பிய வாழ்த்துகள்.

மிக்க அன்புடன்

எஸ். ராமகிருஷ்ணன்
சென்னை.
17.07.2019

கே.வி. ஷைலஜா

பயணமென்பது பலருக்கு வரம். என்னைப் போன்ற பலருக்கு கனவு. ஆனால் சசிக்கு தனியாகவும் குடும்பமாகவும் வாய்த்திருக்கிறது. வாழ்த்துக்கள்.

தமிழ்நாட்டின் ஒரு மூலையில் பிறந்து, பணி நிமித்தம் அமீரகத்திற்கு சென்றாலும் வெறுமே சம்பாதித்து சொத்து வாங்கி, இன்னும் சொத்து வாங்கி என்றில்லாமல் இப்படி ஊற் சுற்றும் மனசுக்கே பாராட்டலாம். பயணம் மேற்கொள்ளும்போது அம்மாவின் கண்களில் துளிர்விடும் கண்ணீர் துளிகளைப் பார்க்கக் கூடாதென்று சே குவேராவும் ஃபிடல் காஸ்ட்ரோவும் தங்கள் பயணத்தை ஆரம்பிக்கும்போது சொல்வார்கள். ஆனால் சில நேரங்களில் அதை மீறியும்,

அதை மதித்தும், அந்த கண்ணீரோடுமே போக வேண்டியிருக்கிறது.

தனியான பயணங்கள் வாழ்வில் பல உறவுகளையும் பிரியங்களையும் மனித துரோகங்களையும் கொண்டு வந்து தரும். ஆனால் ஒரே இடத்தில் வாழும்போது நேரிடுகிற பல துரோகங்களை விடவும் ஊர் சுற்றிக்கு குறைவுதான்.

நண்பர் சசிக்கு பயணங்கள் இனிமையாகவும் அது தரும் வலியும் சந்தோஷமும், பிரமிப்பும், ஆற்றாமையுமாக ஒரு ஊர்சுற்றிக்கு தேவையான எல்லாமும் கிடைத்திருக்கிறது. ஆனால் சசி கொஞ்சம் சௌகரியமாக பயணித்திருக்கிறார். அப்படியில்லாமல் கையில் கொஞ்சமே கொஞ்சம் பொருட்களுடன் பொது போக்குவரத்தைப் பயன்படுத்தி ரயில் நிலையங்களிலும் விமான நிலையம் தாண்டின புல்வெளிகளிலும் படுத்துறங்கி சாமானியர்களை சந்தித்து வந்திருந்தால், ‘‘மெல்லச் சிறகசைத்து...’’ வேறு முகம் காட்டியிருக்கும்.

அவருடைய பயணத்தில் என்னை மிகவும் பாதித்தது ஆர்மீனியா பயணம். எலும்பை உருக்கும் குளிரிலிருந்து என் மக்களை காப்பாற்ற என் நாட்டின் வளங்களான காடுகளை அழித்து விட்டோமே என வலி நிறைந்த தொனியில் பேசிய ஆர்மீனிய மனுஷி ஜன்னாவின் குரல்தான். மறுக்கப்பட்ட நீதியின் வலி அவர்களின் சிரிப்பை மறக்கடிக்கவில்லை, மாறாக மறுதலிக்க வைக்கிறது என்பதை வாசித்தபோது கேரளாவின் புகழ்பெற்ற எழுத்துகாரன் என்.எஸ். மாதவன் நினைவிற்கு வருகிறார். குஜராத் சம்பவத்தில் நாம், என்னைக் கொன்று விடாதீர்கள் என்று தன் முன் துப்பாக்கி ஏந்தி நிற்பவனைப் பார்த்து இறைந்து மன்றாடும் குத்புதின் அன்சாரியைப் பார்த்திருப்போம். பல நாட்கள் அலைந்து திரிந்து பசியுடனும் துக்கத்துடனும் தன் குடும்பத்தைத் தேடுவான் அன்சாரி. ஒரு நாள் அவன் தன் குடும்பத்தைக் கண்டடையும்போது சிரிப்புவரவேண்டியதாடைகள்ஒட்டி உலர்ந்துபோயிருப்பதாககதைமுடியும்.

கதையா அது? கேரளாவில், ஆப்கானிஸ்தானில், இலங்கையி;ல், ஆர்மீனியாவில் இன்னுமின்னும் உலகின் பல தேசங்களில் சிரிப்பு

மறந்த, சிரிப்பு மறுதலிக்கப்பட்ட மனிதர்களின் வாழ்வு அப்படியேதான் இருக்கிறது. ஆர்மீனிய மனிதர்களை ரணமாய் பதிந்திருக்கிறார் சசி.

அமீரக சுட்டெரிக்கும் வெயிலிருந்து கிளம்பி, ஆர்மீனியக் குளிர், அப்படியே இதமான கேரள குளிர் எனும் பயணம் வித்தியாசமானது தான். கேரள அழகை சொல்லிக் கொண்டு போகும் வரிகளில், போகிற போக்கில் வளைகுடா மலையாளியின் வாழ்நிலையை ஹரிலால் எனும் கேரள பிரதிநிதியின் வழி நம்முன் நிறுத்துகிறார்.

கைகளில் வண்ணப் பூங்கொத்தை ஏந்தியபடி நிற்கும் ஜின் வம்ச இளவரசியும் சின்ன கண்கள் இன்னும் சுருங்க சிரிக்கும் சீன அழகியும், சசியின் வரிகளில் எத்தனை அழகாய் தெரிகிறார்கள். எட்டாங்கிளாஸ் பாட புத்தகத்தில் தோளில் மாட்டிய சின்ன குடையுடன் வரும் ஹீவாங் சுவாங் எவ்வளவு தகவல்கள் பகிர்கிறார். தியான்மென் சதுக்கமும், சீனப்பெருஞ்சுவரும் அதில் பெய்த மழையை மென்மழை என்று சொல்லும் சொல் பிரயோகமும் இயல்பாய் வந்து விழுந்து செய்திகளாய் மட்டுமே படித்த இந்த பெயர்கள் எல்லாவற்றையும் சசியின் கை பிடித்து நடந்த உணர்வைத் தருகிறது. "JADE" எனும் பாறைகள் கொண்டு செய்யப்படும் ஆபரணங்களும் புத்தர் சிலைகளும் செய்யும் இடத்திற்குப் போய் அதைப் பார்க்கும்போது, விற்பனைப் பிரதிநிதி, ஒரு 80 000 அமெரிக்க டாலர் மதிப்புள்ள புத்தர் சிலையை இவர்கள் வாங்க வேண்டி பேசும் பேச்சு எல்லா நாடுகளிலும் ஒன்றேதான் போலிருக்கிறது. அவர் சொல்லும் ஐஸ்வரியம், அது தரும் நன்மைகள் எல்லாம் சொல்லி முடிக்கும்போது சிரித்தபடியே அதை விடவும் வீட்டில் என் சேகரிப்பில் இருக்கும் புத்தகங்கள் எனக்கும் குடும்பத்திற்கும் தரும் ஐஸ்வர்யமும் நன்மைகளும் அதிகம் என்று சொல்லும் சசி இன்னும் உயரமாக விஸ்வரூபமெடுக்கிறார்.

'உவப்பத் தலைக்கூடி' எனும் கட்டுரையில் தான் படித்த கல்லூரியில்

உணர்வு பூர்வமான உரையை பேசி முடித்துவிட்டு வந்து உட்காரும்போது தன்னுடன் படித்தவர்கள், தன் ஆசிரியர்கள் என சசியைப் பாராட்டி பேசும் நிமிடங்களில் ஏற்படும் நெகிழ்வை எழுதியதைப் படித்தபோது எனக்கும் ஒரு சம்பவம் நியாபகம் வந்து விட்டது. நான் ஆசிரியர்களைப் பற்றி எழுதிய கட்டுரை ஒன்றில் என் பள்ளி ஆசிரியர் இந்திராவைப் பற்றியும் அண்ணாமலைப் பல்கலைக்கழகத்தில் என் பேராசிரியர் நமச்சிவாயம் பற்றியும் மட்டுமே எழுதி அவர்கள் இரண்டு பேர் மட்டுமே என் எம்.காம்., எம்.பில்., பாதியில் இடைநின்ற பி.ஹெ.டி., வரை மீந்த ஆசிரியர்கள் என்று எழுதியிருந்தேன். அதை லேமினேட் செய்து தன் கைப்பையிலேயே வைத்து இரண்டு மூன்று வருடங்களாய் பாதுகாத்திருக்கிறார் என் அசிரியை. போன வருட சென்னை புத்தக கண்காட்சிக்கு வந்தவர், 'இதப் பாத்தியா ஷைலஜா, நீ எழுதின கட்டுரையை நான் கையிலேயே வச்சிருக்கேன், எல்லார்ட்டயும் காட்டறேன். ஆசிரியப்பணிக்காக தேசிய விருது வாங்கினதைவிடவும் சந்தோஷமா இருக்குமா' என்று அவர் சொன்னபோது என் ஆசிரியரின் காலடியில் இருந்தேன்.

எதை எதையோ கிளறி விடுவதுதானே இலக்கியம். அப்படியென்றால் சசி நிறைய மனிதர்களின் மனதை தன் எளிமையான சரளமான மொழி மூலம் தட்டி எழுப்புகிறார்.

பயணக் கட்டுரைகளிலேயே சாத்தியப்பட்ட மொழி இன்னும் தன்னை புனைவுகளை எழுத வைக்கும். எழுத வாழ்த்துக்கள் சசி.

எளிமையான அன்போடு,

ஷைலஜா

நகருங்கள், உலக மனித நேயத்தை காணுங்கள்

தெல்லைச் சீமையில் பிறந்த சசி.S.குமார் ''மெல்லச் சிறகசைத்து'' என்ற நூலை இலக்கியச் சுவையோடு தன் பயணத் தரவுகளைக் கொண்டு எழுதியுள்ளார். உலகப் பந்தில் சுற்றிக் கொண்டிருந்தால் மனிதனுக்கு ஆற்றலும், அளவில்லா புத்தெழுச்சியும் நிச்சயம் கிடைக்கும். அந்த வகையில் சசி.S. குமார் ஒரு இலக்கிய வாசகர், படைப்பாளி, பொறியாளர், இலக்கிய உரையாளர் என பன்முகத் தன்மை கொண்டவர். நெல்லையில் பிறந்து கடலூரில் வளர்ந்து இன்றைக்கு அமீரகத்தில் பணியில் இருக்கின்றார். வளைகுடா நாடுகளில் உள்ள தமிழர்களில் அறிமுகமான நல்ல நண்பர். முண்டாசுக் கவி பாரதியின் மீது பற்று கொண்டவர். இவரைக் குறித்து துபாயில் இருந்து தம்பி பாலகிருஷ்ணன் சுப்புராஜ் என்னிடம் அடிக்கடி

கூறியுள்ளார். இவருடைய படைப்புகள் கணையாழி, சுபமங்களா, போன்ற இதழ்களில் வெளிவந்துள்ளன. பரபரப்பாக இயங்கிக் கொண்டிருப்பவர்.

இந்த நூலை ஏன் எழுதினேன் என்ற காரண காரியங்களோடு பதிவு செய்துள்ளார். பட்டுவழிச் சாலை (Silk Route) மற்றும் சீனாவை பற்றி விரிவாக எடுத்துரைக்கிறார். கடவுளின் தேசமான பசுமை நிறைந்த கேரளத்தின் ஆலப்புழை பற்றியும், சுடுமணல் பாலை நில பயணத்தை பற்றியும் எடுத்துச் சொல்கிறார். அர்மீனியா - ஜியார்ஜியா குறித்த பதிவுகளும் உள்ளன.

அன்றாடம் புதியன தேடுதல், அறிதல் என்ற நோக்கத்தில் தன்னுடைய எழுத்துப் பணிகளில் ஆர்வமாக சசி.S.குமார் பயணிக்கிறார். அவருடைய பயணத்தில் காணும் காட்சிகளைத் தமிழ் கூறும் நல்லுலகிற்கு தொடர்ந்து அர்ப்பணிக்க வேண்டுகிறேன்.

திரைகடல் ஓடி திரவியம் தேடு என்ற நிலையில் வளைகுடா நாடுகளுக்கு சென்று தன்னுடைய பணியால் திரவியம் தேடும் கடுமையான வேலையிலும், இந்த இலக்கியத்தின் மீதான அவரின் முன்னெடுப்பு சாதாரண விசயமல்ல.

அவர் பணி மேலும் சிறக்க வாழ்த்துகிறேன்.

கே.எஸ்.இராதாகிருஷ்ணன்.

வழக்கறிஞர், 'கதைசொல்லி'
இணையாசிரியர், திமுக செய்தித் தொடர்பாளர்
சென்னை - 600 041.
20-07-2019

பயணங்களும்,
அரசியல்வரலாற்றின்பதிவுகளும்...

மருத்துவம்பயிலும் இளைஞன் ஒருவன் கல்லூரி விடுமுறை நாட்களில் தன் நண்பனுடன் மேற்கொள்ளும் ஒரு மோட்டர்சைக்கிள் பயணம் தான் அவன்வாழ்வையே தலைகீழாகத் திருப்பிப்போடுகிறது. அந்தப்பயணத்தில் அவன் சந்திக்க நேரிடும் மக்களின் வறுமை, பஞ்சம், நோய் முதலிய குரூரங்கள் அவனை நிலைகுலையவைக்கின்றன. ஏழைத் தொழிலாளர்களின் அறியாமையைப் பயன்படுத்திக் கொள்ளும் முதலாளிகளின் சுரண்டல்களை வழிநெடுகப்பார்ப்பவன் ஊருக்குத் திரும்பும் முடிவைக் கை விடுகிறான். அவர்களின் உரிமையை மீட்டுத்தரவும், போராடவும் அந்த எளியமக்களுடனே தங்கிவிடுகிறான். அந்த இளைஞன் தான் பிற்காலத்தில மகத்தான மக்கள் தலைவனாக உருவான சேகுவாரா. ஒரு பயணம் நம்மை என்ன

செய்துவிடும் என்கிற எளிய கேள்விக்கான விடையாகநான் எப்போதும் இந்தசம்பவத்தையே சொல்வேன்.

பயணம் என்பது பெரும்பாலும் தன்னை அறிந்து கொள்ள மேற்கொள்ளப்படும் ஒருசெயல். புதியநிலப் பிரதேசங்களில் நாம்நம்முடைய சொந்த அடையாளங்களை ஒருபோதும் தூக்கிகொண்டு அலையக்கூடாது. பேருந்தோ,ரயிலோ, விமானமோ ஏறிய உடன் நம்முடைய சொந்த அடையாளத்தை ஜன்னலுக்கு வெளியேதூக்கி எறிந்துவிடுவது நல்லது. இந்த பிரம்மாண்ட இயற்கையின் முன்பு நாம் சிறுதுளி என்பதை ஆத்மார்த்தமாக உணரும் அபூர்வத்தருணமும் பயணங்களின் மகத்தானபயன். இந்தத்திரளான மக்கள் கூட்டத்தில் நாமும் ஒரு ஆள் என்கிற எண்ணம் நம்முடைய எல்லா உயர்மனப் பான்மைகளையும் காணமல்போக வழிவகுக்கும்.

ஏற்கனவே இருந்த இவ்வுலகை ஏதோ ஒரு இலக்கற்ற பயணிதான் கண்டறிந்தான். இந்தப்பயணிகளின் அசாதாரணப் பயணம் தான் நாம்வாழும் இன்றைய உலகத்திற்கான வித்தானது. வாஸ்கோடகாமா, கொலம்பஸ், யுவான்சுவாங், இபன்பதூத்தா போன்ற காலப்பயணிகளால் தான் இந்த உலகம் எவ்வளவு பெரியது என்பதும் நமக்கு தெரியவந்தது. இப்புவியில் இனிமேலும் புதிய நிலங்களைக்கண்டறியமுடியுமாஎனத்தெரியவில்லை. ஆனால் ஒருமனிதன் பயணங்களின் வழியாய் தன்னைப் புதுப்பித்துக் கொள்ள முடியும் என்பது திண்ணம்.

நண்பர் சசிகுமார் தன் பயண அனுபவங்களைத் தொகுத்து எழுதியிருக்கும் மெல்லச்சிறசைத்து என்கிற இந்நூல் தமிழ்வாசகர்கள் அதிகம் அறிந்திராத நிலங்களான ஆர்மீனியா மற்றும் ஜார்ஜியா குறித்து மிகச்சிறப்பானதொருபார்வையை முன்வைக்கிறது. ஒரு நிலத்தைப் பதிவு செய்யும் போது அதன் இயற்கை வளம், சுற்றுலா

முக்கியத்துவம் போன்றபொதுவான விஷயங்களை மட்டும் சொல்லாமல் அந்நிலம் சந்தித்த அரசியல் சிக்கல்களையும் மக்களின் வரலாற்றையும் சேர்த்து சொல்வது எழுதுபவரின் முதன்மையான நோக்கமாக இருக்க வேண்டும். சசி அதைமிகச்சரியாகச் செய்திருக்கிறார்.

சீனம், அமீரகம்மற்றும் கேரளம் போன்றநிலங்களும் இப்புத்தகத்தில் இடம் பெறுகின்றன. சசி.S. குமாரின் தனிப்பட்ட அனுபவங்களைச் சொல்வதாக அமையும் இக்கட்டுரைத்தொகுப்பு வாசகர்களுக்கான அறிதலையும் பொதிந்து வைத்திருக்கிறது. முதன்மையான இலக்கியவாசகரான சசி.S. குமார் குறுநாடகங்கள், மேடைப்பேச்சுகள் மூலம் அமீரகத்தில் பரவலாய் அறியப்பட்டவர். அவரின் முதல் புத்தகமான மெல்லச்சிறகசைத்து... விற்கும் என் வாழ்த்துகளும் அன்பும்

நிறைந்த அன்புடன்
அய்யனார்விஸ்வநாத்
துபாய்-19.7.19

ஜன்னலோரபிரயாணியின் தணிக்கைசெய்யாதவாழ்த்துக்கள்......

பயணக்கட்டுரைகள் எழுதுவதும், பயணங்களைக் கொண்டாடுவதும் என்னைப் பொறுத்தவரை சாதாரண நிகழ்வாக பார்க்க முடியவில்லை.

அதற்கு அசாதாரணமான பயிற்சி வேண்டி இருக்கிறது.

ஒருஇடத்தை, ஒருகாலத்தை, ஒரு தட்பவெப்ப சூழ்நிலையை வாசகனுக்கு கடத்திச் செல்லும் அதிமுக்கியகடமை எழுத்தாளனுக்கு இருப்பதாக நினைக்கிறேன்

புனைவுகளைவிட தகவல்கள்-புள்ளிவிவரங்கள் தெளிவான அணுகுமுறை இதெல்லாம் சாத்தியப்படாமல் கற்பனையில் பொத்தாம் பொதுவாக அதைபதிவு செய்து விடமுடியாது.

மெல்லச் சிறகசைத்து....

வாழ்க்கை ஒரு யாத்ரீகமன நிலையுடன்தான் நம்மை அணுகுகிறது. நாம் ஒரு பயணியாக கடந்து போகிறோம். எல்லோரும் கடந்த பாதை ஒரு சிலரால் மட்டுமே கவனிக்கப்படுகிறது.

சசி.S. குமாரை, பயணங்களின் காதலனாக நான் பார்க்கிறேன். அந்த காதலில் அவரின் பயணங்கள் தீர்மானிக்கப்படுகின்றன.

புதுஇடம்- புதுமனிதர்கள் - புதுஉணவு - புதுகலாச்சாரம் ... எல்லாம் புதிதாக அமைகிறபாக்கியம் பெறுகிறவர்கள் அதிர்ஷ்டசாலிகளாகவே நான் அவதானிக்கிறேன்.

அப்படி ஒரு அதிர்ஷ்டசாலிதான் தோழர்.

நெடுவழித்துணை - வாசித்தபோது ஒருவித பரவசம் உடலுக்குள் ஊடுருவதை என்னால் உணரமுடிந்தது.

தான்பயணித்த நாடுகள் -தான் கவனித்த மனிதர்கள் - தான் உணர்ந்த அனுபவங்கள் எல்லாவற்றையும் சிரத்தையாக தொகுத்திருக்கிறார்.

மழைச்சாரலுக் கிடையில் ஒரு கோப்பை தேநீர் போல - பயணப்படும் அவரின் எழுத்து நடையில் கொஞ்சம் சொக்கிதான் போகிறேன்.

பயணக்கட்டுரைகள் எழுதியபள்ளிக் கூட நினைப்பில் இந்தநூலை வாசித்தால் நீங்கள் நாடு கடத்தப்படுவீர்கள்.

ஒரு கவிஞராக -நல்லமேடைபேச்சாளராக - சகநண்பர்களை கொண்டாடும் நட்பின் வேடந்தாங்கலாக இருக்கும் தோழர், இந்த பயணநூல் மூலம் தன்னை வேறுதளத்தில் வைத்து நம்மை பார்க்கவைக்கிறார்.

பாஹியான் -யுவான்சுவாங் - வாஸ்கொடகாமா - கொலம்பஸ் - மெகஸ்தனிஸ் இப்படி வரலாற்று பயணிகளின் பயணங்களை கொண்டாடிய எனக்குள் இந்தநூல் ஒரு செறிவான இலக்கிய அனுபவத்தை உசுப்பிவிட்டிருக்கிறது.

முதல் நூல் பயண நூலாக அமைவது ஒரு ஆசீர்வாதம்.

ஒருவழிப் போக்கனாக கடந்து போகிறேன்....என்னையும் கடத்திப் போகிறார் தோழர் சசி. S.குமார்.

இந்த ஜன்னலோர பிரயாணியின் தணிக்கை செய்யாத வாழ்த்துக்கள் எப்போதும் உங்களுக்கு உண்டு.

ஈரமண்ணின் நேசத்துடன்,

நாகா
கவிஞர்பண்பலைஅறிவிப்பாளர்
துபாய்
11.7.2019

வாசிப்பும், பயணமும்....

வாழ்க்கையில் புத்தகங்கள் புதிய பக்கங்களைத் திறந்து விடுவதற்கு எவ்வளவு இன்றியமையாததாக இருக்கின்றனவோ அதைப் போலவே உலகின் பல்வேறு பகுதிகளுக்கான மனிதர்களின் பயணங்களும் அவர்களது அகக்கண்களைத் திறப்பதில் மிக முக்கியமான பங்கு வகிக்கிறது என்று சொன்னால் அதுமிகை இல்லை.

ஆதி காலத்தில் உணவை வேட்டையாடுவதற்காகத் தொடங்கிய பயணத்திலிருந்தே மனிதன் தொடர்ந்து பயணப்பட்டுக் கொண்டே இருக்கிறான். அப்படி மனிதன் தொடர் பயணங்களை மேற்கொண்டு இருந்ததனாலேயே உலகில் புதிய வரைபடங்கள் உருவாகின.

மனிதர்களுடைய பயணங்கள் புதியகலாச்சாரங்கள், பண்பாட்டுத் தளங்கள் ஆகியவற்றைக் கண்டறியவும் வாழ்க்கையின் வெவ்வேறு

விதமான உணர்வுகளை, அடையாளங்களைஉறுதிப்படுத்திக் கொள்ளவும் அவர்களுக்குப் பேருதவியாக இருக்கின்றன.

பயணம்செய்கிறவர்கள் பலவகைப் பட்டவர்கள். சிலருக்குப் பயணங்கள் என்பது நாமும் பயணம்போகிறோம் என்று உலகிற்குச் சொல்வதற்கான ஒரு மேம்போக்கான விஷயம். வேறுசிலருக்கோ பயணங்கள் என்பது உலகின் முக்கியமான நினைவுச் சின்னங்களுக்குமுன்னால் நின்று புகைப்படம் எடுத்து அதைத் தங்களைச் சார்ந்தவர்களோடு பகிர்ந்து கொண்டு தங்களது சமூக அந்தஸ்தை வெளிப்படுத்திக் கொள்வதோடு முற்றுப்பெற்றுவிடுகிறது.

வேறு சிலருக்கோ பயணங்கள் அலுவலக ரீதியாக அலுப்பூட்டும் விதமாகவே அமைந்துவிடுகின்றன அன்றாடம் 'புர்ஜ் கலி∴பா'வைக் கடந்து செல்லக்கூடிய அமீரகவாசியைப்போல.ஆனால் வெகு சிலர் மட்டுமே தங்களது பயணங்களைத் தேர்வு செய்து மேற்கொள்கிறார்கள்.

ஒரு நாட்டிற்குச் செல்லும் போது அந்த நாட்டிலே தாங்கள் என்ன செய்யவேண்டும்என்பதை முதலிலேயே தீர்மானித்து அதன் பிறகு அந்த நாடுகளுக்குச் சென்றுதாங்கள் அறிந்ததற்கும் நேரில்கிடைக்கின்ற அனுபவத்திற்கும் இடையிலான வித்தியாசங்களை உணர்ந்து கொள்கிறார்கள். அங்கே சந்திக்கின்ற மனிதர்கள், அங்கே இருக்கக் கூடிய உணவு வகைகள், அந்த நாட்டினுடைய தொன்மை, அந்த நாட்டினுடைய கலாச்சாரம் தொடர்பானவிஷயங்கள், அதன் வரலாறு, அந்த நாட்டு மக்களுடைய மொழி உணர்வு இவற்றை அறிந்து கொள்வதற்கான ஒரு முயற்சியாக தங்களது பயணங்கள்அமைய வேண்டும் என்று கருதுபவர்கள் மிகச் சிலரே.

அந்த மிகச்சிலரில் ஒருவராகத் தன்னை அடையாளப் படுத்தியிருக்கிறார் நண்பரும் சகோதரருமான சசி.S. குமார். நிறைய

வாசிப்பனுபவமும், இலக்கியத்தின் மீதான தீராத காதலும் கொண்டவராக இருப்பதனால் தன்னுடைய பயணங்களில் தான் அறிந்தவற்றையும் உணர்ந்தவைகளையும், கண்டதையும், கேட்டதையும் தனக்கே உரியஇலகுவான மொழி நடையில் தான் கற்று அறிந்தவற்றை மற்றவர்களுடன் பகிர்ந்துகொள்ள வேண்டும் என்ற முனைப்போடு மிகச் சிறப்பான கட்டுரைகளாகத் தீட்டியிருக்கிறார்.

பயணங்கள் சிறப்பானவை பயணங்கள் எப்போதும் தீராத மகிழ்ச்சி அளிப்பவை ஒரு பயணத்தை மகிழ்வுதருவதாக, நம்முடைய சிந்தையை மேம்படுத்தும் ஒரு புதிய கருவியாக அமைந்து விடுவதற்குன்டான வாய்ப்புகளை பயணங்கள் உருவாக்கித் தருகின்றன.

சசி.S. குமார் தன்னுடைய பயணங்களை அத்தகையதாக ஆக்கி இருக்கிறார் என்பதை இந்தக்கட்டுரைத் தொகுப்பின் மூலமாக நம்மால் அறிந்து கொள்ள முடிகிறது. அதற்கு நான் முன்னரே குறிப்பிட்டது போல அவரது வாசிப்புஅனுபவமும் அவருக்குக் கைகொடுத்திருக்கிறது.

முன்பொருமுறை ஒரு வானொலியில் அவர் தனது சீனப் பயணத்தை விவரித்ததைக் கேட்டு மகிழக் கூடிய வாய்ப்பு கிடைத்தது. ஆனால் அது சில நிமிடங்கள் மட்டுமே நீடித்தது. அடடா!! இன்னும் நிறைய தகவல்களை உள்ளடக்கிய அவரது அனுபவங்களைக் கேட்டறிந்தால் நன்றாக இருக்குமேயென்று தோன்றியதெனக்கு அப்போது. நல்ல வேளையாக இந்த புத்தகத்தின் மூலமாக அவரது சீனப் பயணத்தில் அவர்கற்றுக்கொண்ட பெற்றுக் கொண்ட விஷயங்களை அவ்வளவு அழகாக எளிமையாக சொல்லிஇருப்பது மிகுந்த மகிழ்ச்சியாக இருக்கிறது.

சீனப்பயணம் மட்டுமல்ல. தனது பயணங்களை மட்டுமே விவரித்துச் சென்று விடாமல் அதனோடு தொடர்புடைய விசயங்களையும் அவர் பகிர்ந்து கொள்வது கட்டுரைகளுக்குச் சுவையூட்டுகிறது. உதாரணமாக, ஆலப்புழையில் படகு வீட்டில் பயணம் செய்பவருக்கு "ஒற்றாள்" படம் குறித்த நினைவுகள் ஏற்பட்டு விடுகிறது. இதைத்தான் சசியின் வாசிப்பனுவம் செய்கிற கைங்கரியம் என்று குறிப்பிட்டிருக்கிறேன்.

நெல்லைச்சீமையைச் சேர்ந்தவரென்பதால் இயல்பாகவே எழுத்தும் அதனோடு ஒட்டிய சிந்தையுமாக கட்டுரைகள் எளிதாக முழுமை பெற்று விடுகின்றன. துபாய் கேளிக்கை பூங்கா குறித்த கட்டுரை ஓர் உதாரணம்.

இலக்கிய வாசகனாகத் தன்னை அடையாளப்படுத்திக் கொள்ளும் சசி.S. குமாரின் இக்கட்டுரைத் தொகுப்பு இலக்கிய வாசகர்களை திருப்திப்படுத்து மென்பது திண்ணம்.

என்றும் அன்புடன்,

ஆசிப்மீரான்
துபாய் - ஐக்கியஅரபுஅமீரகம்
18.7.19

கலைஞனின்கடமை

அன்பு நண்பர்சசி.S. குமார்...

எந்த ஒரு மேடையையும் தன் வசப்படுத்திடும் பேச்சாளர்! எழுது வதிலும் பேசுவதிலும் என்றைக்கும் முதன்மைவகிப்பவர்! முண்டாசுக் கவிஞர்பாரதியையும் புரட்சிக்கவிஞர் பாரதிதாசனையும் நினைவில் கொண்டு அவர்தம் கவிதைவரிகளை முழங்கும் முழக்கத்தில் முரசு கொட்டுபவர்! உலக இலக்கியங்கள் முதலாய்பல் வேறுநூல்களில் நுழைந்து அறிவுக்களஞ்சியமாய் தன்னை நிலைநிறுத்திக் கொள்வதில் என்றைக்கும் சளைக்காதவர்! பிரபலங்கள்முதலாக எவர்வந்த போதிலும் அவர்தமக்கு வாழ்த்துக்கள் புனைந்து மகிழ்பவர்! கம்பீரமாய் குரலெடுத்து கதகதப்பாய் கதைகள் சேர்த்து மொத்தத்தில் ஒருமுத்திரை

பதிக்கும் பேச்சு இவர்தம் வாடிக்கை! கற்றறிந்த பேச்சாளர்களும் கூட இவரிடம் கற்றுக் கொள்ளலாம் பேசுவது எப்படி என்று!

திட்டமிட்டவாழ்க்கை தெவிட்டாத இன்பம் என இவர்தம் அகவாழ்க்கை ஒரு ஆனந்த நந்தவனம்! உணரந்தபடி உடன் சேர்ந்த இல்வாழ்க்கை துணைவி.மீனாசசிகுமாரும் இவர்தம் திருமகனாய் இளவல் அரவிந்தும் வள்ளுவன் கண்ட வாழ்க்கை நலனை நம் கண்முன்னே காட்டுபவர்களாம்! துபாய் மாநகரின் மின்சாரம் மற்றும் நீர்தேவைகளைப் பூர்த்தி செய்யும் அரசு நிறுவனத்தில் பணி என்பதால் அளவான நேரங்கள் வளமானவாழ்க்கை முறை என பூத்துக்குலுங்க, கலைகள் பலவற்றிலும் ஈடுபாடு கொண்ட நண்பர் சசி.S. குமார் அண்மைக்காலங்களாய் அமீரகத்தில் வெற்றிகரமாக நடைபோடும் குறுநாடகங்களில் முக்கியப்பங்கு வகித்து தனக்கான முத்திரையை இயக்குனராய் பரிணமித்து வருகிறார்! எந்தகாரியத்திலும் முழுமையாய் ஈடுபட்டு வெற்றிகரமாய் வலம் வரத்தெரிந்தவர் இவர் என்பதால் வாகை சூடுதல் இவர்தம் வாடிக்கை ஆகின்றது!

இதோ அவர்தம் அடுத்த பரிமாணம் எழுத்தாளராக.. நூலாசிரியராக.. பயணக்கட்டுரைகள் வாயிலாகத் தடம் பதிக்கிறார். இவர்தம் கன்னி முயற்சி வெற்றி பெறவாழ்த்துகிறேன்! தான்கண்ட இன்பங்கள் பிறர்காண வேண்டும் என்று விழை வோராக..தான் சென்று வந்த வெளிநாட்டுப் பயணங்கள் பற்றி குறிப்பாக சீன நாட்டைப் பற்றிய இவர்தம் கட்டுரைகள் நமக்கு புத்தம் புதிய செய்திகள் பலவற்றை வாரிக்கொடுக்கின்றன! எங்கே சென்றபோதும் தான் ஒருபடைப்பளான் என்பதை எந்த ஒரு கலைஞனும் மறந்து விடுவதில்லை. எனவேதான் ஆங்காங்கே அதற்கான குறிப்புகளைமன தளவிலாவது எடுத்து வைத்துக் கொள்கிறோம். பிறகு அதனை செம்மையாக ..செழிப்பான தமிழில் ..வாசகர்கள் வாசிக்கும் போது

பெறவேண்டிய பயன்களையும் கருத்தில் கொண்டு ஒரு கடமை தவறாநூல் ஆசிரியனாய் இவரின் கன்னி முயற்சியிது!

சசிகுமார் என்றால் அவருக்கான ரசிகர் கூட்டம் இங்கே உள்ளது என்பதாக அமீரகமண்ணை அசத்திவருகிற அவர் எனது நண்பர் என்பதுடன், எந்தத்தலைப்பை எப்போது கொடுத்தாலும் சற்றும் தயக்கமின்றி அதற்கான முழுமையான தயாரிப்புகளோடு மேடையேறி நிறைவான பேச்சைத்தருவதில் அவருக்கு நிகர் அவரே! அவரின் எல்லா முயற்சிகளும் வெற்றி பெறவும் குறிப்பாக அவர்தம் முதல் புத்தகமான ''மெல்லச் சிறகசைத்து'' பல்வேறு பரிசுகளைப் பெறவும் சிறந்த எழுத்தாளர்கள் வரிசையில் இடம் பெறவும் வாழ்த்துகிறேன்.

அன்புடன்,

காவிரிமைந்தன்
கவியரசுகண்ணதாசன் தமிழ்ச்சங்கம் (பம்மல்)
சென்னை 600 075. - 18.7.19

மெல்லச் சிறகசைத்து...

காயலோரநினைவுகள்... ஆலப்புழை

குட்டநாடு கிராமத்து நீர் நிறைந்த வயல் பார்த்த கரையில் படகு வீடு நங்கூரமிட்டு நிறுத்தப்பட்ட போது நாள் ஜூலை 3 :நேரம் மாலை 5.00 . ஊஞ்சலாக படகு வீடு நீரலையின் மெல்லிய சீண்டலுக்கு இசைந்தும், அசைந்தும் கொண்டிருந்தது.படகு வீட்டின் பின்புற சமையல் அறையில் 'பேபி சேட்டன்' மணக்க, மணக்க சப்பாத்தி, பீட்ரூட் சாலட் , கோழிக்கறி, சோறு, பருப்பு குழம்பு என நளபாகம் முடித்து, சமையல் உடை களைந்து, தனது நீண்ட கூந்தலை முடிந்து கொண்டிருந்தார்.படகு ஓட்டுநர், கரையிலிருந்த வீட்டில் இருந்து படகுக்கு மின்சார ஏற்பாடு செய்து கொண்டிருந்தார். ஜெனெரேட்டர் சப்தமின்றி படகில் சிற்றலைகளின், சளப் ... சளப் ஒலித்ததுக்கொண்டு இருந்தது. அருகிலிருந்த வீட்டு வேலிகளில் பெரிய கோழிகள், விருந்தாளிகள் வருகையின்றி பிழைத்துக் கிடக்கும் இன்னுமொரு நாளை இனிதாக கழித்துக் கொண்டிருந்தன.

"Sweet toddy வேணோ....' படகிற்கும் வீட்டுக்கும் இடையில் இருந்த இரண்டரை அடி வரப்பில் நின்று என்னை இனிப்புக் கள் குடிக்க அன்புடன் அழைக்கிற ஆலப்புழை குட்டநாட்டு இளைஞன் மலையாள நடிகர் ஜெகதீஷ் சாயலில், அருகிருக்கும் விருந்தினர் தவிர்த்த வீட்டின் இளைஞனாக இருக்கக்கூடும். புளித்த வாடையுடன் , தென்னை மர

வண்டுகள் மிதக்கும், நுரைத்த கள்ளின் கலயங்களின் காட்சி மனதில் விரிந்தது., படகின் மேல் தளத்தில் இருந்த பெற்றோர் நிமித்தம் மது தவிர்த்த மாலை உசிதமென தோன்ற...' ஏ... இல்ல.. பின்னே இவ்விடே செம்மீன் கிட்டுமோ ?'

'ஓ...இஷ்டம் போல... அவ்விடே செரிய மார்க்கட் உண்டு!'

படகில் விளக்குகள் பளிச்சிட.. பேபியேட்டன் 'எந்தா செம்மீன் வேனோ...?'

'மது இல்லாத செம்மீன் சாத்தியதை உண்டோ...'-- என மனது கேட்டாலும் மொழி எல்லை கடந்த எனது அங்கதம் சென்றடையும் சாத்தியம் யோசித்து கடலின் அக்கர போனோர் குறித்த காமெடி தவிர்த்தேன்.

படகில் இருந்து இறங்கி செம்மீன் வாங்கி வர குடும்ப சகிதம் பேபி சேட்டன் வழிகாட்ட, தொடர்ந்து நடந்த நேரம் அருகில் மற்றும் சில படகு வீடுகள் நங்கூரமிடப்பட்டு அசைந்து கொண்டு இருந்தன. தொலைவில் K.J.ஏசுதாஸோ, M.G.ஸ்ரீகுமாரோ உருகி மலையாள பெண்ணிடம் வானொலியில் காதல் பாடிக்கொண்டு இருந்தது, காற்றில் மிதந்து அவ்வப்போது கேட்டுக்கொண்டிருந்தது.

நாங்கள் மூவர்,அப்பா, அம்மா, மற்றும் எனது தாய் மாமா மகன் மீனாட்சி ராஜா - ஆக அறுவர் இணைந்து நெல்லையிலிருந்து ஜூலை இரவு 7.30 மணிக்கு குருவாயூர் எக்ஸ்பிரஸ் ரயிலேறினோம். இந்தியாவின் வெனிஸ் நகரம் என அறியப்படும் ஆலப்புழை படகு வீடு குறித்து தொடர்ந்த ரம்யமான பத்தாண்டு கனவுகள் இந்த ஆண்டு மழைக்காலத்தில் கைகூடிய மகிழ்ச்சி...

விரையும் ரயில் கதவோரம் முகத்தில் அறைகிற ஈரக்காற்று, அணிந்திருந்த கண்ணாடியை பிடுங்கி வீச எதிர்த்து நிற்கிற சுகம் ...

தூரத்தில் மின்னி மறைகிற விளக்கொளிகள்...
சட்டென்று கவனம் கலைத்த கரவொலி...

ஓடும் ரயிலில் ஒரு கல்லூரி மாணவனுக்கு நள்ளிரவு 12.00 மணிக்கு உடன் பயணித்த பதினைந்து உறவுகள் சேர்ந்து பிறந்தநாள் கொண்டாடி, புத்தாடை அணிவித்து, முகத்தில் கிரீம் பூசி... மற்ற பயணிகளுக்கு கேக் பகிர்ந்து... அந்த பயணத்தை நினைவில் நிலைத்து நெகிழ்ச்சியுற செய்திருந்தனர். பயணிகள் அனைவரும் கொடுத்த கேக் துண்டுகளை புன்னகையுடன் ஏற்று வாயில் போட்டுக்கொள்ள, பதின்வயது பிறந்த நாள் மாணவனை அருகில் அழைத்து, மெலிதாக அணைத்து வாழ்த்தி, பெயர் கேட்டேன்.

கண்களில் மகிழ்ச்சி மின்ன, மலையாளம் ஊறிய அழகு தமிழில் 'ஹரி லால்... இன்ஜினீயரிங் பர்ஸ்ட் இயர்...'

இன்னும் நான்கு ஆண்டுகளில், முதல் வகுப்பில் தேர்ச்சியடைந்து ஏதேனும் ஒரு மத்திய கிழக்கு நாட்டில், வாங்கும் சம்பளத்தை பதினெட்டாலோ, இருநூற்றி இருபதாலோ பெருக்கி, வருடமொரு முறை சாக்லேட், சென்ட் பாட்டில் சுமந்து இந்தியா பறந்து வந்து, உறவுகளை சந்தித்து, கேரள அரசியலை அரபிக்கடலோரத்தில் வெள்ளிக்கிழமை மாலைநேரங்களில் சம்சாரித்து, கேரள புறநகர் பகுதியில் இரண்டாயிரத்து சொச்சம் சதுர அடியில் ஐந்து BEDROOM DUPLEX வீடு கட்டி ... 'புத்தென் புறக்கள் ஹவுஸ்' என்கிற ரீதியில் பெயரிட்டு வாழும் டிபிக்கல் வளைகுடா மலையாளிகள் டெம்ப்லேட் வாழ்வில் சிக்கி உழலக்கூடாத இனிய வாழ்வு ஹரிலாலுக்கு வாய்க்கட்டும். என மனதுக்குள் வாழ்த்தி புன்னகைத்தேன்.

திருவனந்தபுரம், கொல்லம், காயங்குளம், ஹரிப்பாத், அம்பலப்புழை வழியே ஆலப்புழை அடைந்த போது நேரம் நள்ளிரவு 2.00 மணி.

‘பிரதர் ... நிங்கள் ஸ்டேஷன் விட்டு புறத்துகெறங்கியால் , ஒரு இன்னோவா கார் நிக்கும் . அவ்விடே வெயிட் செய்தா மதி. ஞான் ரெண்டு மினிட்டிலே எத்தும்’ - வினோத் - படகு வீட்டின் சொந்தக்காரர் அலைபேசியில் சொல்லி தொடர்பைத் துண்டிக்க, மெல்ல நடந்து வெளியே வந்தோம்.

‘சிறையின் கீழ் ஹோம் ஸ்டே ’ எனும் பெயருடன் இன்னோவா மரத்தடியில் நின்று கொண்டிருந்தது. அருகில் இருந்த SBI ATM&ல் அதிகாலை 2.00 மணி அகாலத்தில் இரண்டுபேர் பணம் எடுத்து எண்ணியபடி வெளியே வந்தனர்.

நாய்கள் நிதானமாக அங்குமிங்குமாக அலைந்து கொண்டிருந்ததை வேடிக்கை பார்த்து,கொட்டாவி விட்டபடி காத்திருந்த நேரத்தில் புல்லட் சத்தம் கேட்டது.

‘நமஸ்காரம்’ என்ற படி சிரித்து ENFIELD வண்டியை நிறுத்தி கைகுலுக்கிய வினோத் சேட்டனுக்கு நாற்பது வயதிருக்கும். அவசரத்தில் அணிந்த சிவப்பு சில்க் சட்டையும், மயில் கரை வேட்டியும்,கழுத்தை நிறைத்த தங்கச் சங்கிலிகளும், கைகளில் தடிமனான காப்பு வளையங்களும், மிஞ்சிய உடற்பயிற்சியால் முறுக்கேறிய உடலும், நெற்றி குங்குமமும் ... சற்று கலவரப்படுத்தியது.

இன்னோவா கதவுகளைத் திறந்து விட்டு, பெட்டிகளை உள்ளேற்றி ‘ அம்மைக்கு ஒறக்கம்..அல்லே ?’ என்றுஎனது அம்மாவிடம் கேட்டு பெருங்குரலில் சிரித்தவாறே காரைக்கிளப்பி சரியாய் இரண்டு நிமிடத்தில் தங்குமிடத்தில் வண்டியை நிறுத்தினார். வண்டியை நிறுத்தி வினோத் சேட்டன் வீடு நுழைந்த அடுத்த கணம் அரைத்தூக்கத்தில் எழுந்து, ‘நமஸ்காரம் ... காபி, சாயா ஏதும் வேணெங்கில் பறையணம் ’ என உபசரித்த சேச்சி.

அழகான சுத்தமான குளிரூட்டப்பட்ட இரண்டு அறைகள் .

படுத்துறங்கச் சொல்லிவிட்டு காரை திரும்ப ரயிலடியில் நிறுத்தி வர வினோத் சேட்டன் வீட்டுப் படியிறங்கிய நொடியில் சூறைக்காற்று வீசி பெருமழை பெய்யத்தொடங்கியது.

அறைகளில் நுழைந்து தாழிட்டு கிறங்கும் கண்களுடன் படுக்கையில் சாய்கையில் கண்ணாடி ஜன்னலுக்கு வெளியே ஆலப்புழை சிறு நகர் மின்னல், இடியுடன் மழையில் நனைந்து கொண்டிருந்தது.

2

மறுநாள் காலை எழுந்து குளித்து முடித்து நாங்கள் வெளிவர, வரவேற்பறையில் பத்திரியும், தோசையும், இட்லியும் சேச்சியின் துரித தயாரிப்பில் தயாராக இருந்தது. சிவப்பு நிற சில்க் சட்டை, முண்டு சகிதம் வினோத் சேட்டன் குங்குமத் தீற்றலுடன் 'நன்னாயிட்டு ஒறங்கியோ?'

காலை உணவு முடித்து, ஒரு மாற்றுடையும் அத்தியாவசிய பொருட்களும் எடுத்து வாகனம் ஏறினோம். ஆலப்புழை நகர் அன்றாட சுவாரஸ்யங்களுடன் தனது இயக்கத்தை தொடங்கியிருந்தது.

கடைகளெங்கும் வாழைப்பழத்தார்கள் வெவ்வேறு வடிவங்களில்... கண்ணாடிப்பெட்டிகளுக்குள் பழம்பொரியும், பருப்பு வடையும்... எண்ணெய் தோய்ந்து கிடக்க, பாய்லர் ஆவியடிக்க கனத்த கண்ணாடி டம்ளர்களில், சாயா நிரப்பப்பட்டுக் கொண்டிருந்தது. டிசைன் டிசைனான லுங்கிகளில் சேட்டன்மார்கள், மனோரமா, மாத்ருபூமி, கேரள கௌமுதி செய்தித்தாள்களை இடக்கையில் பற்றியவண்ணம், வலக்கையில் சாயா கோப்பை ஏந்தி அன்றைய தேதியின் சுவாரஸ்யங்களில் கரைந்திருந்தனர்.

'சாலக்குடி சந்தைக்கு போகும்போழ் ...' என சாலக்குடி சந்தைக்கு சென்றபோது காண நேர்ந்த சிவத்த பெண்குட்டியின் அழகையும், இன்னபிற அனுபவங்களையும் கலாபவன் மணி தனது குரலால் சிலாகித்து பாடிய நாடன் பாட்டு வாகனத்தின் ஒலிபெருக்கிகளில் ஒலித்துக்கொண்டிருந்தது. சில மாதங்களுக்கு முன்னர் மார்ச் 2016-ல் எதிர்பாரா மரணமடைந்த கலைஞன் கலாபவன் மணியின் குரல் மனதில் ஒரு வெறுமையை படரவிட்டுக்கொண்டிருந்தது.

ஒன்பதரை மணிக்கு ஆலப்புழை படகுத்துறையை அடைந்து, ஐந்தாறு படகுகளில் ஏறியிறங்கி கடந்து, சேட்டனின் படகை அடைந்தோம். கீழ்த்தளத்தில் அழகான இரு படுக்கையறை கொண்ட படகு. மேல் தளத்தில் முன்பகுதியில் அமர்ந்து கொண்டும், சாய்ந்து கொண்டும் பயணிக்க வசதியாக இருக்கைகள். மேசைகள். அழகான திரைச்சீலைகள் அசைந்தாடும் படகு.

வினோத் சேட்டன் விடைபெற்றுக்கொள்ள, ஒரு மரக்கல மீகாமர் (படகோட்டி) ஒரு சமையல்காரர் துணையுடன் விஸ்தாரமான படகில் குடும்பத்துடன் ஒருநாள் பயணம் ஒரு வரவேற்பு பானத்துடன் துவங்கியது.

மெலிதான டீசல் நெடியுடன், மெல்ல நகர்ந்து படகு வீடு கரையோரத்து நட்சத்திர விடுதிகளை விலக்கி, உப்பங்கழி எனப்படும் BACK WATER பகுதியில் பயணத்தை துவக்கியது. நிழலாடும் தென்னை மரங்களும், அடர்ந்த மரங்கள் கொண்ட சிறு சிறு குடியிருப்புகளும், கையசைக்கும் குழந்தைகளும், மக்களுக்கு தலை முடி பின்னிக் கொண்டு அமர்ந்திருக்கும் அம்மாக்களும், சின்னஞ்சிறு படகுகளில் பள்ளிச் சீருடையணிந்து பயணித்துக்கொண்டிருந்த பிள்ளைகளும், அடர்த்தியான சுருள் கூந்தல் உலர்த்தி பாவாடை சட்டையணிந்த அழகியும்... அந்த ஆலப்புழை பகல் படகுப் பயணத்தை வெகு சுவாரஸ்யமாக்கிக் கொண்டிருந்தது.

பெரும் நீர்ப்பரப்பு சலனமின்றி படகின் பக்கவாட்டில் சளக் சளக் என தட்டிச் சிரித்த வண்ணம் இருந்தது. முழுவல் என்ற பழந்தமிழ்ப்பெயர் கொண்ட நீர்ப்பறவை வகைகள், ஒலியெழுப்பிய வாறு நீர்ப்பரப்பில் தொடு தூரத்தில் பறந்து கொண்டு இருந்தன.

சிலநாட்களுக்கு முன்னர் பார்த்த 'ஒட்டால்' மலையாளத் திரைப்படம் நினைவில் நிழலாடியது. சிறந்த திரைப்படமாக கேரள மாநில விருதும், சிறந்த திரைக்கதைக்கான தேசிய விருதும் பெற்ற திரைப்படம். இத்தகைய நீர்பரப்பை ஒட்டிய நிலத்தில் வாழும் ஆதரவற்ற சிறுவனின் கதையை பதறப்பதற பதிவு செய்த ஒரு திரைப்படம். ஆண்டன் செக்காவ் எழுதிய ஒரு சிறுகதை வடிவத்தின் பாதிப்பில் எழுந்த படைப்பு.

நீரும், நிலப்பரப்பும் தான் மனிதர்களின் வாழ்வை எழுதிச் செல்கின்றன. அல்லது தனக்கேற்றபடி எழுதச் சொல்கின்றன. நீர்ப்பரப்பின் மணம் காற்றில் நிரம்பியிருந்தது. அப்பாவும் அம்மாவும், படகு வீட்டின் மேல்தளத்தில் சாய்ந்தமர்ந்தபடி பயணித்துக்கொண்டு இருந்தனர். அம்மா, வழக்கத்தில் இருந்துமாறுபட்டு இரண்டு நாட்களுக்கு வேலைகள் ஏதுமின்றி, ஓய்வாக அமர்ந்து, உணவருந்தி... உறங்கி எழுந்து நிம்மதியாக இருக்கலாம் என்ற நினைவே ஆசுவாசமாளித்தது. சமையல் காரர் பேபி சேட்டன் கர்ம சிரத்தையுடன் மத்திய உணவுக்கு காய்கறி நறுக்க முனைந்திருந்தார். வெங்காயமும், மிளகாயும், கழுவி வைத்த வௌவால் மீனும் படகு வீட்டின் சமையற்கூடத்தை நிறைத்திருந்தது.

காயல் பகுதியில் படகுப்போக்குவரத்து சற்று அதிகமாக தென்பட்டது. நான்கு, ஆறு, படுக்கையறைகள் கொண்ட பிரம்மாண்ட படகு வீடுகள் வரை தென்பட்டன. அழகழகான வடிவமைப்புகள் கொண்ட படகு வீடுகள். தேன்நிலவு தம்பதிகள் சின்னஞ்சிறு படகு

வீடுகளில் நம்மைக் காணாத பாவனையில் கடந்து சென்று, தொலைவடைந்த பின்னர் கையசைத்து சிரித்தனர். பெரும் படகுகளில் நான்கைந்து குடும்பங்கள் உரத்துச் சிரித்து, நடனமாடி, விளையாடிக்கொண்டு இருக்க கடந்து போயின.

சில படகுகளில் அரை டவுசர் அணிந்து, நீளத்தலை முடியும், பெருகிக் கிடக்கும் தாடியுமாக, நண்பர் கூட்டம் சீட்டாடிக்கொண்டு ... ஜாக் டேனியல்ஸ், சிவ்வாஸ் ரீகல் குப்பிகள் மேசையில் தளும்ப, இறைச்சித் துண்டங்களை, மென்று போட்ட எலும்புகளும் இறைந்து கிடக்க, பின்னணியில் ஜஸ்ஸி கிப்ட் பாடல் அலறிக் கொண்டிருந்தது. ஒவ்வொரு படகு வீடும் ஒவ்வொரு சுவாரஸ்யம் காட்ட, வேடிக்கை பார்த்தவண்ணம் இருந்தோம். படகின் சுக்கானை இயங்கிக் கொண்டிருந்த ஜோஜி சேட்டன்... பெரியவர்கள் அருகில் இல்லை என்பதை உறுதி செய்து கொண்டு, எங்கள் ஆட்சேபம் கேட்டு ஒரு பீடி பற்ற வைத்துக்கொண்டார்.

3

ஒரு சிறு படகு வீடு , சப்தமில்லாமல் கடந்து செல்ல, அந்த படகை செலுத்துபவர் ஜோஜி சேட்டனை நோக்கி ... ‘ஷோப்பில வைகிட்டு காணாம் ...’ என்று சொல்லி கையசைத்தார். யாருமில்லாத படகை திரும்ப ஓட்டிச்செல்கிறார் என எண்ணி ‘அவரிட டூட்டி கழிஞ்ஞ்சோ??’ எனக்கேட்டோம்.

பீடியை உக்கிரமாக உதட்டில் வைத்து இழுத்து, புகை விட்டவாறே பீடியை காயலில் எறிந்தார். ஒரு சிரிப்புடன் ‘ ஏ... அது மூணு திவசத்து கோன்ட்றாக்ட்டானு.... சாயிப்பும், மதாமாவும் ராவிலே இருந்நு வைகிட்டு வர புக்கு வாயிக்கும்... சம்சாரிக்கின்ன சப்தம் கூடி செவியிலெக்கு வீழாது...’எனத்துவங்கி மலையாளத்தில் பறையலானார்.

மூன்றுநாட்கள் காண்ட்ராக்ட் எடுத்த படகு வீட்டில், ஐரோப்பிய கணவனும் மனைவியும் உரையாடல்கள் ஏதுமின்றி, நாள் முழுக்க புத்தகம் வாசித்துக்கொண்டு, மேல் தளத்தில் வெய்யில் ஏற்றுக் கிடந்தது, ஒரு தாளில் வேண்டிய உணவை எழுதிக் கொடுத்து சமைக்கச் சொல்லி, ஒயின் சகிதம் உதடுகள் பிரியாது மென்று அமைதியாக உண்டு, இரவு ஏழரை மணிக்கு உறங்கி, ஐந்தரை மணிக்கு எழுந்து... புத்தகம் வாசித்து .... மூன்று நாட்களை கழிக்கும் விதத்தை வாய் திறந்து செவிமெடுத்தோம். அடுத்தமுறை, வாசிக்க வேண்டிய புத்தக்கங்களை சுமந்து வந்து, ஒரு வாரம் படகு வீடெடுத்து, வாசித்து தீர்க்கும் எண்ணம் தீர்க்கமாக எழுந்தது. ஒரு LAPOSTOLLE CASA MERLOT ரெட் ஒயின் குப்பியும் புத்தகங்களுக்கு இடையில் சரிந்து கிடந்தது சிரித்தது.

சாம்பாரும், சோறும்,வறுத்த மீனும், கோஸ் பொரியலும், பப்படமும், ரசமும், தயிரும், அச்சாறும்... உணவுமேசையில் பரத்தி வைத்து, பேபி சேட்டன் படகின் புழக்கடையில் நின்று தனது நீண்ட கூந்தலை முடிந்துகொண்டிருந்தார்.நீண்ட மதியப்பொழுதில் நிறைந்த வயிறும், மனதுமாக ... சற்று இருண்டு வானம் மழைத்தூரலால் குளிர்வித்தது.

நாலரை மணிக்கு பிஸ்கட் தேநீர் சகிதம் படியேறி வருகிற பேபி சேட்டன்...குட்டநாடு பகுதியில் படகு கரையடைந்த நேரம் மாலை ஐந்து மணி...

வேண்டியதை வாங்கி வந்து பேபியேட்டேன் தனது சமையலை துவக்கிய போது, நன்கு இருட்டி இருந்தது. காயலில் சின்னச்சின்ன படகுகளில் சென்று வலைகள் விரிக்கத் தொடங்கியிருந்தனர். கரையோர வீடுகளின் விளக்கொளியில் காயலின் நீர்ப்பரப்பில் , பலவித வடிவங்களில் அசைந்து கொண்டிருந்தன. சிறு பூச்சிகள் பெருமளவில் பறந்து மின்விளக்குகளில் முட்டி முட்டி பால் குடிக்க...

எழுத்தாளர் பாலகுமாரன் ஆலப்புழை குட்டநாட்டில் வாய் நிறைய பல்லாக கண்சிமிட்டி சிரித்தார்.

படகில் மாட்டப்பட்டிருந்த பெரிய திரைத்தொலைக்காட்சிப் பெட்டியில், எதோ பெயரறியா மலையாளப் படம் ஒன்றில் ஜகதி ஸ்ரீகுமார் ஒரு பெண்ணிடம் வாழைத்தார் கொடுத்து பேசிக்கொண்டிருந்தார்.

'பேபி சேட்டா ... நிங்களிடத்து ப்ரேமம் உண்டோ ??' ராஜா கேட்க,

'பின்னே... ஒரு பாடு உண்டு பஷே ...மலர் டீச்சர் இதுவர கிட்டில்லா...'

-- என சொல்லி பெருங்குரலில் சிரித்தார் பேபி சேட்டன். பிரேமம் சி.டீ கேட்ட ராஜாவுக்கு பேபிசேட்டனின் ஹாஸ்யம் புரியாமல் குழம்ப, சேட்டன் 'ப்ரேமம்' படத்தின் குறுந்தட்டைக் கொடுத்தார்.

படகின் வெளிப்புறம் முழுதும் மறைக்கப்பட்டு ,திரைச் சீலைகள் தொங்க விடப்பட்டதையும் தாண்டி பூச்சிகள் பறந்து அலைந்து கொண்டிருந்தன... பேசும் பொது வாய்க்குள்ளும், நாசிக்குள்ளும், உடைகளுக்கும் நுழைந்து சங்கடம் செய்தன.திரையில் கொஞ்ச நேரம் நிவின் போலி சகாக்கள் கருப்பு உடை சகிதம், முகப்பருக்கள் கொண்ட மலர் டீச்சரை தொடர்ந்து கொண்டிருந்தனர்.அரபிக்கடலோரக் காயலில் குட்டநாட்டின் தீரத்தில், அசையும் படகில் கிடந்தால், புதைத்துக்கொள்ளும் பஞ்சுமெத்தையில், குளிரூட்டப்பட்ட படுக்கை அறையில், கண்ணாடி ஜன்னல்களுக்கு அப்பால் நீரில் அசையும் வெளித் தீற்றல்களின் அழகின் அண்மையில் ஓரிரவு வாய்த்தது.

நீரின் அசைவுகளுக்கேற்ப படகுவீடு தொட்டிலாய் அசைய, தூக்கம் எங்களை மொத்தமாக உள்ளிழுத்துக்கொண்டது.

4

‘எந்தா ... எப்படி இருந்தது ? ரசமானோ ??’ என காலை படகுத்துறை அடைந்த போது வினோத் சேட்டன் பளிச்சென்று பட்டு சட்டை சகிதம் உடைந்த தமிழில் வரவேற்றார். காலை பத்து மணி. ஆறிய இட்லியும், புளித்த சட்னியும் படகிலேயே பசியாறி , காலை வேளையின் ரம்மியத்தை பார்த்தவாறு கடந்து, ஆலப்புழை படகுத்துறையில் படகு நிறுத்தப்பட்டது. கையில் பெட்டியை வாங்கிக்கொண்டு, சேட்டன் படகுகள் பல கடந்து மகிழ்வுந்திற்கு அழைத்துச் சென்றார்.

‘‘அண்ணன் ... நிங்கள் அடுத்த மாசம் ... வந்நு இரிக்கணும் ... அடிபோளி புன்னமாதா லேக்கிலைக்கு ... (lake).. போட்டு போட்டி... படகு போட்டி... அவஷ்யம் காணணும் ...’’ எங்களுக்கு புரிய பெரும் பிரயத்தனப்பட்டார்.

‘சேட்டா ... நிங்களுட மலையாளம் எனிக்கு நன்னாயிட்டு மனசிலாகுந்நு ...’ என்றேன்

‘...அண்ணனுக்கு கொழப்பமில்லா... அச்சனுக்கும், அம்மைக்கும்????’

‘அது சரி!!’ என்றேன்

‘ஆலப்புழையிலைக்கு கொறைய அம்பலங்கள் காணானுண்டு... போகுன்ன வழிக்கு எறங்காம்...’ சீட்டில் அமர்ந்து கலாபவன் மணியின் நாடன் பாட்டு போட்டபடிக்கு சொன்னார்.

அம்பலப்புழா ஸ்ரீ கிருஷ்ணன் கோயில், செட்டிக்குளங்கரா தேவி கோயில்,தர்ம சாஸ்தா கோயில்... என சற்று தொலைவான மூன்று அம்பலங்களிலும் , வாட்ட சாட்ட மான, செழிப்பான பட்டர்களையும், இளைத்த யானையையும், அதனினும் இளைத்த லுங்கியணிந்த

பாகனையும், தலை குளித்த ஈரச் சுருள் முடிக்கற்றை அணிந்திருந்த ஜாக்கெட்டின் முதுகுப்பகுதி நனைக்க, அம்பலபிரகாரங்களை வலம் வந்துகொண்டிருந்த வளமான கேரளத்து மிடுக்கிகளையும் கண்டவாறு மெல்ல நடந்தோம். கிருஷ்ணரும், தேவியும், சாஸ்தாவும் ஓடு வேய்ந்த நாலுகட்டு கூரைக்குள் நின்றும் அமர்ந்தும், வெற்றுடம்புடன் முண்டுடுத்தி நேயர்களாக வரும் நாயர்களுக்கும், நம்பூதிரிகளுக்கும், இன்னபிறருக்கும் அருள் பாலித்துக்கொண்டிருந்தனர்.

ஸ்ரீ கிருஷ்ணன் கோவில் வெளிப்பிரகாரத்தில், அரசமர நிழலில்சாய்ந்தமர்ந்தபடி வயலின் போன்றதொரு கம்பி வாத்தியத்தை ஒரு மெலிந்த மனிதர் கண்கள் சொருக வாசித்துக் கொண்டிருந்தார். பத்தரை மணி, திங்கட்கிழமைக் காலை ... இத்தனை நிதானமாக, ஏகாந்தமாக, இசையுடன் இயைந்து, சுற்றம் மறந்து ... நாற்பதுகளின் நிறைவில் இருக்கும் ஒரு மெலிந்த, அழுக்கு வெட்டி உடுத்திய மனிதர் ... ஒற்றை கம்பி வாத்தியத்தில் ஒரு சிம்பொனி நிகழ்த்திக் கொண்டிருந்தார். ஐந்தாறு நிமிடங்கள் நகர இயலாத இசை ... ஒரு தூண்டில் நரம்பின் தீர்க்கத்துடன் மனதை வலிக்க வலிக்க இறுக்கியது... வார்த்தைகள் சொல்ல இயலாத ஒரு வலியை அந்த தேங்காய் சிரட்டை வாத்தியம் காற்றில் கரைத்துக்கொண்டு இருந்தது. பத்து நிமிடத்தில் முடித்துக்கொண்டு எந்த சலனமும் இன்றி, யாரையும் கண்டுகொள்ளாது, வாத்தியத்தை கைப்பையில் வைத்துக்கொண்டு, நடந்தார்.

அன்பளிப்பாக பணம் கொடுக்க பர்ஸை எடுத்த என்னை சேட்டன் கைப்பற்றி தடுத்து, 'புள்ளி... தேஷ்யப்படும்...' வேண்டாம் என்கிறார்.

ஹரிபாது எனும் பக்கத்து ஊரில் பழைய ஜமீன்தார் வகை குடும்பத்தை சேர்ந்தவர் எனவும், பிள்ளைகள் வெளிநாடுகளில் இருப்பதாகவும், அவ்வப்போது இப்படி ஸ்ரீகிருஷ்ணன் அம்பலத்துக்கு

வந்து இந்த மரத்தடியில் அமர்ந்து நேரம் பார்க்காமல் வாசித்துவிட்டு, எதிர் கடையில் ஒரு சாயா குடித்துவிட்டு பஸ்ஏறி போய்விடுவார் என்றார். இதுவரை, அவர் ஒரு முறை கூட அம்பலத்துக்குள் வந்து ஸ்ரீகிருஷ்ணனை தொழுது யாரும் பார்த்ததில்லை என்றது சுவாரஸ்யமாக இருந்தது. தீராத வழக்கு ஒன்றை சுமந்து கொண்டு ஸ்ரீ கிருஷ்ணனிடம் இசையால் வாதாடிக்கொண்டு இருப்பதாகத் தோன்றியது.

எங்கும் மனிதர்கள் , சிக்கலுடன், குழப்பங்களுடன்...

அங்கு விட்டுச்சென்ற இசை மட்டும் ரீங்கரித்துக்கொண்டே இருந்தது.

மகிழுந்தில் அமர்ந்து கொண்டோம். சாலையில் திரும்பி வளையும் போது, அந்த பழைய ஜமீன் கடை பெஞ்சில் உட்கார்ந்தபடி தேநீர் அருந்திக்கொண்டு இருந்தார். பார்வையில் இருந்து மறையும் வரை அவரை பார்த்துக்கொண்டிருந்தேன்.

வினோத் சேட்டன் சுவாரசியமாக அப்பாவிடம் கலாபவன் மணியின் மரணத்தில் இருக்கும் சந்தேகங்களை பட்டியலிட்டுக் கொண்டிருந்தார்.ஆயிரமாயிரம் கதைகள் நம்மைச் சுற்றி. கதைகளால் ஆன மனிதர்கள், ஊர்கள், உலகம்.சேட்டனின் வீட்டில் மத்திய உணவு வேண்டாமென்று சொல்லி, ரமதான் நோன்பு காலத்தில் உணவகங்கள் அடைத்திருக்க சற்று அலைந்து, மோட்டா அரிசிச் சோறும், மீன்கறியும்... உண்டோம்.

ஆலப்புழை ரயில் நிலையம் தாண்டி, இருநூறு மீட்டர் தொலைவில் கடலில் கால் நனைக்க நடந்த நேரம், வானம் இருட்டிக்கொண்டு மழை கொட்டியது. உடல் நனைய, நனைய நடந்து ஒரு வீட்டு முன்னால் ஒதுங்கி அரையிருட்டில் நடந்ததும், அந்த வீட்டினுள்ளிருந்து சாம்பிராணிப் புகை மணம் வீசிக்கொண்டிருந்ததும் ஆலப்புழையின்

பிரத்தியேக நினைவுகள்.

சேட்டனின் இல்லத்தில் இரவு உணவு முடித்து, இரவு 12.30க்கு நெல்லைக்கு ரயிலேறினோம்.ஊர் சுற்றிய பின் வீடு திரும்பும் ஒவ்வொரு பயணமும் ஒரு வித அயர்ச்சி தருவதாகவே இருக்கிறது. அனுபவங்கள் தரும் அயர்ச்சியா? அலுப்பா? இதுவரைக்காணாத ஓரிடத்தை கண்டு வந்த நிறைவா? வெளிச்சப்புள்ளிகள் பின்னோக்கி நகர்ந்து கொண்டிருந்தன. சட்டென்று குறுக்கிட்ட ஆற்றுப்பாலத்தின் மீது ரயில் ஒழுங்கற்ற பேரிரைச்சசலுடன் ஓடிக்கடந்தது.

தொலைவில் மேகங்களுக்கு நடுவே நிலவு ரயிலின் வேகத்திற்கு ஈடுகொடுத்து தொடர்ந்துகொண்டிருந்தது.பயணிகள் யாவரும் உறங்கிக்கொண்டிருந்தனர்.

நள்ளிரவின் குளிருடன் காற்று ரயிலின் வேகத்திற்கு பேரிரைச்சலுடன் வீசிக்கொண்டிருந்தது.

ஆண்டன்செக்காவும் ... ஆலப்புழையும்:

(ஆலப்புழை அனுபவங்களுடன், ஆன்டன் செக்காவ்-வும் இணைந்து கொண்ட, ஓட்டால் திரைப்பட அனுபவம் பின்னிணைப்பாக)

'ஒழிவுதிவசத்தேகளி' சித்திரம்காணாம்வேண்டி... Sorry... திரைப்படம் பார்க்க விழைந்து உடன் பணிபுரியும் லூக்கோஸிடம் கேட்டபோது, உபரியாக கிடைத்தபடம் 'ஓட்டால்' (Ottaal).

ஒழிவு திவசத்தேகளி திரைப்படம் பற்றி பல தகவல்கள் அறியக்கிடைத் திருந்தது போல் ஓட்டால் திரைப்படம் பற்றி தகவல்கள் ஏதுமில்லை.

வியாழன் இரவு அதிக ஆர்வமின்றி ஓரிரு காட்சிகள் வெள்ளோட்டம் காண... அந்த அரபிக்கடல் காயல் புழைதீரத்தின் பேரழகிலும், கதைமாந்தர்களின் சூழலிலும் கரைந்து போனேன்.

சிலதிரைப் படங்கள் காண்பவரை உறங்கவிடுவதில்லை

வெகு சில திரைப்படங்கள் காண்கிறகலைஞர்களைஉறங்க விடுவதே இல்லை

- ஓட்டால் இரண்டுமாக அப்படி ஒரு திரைப்படம்.

வாத்துக் கூட்டங்களும், கண்ணுக்கெட்டும் தொலைவுவரை விரிந்து கிடக்கும் நீர்வழியும், துடுப்புப் படகும், ஆம்பல் மலர்ப்படுகையும், நீர்த்தளத்தில் தலைகுனிந்து ரகசியம் பேசும் கரையோரமரங்களும், ஓஹ்ஹஹ-ய் ... என அத்துவான வெளியில் அழைப்பு குரலும், மாலை நேரதூரத்து சூரியனும், நட்சத்திரங்களும்... ஜெயராஜின் இயக்கத்திற்கு கட்டுப்பட்டு நடித்திருக்கின்றன.

குட்டப்பாயி, வலியப்பச்சாயி, மீன்பிடிக்கும் முதியவர், தபால்காரர், பாஸ் எனும் புரோக்கர், பெயரில்லா நாய், பணக்கார வீட்டு சிறுவன் டிங்கு, பெற்றோர், கள்ளுக்கடை குடிமக்கள்... என திரைப்படம் முழுக்ககணுக்கால்வரை சேறும், நீரும் நனைந்த இயல்பான மனிதர்கள்.

ஏகாந்தம், அன்பு, நேசம்... என படம் முழுக்க மிகையேது மின்றி மண்ணின் இயல்பான இழையும் இசையுடன் உண்மை பேசும் உணர்வுகள். தேவைகளும், நெருக்கடிகளும், யதார்த்த சூழல்களும் வாழ்வை திசைமாற்றி விடுகிற அவலத்தை உறுத்தாமல் உண்மைத்திரை மொழியில் சொல்லியிருக்கும் திரைப்படம். ஜோஷிமங்கலத் - திரைக்கதையில், ஜெயராஜின் இயக்கத்தில், பத்ம பூஷன்காவலம் நாராயண பணிக்கரின் இசையில் நிறைந்ததொரு அனுபவம் தரும் திரைப்படம்.

ஆண்டன்செக்காவின் ‘வான்கா’ புத்தகத்தின் தமிழ்மலிவு பதிப்பை கடலூர் மாவட்ட தலைமை நூலகத்தில் எடுத்து எனதுபதின் வயதுகளில்

வாசித்த நியாபகம். ஒரு கிருஸ்த்துமஸ் நாள் இரவில் தனது தாத்தாவுக்கு தனது தொலைந்தகனவுகளை கடிதமாக எழுதும் பேரனின் பெரும்சோகம்.... நினைவுகளாக விரிகிற கணங்களைத் தனது திரைக்கதையின் ஆதாரமாக கொண்டு,வேம்ப நாடுகாயல் வெளிமனிதர்களுடன் பயணிக்கும் திரைப்படம்.

எளிய மக்களின் சின்னச்சின்ன சந்தோஷங்களும், இயற்கை சார்ந்த வாழ்வும்... அதிகார மையங்களின் பேராசையாலும், ஆணவத்தாலும் நசுக்கப்படும் அவலமும் உலகம் முழுதும் காலங்காலமாக நடந்தேறிக் கொண்டுதான் இருக்கிறது.

அவற்றை உணரவைக்க நல்ல இலக்கியமும், கலைப்படைப்புகளும், திரைப்படங்களும்... அவ்வப்போது வெவ்வேறு த்வனிகளில்... காத்திரமான கேள்விகளை எழுப்பிக் கொண்டேதான் இருக்கின்றன.

அதிகாரச்சுரண்டல் அத்தனையில்லாத, இயற்கைவளங்கள் பேணிகாக்கப்படும் மலையாளச் சூழலில் கூட இலக்கிய பரிச்சயத்தால் அதுதொடர்ச்சியாக திரைப்படங்களில் நிகழ்ந்து கொண்டேதான் இருக்கிறது.

தமிழ் கூறும் நல்லுலகத்தின் திரைக்கதைகள் உச்சநட்சத்திரங்களின் பஞ்ச்வசனங்களுக் கேற்றகதைகள் தேடித்தேடி தொலைந்து போய்க் கொண்டிருக்கின்றன. இலக்கிய வாசிப்பு அருகிப்போன முன்தோன்றிய மூத்தக்குடி- விவசாயிகளை, மீனவர்களை, இயற்கை அழிவு அரசியலை மறக்கத் தலைப்பட்டு அடுத்த ''2.0'' சுவாரஸ்யத்திற்காக தன்னை தயார்படுத்திக் கொண்டிருக்கிறது.

(2016)

பட்டு தேசத்தில்... பத்து நாட்கள்... -சீனா

பெய்ஜிங்

"Can I help you...' இடது பக்கத்தில் இருந்து ஒரு குரல்.

முதல் நாள் இரவு மழையில் நனைந்த, பெய்ஜிங் நகர வீதி காலை 7.30 மணி பரபரப்பில் கால் வைத்துக் கொண்டிருந்தது. சைக்கிள் மற்றும் மொபெட் வாகனங்களில் lee?... chan?... ming? ... yo?... hwang?... காலை இளம் வெயிலில் நிதானமாக சென்றுகொண்டிருக்க, சாலையோர தள்ளு வண்டிகளில் சோளம் மற்றும் மூ மூஸ் (சீன மூலம் 'மூ மூஸின்' ... தமிழ்ப் பதிப்பு -'கொழுக்கட்டை') நீராவி கொதி கலன்களில் கொதித்துக் கொண்டிருக்க, சிக்கன உடை உடுத்திய மஞ்சள் நிற தேவதைகள், சிக்கன் பொதிந்த ரொட்டித் துண்டுகளை நளினம் கலையாமல் கடித்தவாறு, அலைபேசியில் whatsaapp& பிக்கொண்டு பேருந்துகள் வரக்காத்திருந்தனர்.

காலைப் பத்திரிக்கை, மற்றும் இதர முக்கியப் பொருட்களை ஒதுங்க வைத்தவாறு, அந்த புதன்கிழமைக் காலை வேளையை இனிதே தொடங்க ஆயத்தமாக இருந்த அந்த சாலையோர சிறு கடையின், எழுபது வயது சீனப் பாட்டி...

ஒரு சீன தேநீர் கேட்டு , ஆங்கிலம் பேசி, அமெரிக்க டாலர் கொடுத்து பாட்டியை கலவரப்படுத்திய நான்...

ஆபத்பாந்தவனாக ஆங்கிலம் பேசி, என் தேவை விளங்கி, சீனத்தில் மொழிந்து... இரண்டு அமெரிக்க டாலர்கள் வாங்கி, பன்னிரண்டு சீன யென் கொடுத்து, என் வாயிலும், வயிற்றிலும் தேநீர் வார்த்த கண்ணாடி அணிந்த அந்த சீன இளைஞன், உபரியாக சிகரெட் பாக்கெட்டையும் நீட்ட, ... மிங் வம்ச (Ming dynasty) இளவரசனாக மிளிர்ந்தவனிடம். "Xièxiè" எனக்கு தெரிந்த சீன நன்றியை சொல்லி "money exchange " இடம் கேட்ட போது... அவன் கற்ற ஆங்கிலத்தால் ஆய பயனின்றி போக... மறுபடி "Xièxiè'.

இரண்டுநாட்களாகதூக்கம்தொலைத்தகண்கள்உறுத்திக்கொண்டிருந்தன.

Hong Kong வரை எட்டுமணிநேர இரவுப் பயணம். 4 மணி நேர காத்திருப்பிற்கு பின்னர், மழை, மேக மூட்டம் காரணமாக மேலும் 5 மணி நேர தாமதம் பின்னர், Hong Kong to Beijing 4 மணி நேர விமானப் பயணம்.

திங்கள் இரவு தொடங்கிய பயணம், செவ்வாய்க்கிழமை இரவு பிரம்மாண்டமான Beijing விமான நிலையம் வந்தடைந்து நிறைவடைந்த போது செவ்வாய் இரவு மணி 11.00.

24 மணி நேர தொடர் பயணமும், நெருக்கடியும், காத்திருத்தலும், விமானத்தின் வினோத மணமும், விமான நிலைய சம்பிரதாயங்களும் மனத்திலும், உடலிலும் உண்டாக்கி விட்டிருந்த அயர்ச்சி, "Sankaravadivelu Sasikumar" என சீனச் சாயலில் பெயர் பதாகை தாங்கி Beijing விமான நிலைய வெளியேற்ற வாயிலில்... கொட்டாவி விட்டவாறு காத்திருந்த எங்கள் பயண வழி காட்டியை (guide& ன் ஆங்கிலப்பெயர் Kurt) கண்ட பொழுது சற்றே தணிந்தது.

நள்ளிரவில் பெய்ஜிங் நகர சாலைகளில் நாற்பத்தைந்து நிமிடப் பயணம் ஜி ஹவுஸ் ஹோட்டல். பக்கத்து சிறு கடையில், சிரமப்பட்டு, சிறு தொகைக்கு கடன் அட்டைத் தேய்த்து வாழைப்பழமும், ரொட்டியும், பசும் பாலும் வாங்கி பசியாறி, படுக்கையில் வீழ்ந்த பொழுது நள்ளிரவு தண்டி, 1.30 மணி.

காலை 6.30.

கண்விழித்து, கடன் முடித்து, வெந்நீரில் குளித்து, துணைவியாரை, மகனைத் துயிலெழுப்பி, வெள்ளெனக் கிளம்பி வேற்று தேசம் காணத் துரிதப்படுத்தி, கிடைத்த கன நேரக் காலை அவகாசத்தில்... காலை நேர சீனத் தலை நகரின் சின்னச் சின்ன வாழ்வியல் சுவாரஸ்யங்களில் என்னைக் கரைத்துக்கொள்ள முற்பட்ட தருணம்.

சீன இளைஞனிடம் மறுபடி "Xièxiè" சொல்லி, திரைகடல் ஓடிக் கடந்தும், திரவியம் மாற்ற திக்குத் தெரியாமல், அறைக்குத் திரும்பினேன்.

காலை உணவுக்கு கை நனைக்க அவசியமின்றி chop stick (உணவூட்டுக் குச்சிகள்).அரை வேக்காட்டு காய்கறிகளும், பச்சைக் காய்களும், sauce வதமான பல வித நூடுல்ஸ் மற்றும் வறு சோறும் (fried rice), பன்றி, கோழி, ஆட்டிறைச்சித் துண்டங்களும், சீன நீராவிக் கொழுக்கட்டைகளும், ஓடு நீக்கப் படாத அவித்த முட்டைகளும், பயறு வகைகளும், ரொட்டிகளும்,... சில வினோத உணவுப் பண்டங்களும்... சோயா பாலும், சீன துவர்ப்பு தேநீரும்... வரவேற்றன.

அரை வாளி சாம்பாரும், அதில் மிதக்கும் இட்டிலியும், பொன்னென மின்னும் வடையும், பொதித்து எடுக்க கெட்டிச் சட்டினியும்... கண்களில் நிழலாட...அகோரப் பசியில் அண்ணலும் நோக்க, அவளும் நோக்க... மகனும் நொந்து நோக்கினான்.

"Sir... Good morning shall we start now ?" & Kurt அன்றைய சுற்றுலா பயணத் திட்ட வரைவோடும், அரை நிஜாரோடும், கழுத்தில் குறுக்காக தொங்க விட்ட சிறு பையுடனும், ''சீனர்கள் கால, நேரம் பேணுவதில் கண்டிப்பனவர்களாக்கும்''... என உணர்த்த முயன்று கொண்டிருந்தார்.

மணி 9.30

இனம்புரியாத நூடுல்ஸ் சுவையோடும், சோயா பால் மணக்கும் வாயோடும் தண்ணீர் குடித்தவாறே பெரிய மகிழ்வுந்தில் அமர்ந்தோம். கதவைத் திறந்து, எங்களை அமரச் செய்து, கதவு மூடி, முன்னிருக்கையில் அமர்ந்து, ஓட்டுனருக்கு வண்டியை இயக்கி நகர்த்த இசைவு கொடுத்த பின்...

எங்களிடம் திரும்பி android அலைபேசியைக் காண்பித்த Kurt &"She is my daughter... Born recently... I got promotion as Father..." -- சீன சாஸில் ஊற வைத்த ஆங்கில உச்சரிப்பு...

சின்ன முகமும், சின்னக் கண்களுமாக, சின்னஞ் சிறு திரையில் ஒளிர்கிற தேவதை. அவள் எதிர் கால தேவைகளுக்காக இப்போதிலிருந்தே இரவும் பகலும், உழைக்கிற தகப்பன். பெய்ஜிங் புறநகர் பகுதியில் சிறு குடியிருப்பில் மகளுடன் காத்திருக்கிற மனைவி...

உலகம் சுழல்வது எங்கும் ஒரே அச்சில் தான்... 'அன்பு'

அன்றைய தினத்தின் காணவேண்டிய இடங்களின் பட்டியல்...

Summer palace, Tianmen square, forbidden city, Pearl factory golden mask, Kung fu shows.

காலை 9.30 மணிக்கு தொடங்கிய பயணம், அறைக்குத் திரும்ப இரவு 9.30 மணி ஆகும் என Kurt விளக்கிய போது, பெய்ஜிங் நகர

சாலைகள், வாகனம் நகரா சாலைகளாகி போக்குவரத்து நெரிசலில் மூச்சுத் திணறிக் கொண்டிருந்தன.

16,400 சதுர கி.மீ பரப்பளவும் 21.5 மில்லியன் மக்கட் தொகையும் கொண்ட நகரத்தின் (துபாய் - 4114sq km & population 3.1 மில்லியன் (approx.) போக்குவரத்து நெரிசலையும், மக்கட் தொகையையும் கட்டுப்படுத்த அரசு பல்வேறு முயற்சிகள் எடுத்து வருவதன அவசியம் விளங்கியது.

வானம் மெதுவாக இருண்டு மழை தூறியது.

வாகனங்கள் மெல்ல நகர்ந்தன...

சாலைகளின் இருபுறங்களில் இருந்த நடைமேடைகளில் (platform) சைக்கிள் மற்றும் மொபெட் வாகனங்கள் மிதமான வேகத்தில் சென்றுகொண்டிருக்க, தொலைவில் காவலர்கள் வழிமறித்துக் கொண்டிருந்தனர்.

நான் கவனிப்பதைப் பார்த்த Kurt கண்டிப்பான குரலில் -"It is illegal to drive in walk way''

இன்னும் இருபது நிமிடங்களில் "summer palace" சென்று விடலாம்... Kurt சொல்ல,

சாலை நெரிசலில் இருந்து விலகி அனுமதி மறுக்கப்பட்ட ஒருவழிப் பாதையில் வாகனம் விரைந்து, சில நிமிடங்களில் நெடுஞ்சாலையை வந்தடைந்தது.

நான் கவனித்ததை பார்த்து, Kurt தனது பெரிய தாடைகளில் புன்னகைத்து திரும்பிக்கொள்ள, ஓட்டுனரின் நெரிசல் தவிர்த்த மகிழ்ச்சியுடன் வாகனம் துரிதமடைந்தது.

உலகெங்கும் மனிதர்கள் இயங்குவதும் ஒரே மனநிலையில் தான்...

பல்லாயிரமாண்டு பாரம்பரியமும், அடர்த்தியான வரலாற்று பின்னணியும், செழுமையான கலாச்சார வளமும் கொண்ட சீனத் தலை நகர் பெய்ஜிங் சாலையில் "SUMMER PALACE " என்ற சீன,ஆங்கில எழுத்துகள் அடங்கிய திசைப் பலகை மழைத் தூறலின் ஊடே, வழிகாட்ட, மெல்லிய சீன இசையுடன் மகிழ்வுந்து விரைந்து கொண்டிருந்தது.

2

SUMMER PALACE:

பாவேந்தர் ஒரு நன்னாளில் சீனா வந்து, காணுமிடமெல்லாம் கடலென மக்கள் கூட்டம் கண்டு வியந்து,

'எங்கும் பாரடா...இப்புவி மக்களை...

பாரடா உன்னுடன் பிறந்த பட்டாளம்...'

என எழுச்சி கொண்டு எழுதியிருப்பாரோ? என எண்ணத் தோன்றும் பெருங்கூட்டம்.

அங்கிங்கெனாதபடி எங்கும், எப்போதும், எது நேரமும், நகர பூங்காக்களிலும், அருங்காட்சியக வளாகங்களிலும், பேருந்து, ரயில் நிலையங்களிலும், காட்சியரங்கங்களிலும்....குடும்ப சகிதம் கூடி இருந்து, குதூகலித்து, குத்துக்காலிட்டு அமர்ந்து, , பாப்கார்ன் கொறித்து, இரட்டை விரல் காட்டி, தலை சாய்த்து, நிழற்படம் எடுத்து... வாழ்வைக் கொண்டாடித் தீர்க்கும் மனிதர்கள்.

அவர்களால், Summer palace - அதன் இரண்டரை கி.மீ. சதுரப்பரப்பு விஸ்தீரணத்தையும் தாண்டி நிறைந்து வழிந்தது.

12-ம் நூற்றாண்டின் தொடக்கத்தில், ஜின் வம்ச மன்னர்களால் நகரின் நடுவே, அன்றாட வாழ்வின் சுக போகம் துய்ப்பதற்கும், தமது கட்டிட, தோட்டக் கலைத் திறனை உலகறிய நிறுவுதற்கும், நிதானித்துக் கட்டி மகிழ்ந்த அரண்மனை வளாகம். பலமுறை மறு கட்டமைப்பு செய்தும்,

சீர்செய்தும், 1998 ல் UNESCO உலக பாரம்பரியச் சின்னமாக அறிவித்து, சீனாவின் எழில் மிகு புராதான தோட்டக் கலையை அங்கீகரித்தது. அரச குடும்பத்தின் உல்லாச வாழ்விற்காக,ஆயிரக்கணக்கில் தொழிலாளர் பணி செய்து, வெட்டப்பட்ட செயற்கையான KUNMING குளத்தில் , இப்போது படகு சவாரி செய்ய கூட்டம் வரிசையில் நிற்கிறது. குளம் வெட்டப்பட்ட நூற்றாண்டில், இரவு பகல் பாராது அடிமைகளாய் பல தொழிலாளர்கள்,வெயிலிலும், மழையிலும்,பனியிலும் உழைத்து, உயிரிழந்து குளத்தின் ஆழ் குழியில் புதைந்து போன செய்தியை குளத்து நீர் சன்னமான குரலில் வண்ணப் படகுகளின் காதுகளில் இன்று வரை சொல்லிக் கொண்டே இருக்கிறது. கன்மிங் குளமும், அருகருகே படர்ந்து, அடர்ந்திருக்கும் சிறு குன்றுகளும், அதன் மீது அடுக்கிவைதிருப்பது போலிருந்த பலவண்ண அரண்மனைக் கட்டிடத் தொடர்களும், கண்களைக் கவர்ந்து, ஈர்த்த போது, எங்கள் guide KURT கவனம் கலைத்தார்.

அந்த குளத்தையும், குன்றையும் ஒட்டி காலங்காலமாய் பல கதைகள் தொடர்ந்து வருகின்றன என்றும், பல வம்ச மன்னர்கள் மற்றும், அரசிகளின்,உயிர், ஆசை ஆசையாய் கட்டி வாழ்ந்த அந்த இடத்தை நிறைவேறா ஆசைகளின் விழைவில் ,இன்னும் சுற்றி வருவதாகவும் சில கதைகள் உண்டென திருவாய் மலர்ந்தார். திரும்பப் பார்த்தேன்... அரண்மனையும், குளமும் வேறுவிதமாய் தோன்றின.

அரண்மனைப் படிகளில் ஜின் வம்ச இளவரசி கைகளில் வண்ணப் பூங்கொத்து ஏந்தி, தனது சிறிய கண்களில் மென்சோகம் சூழ, சீன மொழியில் எதோ என்னிடம் சொல்ல வர ,

‘இருட்டிக்கிட்டு வருது... குடை கொண்டு வரலை...பாத்தீங்களா? summer palace ல் monsoon சீசன்... ’ என மனைவி தன் கவித்துவ வரிகளால் (?) கனவைக் கலைக்க, ஜின் வம்ச இளவரசி ‘‘ஆகாயத்தில்

தொட்டில் கட்டி...'' பாடல் பின்னணியில் "Xièxiè" சீன நன்றியுடன், காற்றில் கரைந்து போனாள்

ஆண்டவனைத் துறந்தாலும் ஆவிகளைத் துறக்காத மனம்.

குளத்தில் படகு சவாரி செய்த படியும், மர நிழல்களில் நின்று உரத்துப் பேசி சிரித்த படியும், குழந்தைகளைத் தோளில் அமர வைத்து நடந்தபடியும், அடம் பிடித்த குழந்தைகளை மிரட்டி அடக்கியபடியும், இருந்த மக்கள், எங்களைப் பார்த்த நொடியில் அகலமாய்ப் புன்னகைத்து நெருக்கம் காட்டினார்கள். சிலர் எங்களுடன் சேர்ந்து நின்று , நிழற்படம் எடுத்து சீன- இந்திய உறவுப் பாரம்பரியத்தை உறுதி செய்தனர்.

Kurt மெல்லப் புன்னகைத்து என் மனைவியிடம், "That girl is telling in Chinese, your husband looks so handsome" எனச் சொல்லி வைக்க, என் மனைவி அந்த சீனப் பெண்ணை பார்த்த பார்வையில் சிலப்பதிகார சீற்றம் தெரிந்தது.ஜின் வம்ச பூங்கொத்து இளவரசிஆவியாக விடாது தொடர்ந்து வந்தாலும், நான் ரக்ஷப்பட்டு விடலாம்... காவல் தெய்வம் உடனிருக்க, பயமொன்றுமில்லை.

தேநீர் தொழிற்சாலை

அடுத்து அவசரமாக, தேநீர் தொழிற்சாலை விஜயம்.

சுண்டக் காய்ச்சிய பாலும், துவர்க்கும் (கண்ணன் தேவன், த்ரீ ரோசெஸ், லிப்டன்... இன்ன பிற) தேயிலைச்சாறும், தூக்கலாய் சர்க்கரையும், தூவி விட்ட ஏலக்காய் பொடியும், கைக் கொள்ளாத சூடு பறக்கும் ஆவியுடனும், நாம் அருந்தும் சமாச்சாரம் சீன தேசத்து syllabus -ஸில் தேநீரே அல்ல. 80டிகிரி வெந்நீரில் தேயிலை, பூ, உலர்பழ வகைகளை நனைத்து எடுத்து, பத்திற்கும் மேற்பட்ட தேநீர் வகைகளை தொழிற்சாலை பெண்கள் சின்னஞ் சிறு குவளைகளில் கொடுக்க,

உதடுகளை நனைத்துக் கொண்டு, பல்சுவை அறிய முனைந்தோம். மேலும் நூற்றுக்கணக்கான சுவைகளில் தேநீர் உண்டெனவும், விருப்பமிருந்தால் சுவைக்கத் தந்து எங்களை இன்புறச் செய்ய சித்தமாய் இருப்பதாக, பக்கவாட்டில் கண் சரிந்த ஒரு மண்ணின் மஞ்சள் மகள் தணிந்த ஆங்கிலத்தில் சொல்ல, நன்றி...இந்த சுவையே அற்புதம்! அலாதி!!! என, தன்னெஞ்சறிய பொய்த்து, தன் நெஞ்சே தன்னைச் சுடும் முன், உலர்பழ வகைத் தேநீர்த் துகள் வாங்கி, தியான்மென் சதுக்கம் காண விரைந்தோம்.

தியான்மென் (Tiananmen square) சதுக்கம்

நகரின் மையப் பகுதியில், 109 சதுர கி.மீ பரப்பில் விரிந்து கிடக்கும் அழகான பெருவெளி. 1949 ம் ஆண்டு, அக்டோபர் முதல் தேதி, சீனப்பெருந்தேசத்தின் தலைவர் மாவோ (Mao Zedong) மக்கள் குடியரசாக சீனாவை அறிவித்த வரலாறு உள்ளிட்ட பல வரலாற்று சம்பவங்களின் நிழல்கள் படிந்த இடம். 'அமைதியான சொர்க்கத்தின் வாசல்' என சீனமொழியில் பொருள் தரக்கூடிய இந்த சதுக்கத்தில், 1989 ஜூன் நான்காம் தேதி, அரசுத் தலைமையை எதிர்த்து போராடிய ஆயிரக்கணக்கான மாணவர்களும், பொதுமக்களும் ராணுவத்தால், சுட்டு வீழ்த்தப்பட்ட சம்பவம் இன்னமும் மக்கள் மனதில் சீன வரலாற்றின் கருப்பு தினமாக பதிந்து இருகிறது. சதுக்கத்தின் அருகே சீன அரசுக் கூட்டங்களும் உயர்மட்ட ஆலோசனைகளும் நடைபெறுவதற்கான பேரரங்க கட்டிடமும், 1976-ல் மறைந்த, மக்கள் தலைவர் மாவோ அவர்களின் உடல் பராமரிப்பில் வைக்கப்பட்டிருக்கும் MAUSOLEUM எனப்படும் கல்லறை மாடக் கட்டிடமும் நிமிர்ந்து நின்று நாட்டின் வரலாறு பேசுகின்றன.

FORBIDDEN CITY:

தியன்மென் சதுக்கத்தை அடுத்த மேற்கு திசையில், forbidden city (தடை படுத்தப்பட்ட நகரம்)...

கண்களை இறுக்க மூடிக் கொண்டு முடிந்தவரை பெரிய்ய... பெரிய்ய்ய... பரந்து விரிந்த... இடமாக எத்தனை கற்பனை செய்தாலும் அதையெல்லாம் விட மிகப் பெரிய பரப்பில் அமைந்த அரண்மனை நகரம். பதினான்காம் நூற்றாண்டு முதல் கடந்த நூற்றாண்டின் தொடக்கம் வரை கோலோச்சிய சகல வம்ச மன்னர்களும் சுற்றம் சூழ பிறந்து,தவழ்ந்து,சிரித்து,மகிழ்ந்து,சினந்து,கொஞ்சி, குலவி, முகர்ந்து, சுவைத்து, துய்த்து, கொன்று, துவண்டு...... சாம,தான,பேத,தண்டம் பழகி, ஆளாளுக்கொரு சுபதினத்தில் உயிர் வதைத்து, கண்மூடி மண்புதைந்த இடம்.

1400களின் மிங் வம்சம் முதல், 1900களின் குயிங் வம்சம் வரை... ஆயிரம் கதைகள்... ஆயிரமாயிரம் வன்மங்கள், ஏறத்தாழ 180 ஏக்கர் பரப்பில், 1000 மாளிகைகளின் சுவர்களிலும்,மரக் கதவுகளிலும், மாடங்களிலும்... மௌனமாய் புதைந்து கிடக்கும் தொன்மங்கள். நடந்து , நடந்து, களைத்தும் தீராத பறந்து விரிந்த வெளி... வரலாற்றைப் போலவே முடிவுறா பெருவெளி... வழியெல்லாம் சரித்திரமும், தகவல்களும், சொல்லியவண்ணம், எங்கள் சுற்றுலா வழிகாட்டி வேகமாய் நடைபோட, சற்றே தலை சுற்றி, கால் வலித்தது. ஒன்றரை மணி நேர தொடர் நடைக்குப் பின், 600 வருடத்து வம்சங்களின் மொத்த வரலாற்றையும், மீதமிருக்கும் கோட்டை- கொத்தளங்களின் பெருமைகளையும், பின்னொரு நாளில் பணி ஓய்வுக்குப் பின்னர், தனியொருவனாக வந்து சாவதானமாக தெரிந்து கொள்கிறேன்... என சத்தியம் செய்து கொடுத்ததன் பேரில் Kurt பெரிய மனம் கொண்டு அரண்மனை வெளியேற்ற வாயில் வழி காட்டி அருளினார்.

மெல்லச் சிறகசைத்து....

அநியாய விலைக்கு வாங்கிய அரை லிட்டர் மினரல் குடிநீர் ஆசுவாசமாய் தொண்டையில் இறங்க, இத்தனை வருட பாரம்பரியமும், so called தமிழ் மன்னர்களாகிய, சேர சோழ பாண்டிய பல்லவர்கள் ஆயிரக்கணக்கான ஆண்டுகள் ஆட்சி செய்தும், அவர்களின் ஒற்றுமையின்மையாலும், காழ்ப்பினாலும், ஒரு அரண்மனை கூட நம்மிடம் நிலைக்கவில்லை என்ற... ஏக்கம் நெஞ்சை அடைத்தது.

""Sir, pls. a photo with you & your family''- உடைந்த ஆங்கிலத்தில் ஒரு சீனக்குடும்பதின் பிரதிநிதி வேண்டுகோள் வைக்க, பாண்டியன், பெருந்தேவி, இளவரசன் சகிதம், சீன அரண்மனைப் பின்னணியில், சீன சகோதரக் குடும்பத்துடன் ஒற்றுமையுடன் நின்று ,சிரித்த போது , வாகனம் தயாராய் இருந்தது.

மெல்லச் சிறகசைத்து....

3

PEARL & JADE FACTORIES

அன்றைக்கு மீதமிருந்த மதியநேரத்தில், கடல் முத்து எடுத்து ஆபரணம் தயாரிக்கும் தொழிற்கூடத்துக்கும், JADE எனப்படும் சீனப் பாரம்பரியம் மிக்க, கல்,பாறையால் ஆபரணம் மற்றும் அழகுப் பொருள் தயாரிக்கும், தொழிற்கூடத்துக்கும் சென்றிருந்தோம். ஆபரணத்தால் வரவிருக்கும் ஆபத்தான சேதாரத்தை எதிர்பார்த்து சற்று லாவகமாக கையாண்ட காரணத்தால், சிறு மோதிரத்தோடு சேதாரம் தவிர்க்கப்பட்டது. JADE எனப்படும் பாறை சீன மக்களின் வாழ்வோடும், பாரம்பரியப் பெருமையோடும் இணைக்கப்பட்ட ஒன்றாகவே பார்க்கப் படுகிறது. ஒவ்வொரு சீன இல்லத்திலும் , குடும்பத்திலும், மணநிகழ்வுகளிலும், jade பெருமையின் சின்னமாக புத்தர் சிலையாகவோ, ஆபரணமாகவோ, பாதுகாத்து அடுத்த தலைமுறைக்கு கொண்டு செல்லப்படுகிறது. நம்பிக்கைகள்...

'வெறும் (!) 80,000 அமெரிக்க டாலருக்கு, ஒரு ஆளுயர JADE புத்தர் சிலையை கடல் கடந்து உங்கள் இருப்பிடத்திற்கு அனுப்பி வைத்து, புத்தரின் அருளால் உங்கள் குடும்பமும், சுற்றமும் வளமும் நலமும் துய்க்க ஆவன செய்ய உசிதமாய் இருக்கிறேன்' --என Xing என்ற பெயர் தரித்த விற்பனை வல்லுனன் என்னிடம் நறுவிசான ஆங்கிலத்தில் மொழிந்தான். 'நன்றி! என் வீட்டு வரவேற்பறை புத்தக அலமாரியில் என்றும் புத்தகமாய் உயிர்த்திருக்கும் புத்தர் எங்கள் குடும்பத்திற்கும், சுற்றத்திற்கும் தேவையான எல்லா வளமும் நலமும் already அருளுகிறார்...' என நான் விடையிறுத்த போது, கண்ணாடிப் பேழைக்குள் இருந்த 80,000டாலர் புத்தர், கண்சிமிட்டிச் சிரித்தார்.

GOLDEN MASK - KUNG&FU SHOWS

மாலை வேளை, 5.30 மணி தங்க முகமூடி -காட்சி எனும் சீன வம்ச நிகழ்த்துக் கலை வடிவ இசை நாடகமும், வேறொரு அரங்கில், இரவு 7.30 மணிக்கு, kung fu வரலாற்று காட்சியும் காணக் காத்திருந்த நேரத்தில், சீன உணவகங்கள் தாண்டி சிரித்து, சிநேகமாய் வரவேற்ற பரிச்சயமான KFC தாத்தாவிடம் தஞ்சமடைந்தோம். தரத்தை மாற்றாவிடினும்,நாட்டிற்கும், ஊருக்கும் தக்கவாறு, அளவையும், விலையையும் மாற்றி பணம் செய்யும் அமெரிக்க வணிக சாதுர்யத்தை வியந்தவாறே, வறுத்த சின்னச் சின்ன, கோழிக் கால்களையும், இறக்கைகளையும் மென்று கடும்பசி தணித்தோம்.

காட்சி கொடுத்த வியப்பைக் காட்டிலும், காட்சி அரங்கு கொடுத்த வியப்பு அதிகம். அரங்க மேடையில், பூங்கா பூத்துக் குலுங்குகிறது, வானம் விரிகிறது, வனம் நிறைகிறது, அரண்மனை மாடங்கள் தோன்றி மறைகின்றன, பூமிப்பிளந்து மனிதர்களைப் புதைத்துக் கொள்கிறது... எல்லாவற்றுக்கும் உச்சமாய் வெள்ளம் கரை புரண்டு ஓடுகிறது... வெள்ளத்தில் சிக்கி மனிதர்கள் தவிக்கிறார்கள்...

நான் கண்ட அரங்குகளில் , இவ்வரங்குபோல் சிறப்பானது எங்கும் காணோம்... என தன்னிலை மறந்தேன். ஒரு, சிறு ஆட்டமோ, அசைவோ இல்லாமல் அரங்க மேடையில் அனைத்தும் பிரன்னமாகிறது. இது போன்ற அரங்க மேடைகளில் நமது தமிழ்ப் பெருங்காப்பியங்களையும், பொன்னியின் செல்வன் போன்ற இறவா இலக்கியப் படைப்புகளையும், வெகு நேர்த்தியாக நிகழ்த்திக் காட்ட முடியும் என மனசுக்குள் ஆசை அலையடித்தது. இரண்டு காட்சிகளும், ஒவ்வொன்றும் ஒன்றரை மணி நேரம். ஒவ்வொரு காட்சிக்கும் அனுமதிக் கட்டணம் ஆளொருவருக்கு ஏறத்தாழ 50அமெரிக்க டாலர் எனினும், இதற்கு இன்றி வேறு எதற்கு? -எனக்குள் இருந்த கலைஞன் ‘உள்ளேன் ஐயா’ என்றான்.

அறையை அடைந்து, புத்துணர்வு கொண்டு, சகஜ உடை மாற்றி, பெய்ஜிங் நகரத் தெருவில் இறங்கி, சற்றே ஏற்புடையதாக ஓர் இரவு உணவு தேடி நடைபோட்ட போது மணி இரவு 10.30.

மறுநாள் காலை, 8.30 மணிக்கு எங்கள் அடுத்தக் கட்ட பயணம்... சீனப்பெருஞ்சுவர், (Bird's nest) ஒலிம்பிக் அரங்கம்...பிற இடங்கள். அறைக்குத் திரும்பி படுக்கையில் சாய்ந்த நொடியில் அலுப்பில் கண்கள் கிறங்கின..புராதான சீனச் சின்னங்களும், சிரிக்கும் புத்தர் சிலையும்,நீள,நீளமாய் நூடுல்ஸ் கொடுத்து தின்னச் சொல்லும்,பூங்கொத்து சீன இளவரசியும், புருவம் கண்மறைத்த kung fu மாஸ்டர்களும் கலந்து கட்டி, கனவினை ஆக்கிரமிக்க, தூக்கம் கண்களை நிறைத்தது.

GREAT WALL OF CHINA &Beijing

பெய்ஜிங் நகரிலிருந்து ஒரு மணி நேரப் பயணத்தில் 'சீனப் பெருஞ்சுவர்'. சென்றடைந்த காலை வேளையில், பெருஞ்சுவர் மழை நனைத்த ஈரத்தில் மலைகளின் மேல் நீண்டு கிடந்தது. அடித்துப் பெய்யவில்லை எனினும், இதமாய் தூறிய மென்மழை. சரித்திர புத்தகங்களிலும், Discovery சேனல்களிலும் மட்டும் கண்டு வியந்த சீனப் பெருஞ்சுவர். பலப் நிலபரப்புகளாக, ராஜ்ஜியங்களாக பிரிந்து கிடந்த காலங்களில் கி.மு 700 களில் தொடங்கி பத்தொன்பதாம் நூற்றாண்டின் இறுதி வரை பல்வேறு வம்ச மன்னர்களால் தமது எல்லைகளை வரையறுக்கவும், பாதுகாக்கவும், தொடர்ந்து கட்டப்பட்டும், புதுப்பிக்கப்பட்டும், பராமரிக்கப்பட்டும் வந்து கிட்டத் தட்ட இருபத்தோராயிரம் கிலோ மீட்டர் நீளத்திற்கு மலைகளின் ஊடே பிரதான மற்றும் கிளைச் சுவர்களாக நீண்டு கிடக்கும், கற்பனையில் எட்டாத மா பெருஞ்சுவர். சீனாவின் பல்வேறு இடங்களில், ஊர்ப் பகுதியில் இருந்து அணுகி, பெருஞ்சுவரின் படிகளில் ஏறி அதன்

பரிமாணமும், வியந்து, கால் வலிக்க நடந்து களைப்படையும் வசதிகள் உண்டு. மகிழ்வுந்தை விட்டு இறங்கிய நொடியில், பெருமூச்செரிந்தால் கிழிந்து விடும் மெல்லிய நெகிழி (plastic sheet) மேலாடை வாங்கியணிந்து மென்மழை தவிர்த்தோம்.

சீனச் சுவரின் நுழைவு அனுமதிச்சீட்டு வாங்கி வழங்கிய , வழிகாட்டி KURT ஒரு மணி நேர காலத்தில், சுவர் படிகளில் ஏறி,காலாற நடந்து களிப்பெய்தித் திரும்ப எங்களுக்கு அன்புக் கட்டளையிட்டு, மகிழ்வுந்தில் காத்திருக்க, குடை விரித்து, திரும்பினார்.

அவசரமாக...மகிழ்வுந்து ஓட்டுனருடன் காலை பயணம் தொடங்கியது முதல் கலந்துரையாடிய கதை பாதியில் நிற்கிறது... ஏற்பட்ட.... இடைவெளியால் உறைந்திருக்கும் பாத்திரங்களை, உயிர்ப்பிக்கும் அவசரம்...

வழியெங்கும் சீனச்சுவர் சார்ந்த பொம்மைகளும், புகைப்படங்களும், அலங்காரப் பொருட்களும் கடைவிரிந்திருக்க, பெருந்திரளாக, வழுக்கும் கற்படிகளில் பெருஞ்சுவர் ஏறும் மக்கள். மெல்ல மெல்ல ஏறி, அடுத்த தளம் அடைந்து, ஆசுவாசம் கொண்டு, மேலும் ஏறி... திரும்ப நின்று படமெடுத்து... காணும் திசையெல்லாம்...பசுமையான மலை வளம் கண்டு வியந்து நகரும் மக்கள் கூட்டம். ஸ்பெயின், மெக்ஸிகோ, மலேசியா, கனடா ... என பூமிப்பந்தின் சகல திசைகளில் இருந்தும் வந்திருந்து, பன்மொழி பேசி பரபரக்கும் கூட்டம். முதுகில் பயணப் பொதி சுமந்து, காதல் மனைவியின் கரம் பற்றி...... சிறு பிள்ளைகளை தோளில் அமர வைத்து... SLR வகை காமிராவை இயக்கி, எல்லா தேசத்து ஆண்களும் மழையிலும், தீயாய் வேலை செய்து, மனைவியர் மனம் கவர முனைந்துகொண்டிருக்க, அவர்தம் மனைவியர், தன் கடனென பணி செய்து கிடக்க, வாய்க்கப்பெற்ற அன்பான அடிமைக் கணவர்களை

எண்ணி இறும்பூது எய்தி, புன்னகை சிந்திய வண்ணம் நிழற்படங்களில் பதிய முற்பட்டனர். ‘அங்கே என்ன பாத்துகிட்டு இருக்கீங்க ...அரவிந்தை பாத்து மெதுவா, கையப் பிடிச்சுக் கூட்டிட்டுப் போங்க! வழுக்குதுல்ல?’ என் கடன் செய்ய அழைப்பு வர, அன்பு மகனின் கைப்பற்றி படியேறிய போது வம்படியாய் எனது முதல் அடியே... வழுக்கியது. ‘பா ...பாத்து என்னாச்சு ...... உங்க கிட்ட போய் சொன்னேன் பாருங்க... அரவிந்த்... பாத்து படி கவனமா ஏறு ’ மனைவியின் குரல்

பெருங் கூச்சலுடன் கடந்து சென்ற மெக்ஸிகோ தேசத்துப் பள்ளி மாணவ, மாணவிகள். ‘ஹாய் அங்கிள்...’ கைகாட்டி புன்னகைத்து கடந்து சென்றனர். கவனக் குறைவால்,கால் வழுக்கி, ஆன்டியிடம் ஆசிகள் வாங்கி அடுத்தப் படியேறும், நாற்பத்து மூன்று வயது அங்கிள். ஆனாலும் என்ன? அட்டகாசமாக, அந்த லத்தீன் அமெரிக்க மாணவிக்கு ‘ஹாய்’ சொல்லி வைத்தேன். சற்று தொலைவு நடந்து, மெல்லக் கீழிறங்கினோம். மேலும், கீழுமாக வெவ்வேறு உயரங்களில் படிகள்... இருபுறமும் இடைவெளி விட்டு நீண்ட உறுதியான கைப்பிடி கம்பிகளில், சுற்றுலாப் பயணிகள் தங்கள் வருகையின் பதிவுகளாக தொங்க விடப்பட்ட பூட்டுக்கள்... மழையும், மேகமும், காற்றுமாய் இதம் கூட்டும் சூழல். ஓர் இனிய மழை நாளின், காலை வேளையில் உலகப் பேரதிசயம் காணக் கொடுத்து வைத்ததில் மனசு நெகிழ்ந்து கிடந்தது. இனி என்றோ? எப்போது காணக் கிடைக்குமோ இந்த கவின் மிகு காட்சி? பெருமூச்செறிந்தேன்... மேல் அணிந்திருந்த நெகிழ்வுடை காற்றில் படபடத்து ஒரு பக்கமாய் கிழிந்தது... சில காட்சிகளை, அலைபேசிகளில் நிழற்படமாக சேமித்து... கீழிறங்கினோம். சரியாக ஒரு மணிநேரம்... கதையளந்த நெஞ்சம் தணிந்து, காத்திருந்த கண்களாக KURT. சீனப் பெருஞ்சுவரின் மேலதிகத் தகவல்கள் உரைத்தவாறே மகிழ்வுந்தை சென்றடைய... பயணம் தொடர்ந்தது.

மெல்லச் சிறகசைத்து....

4

XIUSHUI MARKET

பெருஞ்சுவரில் இருந்து பெய்ஜிங் திரும்பும் வழியில், நெடுஞ்சாலையின் ஒரு பக்கத்தில் பறந்து,விரிந்து கிடக்கும் XIUSHUI - பட்டு மார்க்கெட். 7 தளங்களில் 2700 கடைகளில், பலதரப்பட்ட... பரபரப்பான விற்பனை. ஆபரணங்கள், நினைவுப்பொருட்கள், அழகு பொம்மைகள், சீன பாரம்பரிய, கலாச்சார உடைகள், உணவுப்பொருட்கள். ஏறத்தாழ அனைத்து தேச கரன்சிகளும் ஏற்றுக்கொள்ளப் பட்டு மீத சில்லறை சீன ‘யென்’ -னில் கொடுக்கப்படும் விற்பனைத் தளம். முதல் தளத்தில், ஆயிரம் பேர் அமர்ந்து உண்ண வசதியுள்ள, உணவுவிடுதியின் பீங்ஞான் தட்டு குவளைகளின் உரசல் ஒலி... மேசைகளில், ஆவி போன சகல ஜீவராசிகளும், ஆவி பறக்க காத்திருக்க, குச்சிகளாலும், முட்கரண்டிகளாலும் எடுத்து உண்ணுகின்ற மக்கள்.

சோயா சாஸ் மற்றும், பிற சாஸ் களின் மணம், பசி மறக்கச் செய்ய, மனம் அருகில் கலைக் கடைவிரித்திருந்த ஓவியரின் வசம் சென்றது. நமது பெயரை ஆங்கிலததில் எழுதிக்கொடுக்க, அதை சீன பூச்சி, பறவை மற்றும் மிருகங்களின் வடிவத்தில், வண்ணத்தூரிகையால், நிமிடத்தில் வரைந்து கொடுக்கும் ஓவியர் கூட்டத்தின் மூத்த ஓவியரிடம், எங்கள் மூவரின் பெயர் சுருக்க எழுத்துக்களை ‘SSK BMK AB’ கொடுக்க ,மீன்களாகவும், வண்ணத்துப்பூச்சியாகவும்,அன்னப் பறவையாகவும்,கிளியாகவும், டிராகன் போலவும் எழுத்துக்கள் வெள்ளை அட்டையில் வண்ணங்களாக ஒரு நொடியில் நிறைத்தன. கையிலே கலை வண்ணம் கொண்ட, ஓவியரின் அருகில் நின்று படமெடுத்துக் கொண்டு, அடுத்த தளம் இறங்கி வர, எங்களுக்காக நாற்புறமும் வலைவீசித் தேடிக் காத்திருக்கும் KURT. அடுத்து, செல்லும்

வழியில் துரித உணவு வாங்கிக் கொண்டு... சீனப் பாரம்பரிய மூலிகை வைத்திய சாலைக்கு விரைந்தோம்

BEIJING TRADITIONAL CHINESE MEDICINE HEALTH PRESERVATION RESEARCH CENTER.

வைத்திய சாலை அடைந்து முன்னறையில் காத்திருந்தோம்.

சுவரெங்கும் உடற் கூறுகளின் நரம்பு மண்டல, மற்றும் அக்யுப்ரெஷர் இடங்களின் வரை படங்கள். காலணிகளை கழற்றி எங்கள் பாத சுத்தகிரிப்புக்கும், பராமரிப்புக்கும், இதமான அழுத்தத்திற்கும் விற்பன்னர்கள் வரக் காத்திருந்த வேளையில், சீன மூலிகைகளின் சிறப்பம்சங்களையும், நோய் அகற்றி நீடு வாழ வழி செய்யும் குணநலன்களையும், ஒரு ஸ்லிம் சீன APPERENTICE மாணவி சீனாங்கிலத்தில் விளக்கினாள். வெள்ளாடை தரித்த மருத்துவரும், அவரின் ஆங்கிலம் பேசும் அழகு apprentice பெண்ணும் அறைக்குள் நுழைந்து எங்கள் எதிர் நாற்காலிகளில் அமர்ந்து, எங்களுக்கான மருத்துவ ஆலோசனைத துவக்க... அதே நேரம் மற்றும் இருவர் எங்கள் பாதங்களை பக்கெட் வெந்நீரில் நனைத்து மசாஜ் செய்யத துவங்கினர்.

மருத்துவர் என் கைகளைப் பற்றி உடல் எடை குறைக்கவும், மிகை கொழுப்பு அகற்றவும், உகந்த மூலிகைக் குளிகைகளைப் பரிந்துரைத்து, 2000 சீன யென் விலையில் அவற்றைப் பெற்றுக் கொள்ள எங்கள் ஒப்புதல் கேட்டு, அசிஸ்டன்ட் apprentice-ன் ஆங்கில மொழி பெயர்ப்புக்கு கண்ணசைத்தார். எங்களது கைகள் மருத்துவர் வசம், கால்கள் மசாஜ் விற்பன்னர்கள் வசம், காதுகள் மொழிபெயர்ப் பாளினி வசம்...கடனட்டை மற்றும் கரன்சிகள் என் வசம். ஆங்கில ஆக்கத்திற்கு அவசியமின்றி, என் மனைவி எனக்கு மொழிபெயர்த்து, என் உடல் நலம் பேண வலியுறுத்த, மறுபேச்சின்றி 1000 யென் -னுக்கு கடனட்டை

தேய்த்து 3 மாதங்களுக்கான குளிகைக் குப்பியை வாங்கினோம். "Xièxiè" என சீன நன்றி சொல்ல மருத்துவரைத் தேடினோம். அடுத்த அறையில் இன்னொரு ஐரோப்பிய தம்பதியினரின் வம்ச விருத்திக்கென 7000 சீன யென்-னில் மூலிகை மருந்து பரிந்துரைத்து, கடனட்டை சேகரிப்பதில் மும்முரமாய் இருந்தார். நன்றி சொல்லிக் கொள்ளாமல், வெளியே வந்து வாகனம் தேடி அமர்ந்து, பறவைக் கூடு (BIRD'S NEST) எனும் ஒலிம்பிக் ஸ்டேடியம் காணப் பறந்தோம்.

BIRD'S NEST &OLYMPIC STATDIUM

பறவைக் கூட்டின் அமைப்பில் கட்டப்பட்டிருக்கும் பிரம்மாண்ட விளையாட்டு அரங்கம். 2003-ல் கட்டுமானப் பணிகள் தொடங்கி 2007-ல் நிறைவடைந்து, 2008 ஒலிம்பிக் விளையாட்டு போட்டிகள் நடைபெற்றன. மேலும் 2022-ஒலிம்பிக் போட்டி இங்கே நடத்த திட்டமிடப்பட்டுள்ளது. Herzog & de Meuron எனும் சுவிட்சர்லாந்து கட்டுமான வடிவமைப்பு நிறுவனம், 423 மில்லியன் அமெரிக்க டாலர் செலவில் கட்டி முடித்த பறவைக் கூடு விளையாட்டரங்கம் பெய்ஜிங் நகரின் மத்தியில் பெருமையாக, கம்பீரம் காட்டி நிற்கிறது.

விளையாட்டரங்கை ஒட்டிய அகலமான, நீள் நடைபாதையும், பூங்காவும், தொலைவில் வானுயர்ந்த கட்டிடங்களின் தோற்றமும், நாங்கள் அங்கிருந்த அந்த மாலை 4.30 மணி சூழலும், காலை பெய்த மழையால் குளிர்ந்து கிடந்த நிலமும், வீசிய காற்றும், சாரி...சாரியாய், வண்ண வண்ண உடைகளில் சூழ்ந்து, உலவிய மக்கட் பெருங்கூட்டமும்... அந்த அனுபவத்தை மனசு, காமிராவுடன் சேர்ந்து, அப்படியே வாங்கி பத்திரமாக பதித்துக் கொண்டது. பெய்ஜிங் நகரின் 2 நாட்கள் உலாவில், எல்லா இடங்களிலும் இந்திய முகங்களை காண முயன்று தோற்றோம். காண முடிந்த சில இந்திய சாயல் முகங்கள் கூட மலேசியா, கனடா நாடுகளில் இருந்து வந்திருந்த இந்திய

வம்சாவளியினர் என புரிந்துகொண்டோம். மொத்த சீனாவின் மக்கட்தொகையில் ஏறத்தாழ 1 விழுக்காட்டிற்கும் குறைவாகவே வேற்று தேச மக்கள் வாழ்கிறார்கள் எனவும், 1 விழுக்காடு மக்களே ஆங்கிலம் பேசுபவர்களாக இருக்கிறார்கள் என புள்ளி விவரங்கள் சொல்லுகின்றன. இந்த தலைமுறையின், சீனப் பிள்ளைகள் ஆங்கிலம் பயின்று, பேசுவதன் பின்னணியில், 2008 ஒலிம்பிக் போட்டிகளுக்கான ஆயத்தமும் ஒரு காரணமாக இருந்திருக்கிறது. இந்த நிலை மேலும் தொடர்கிறது. சீனப் பெருந்தேசத்தின் மக்கள் ஆங்கிலத்தை இன்னுமொரு மொழியாக மட்டுமே பார்க்கிறார்கள்... அறிவாக பார்ப்பதே இல்லை.

எங்களைச் சுற்றி பள்ளிகூடப் பிள்ளைகள், சீருடையுடன், சிரிப்புடன் அவர்களுக்கான இன்ப மயமான உலகில் சஞ்சரித்துக் கொண்டிருந்தனர். நேரம் ஐந்தரை மணி... நடைபாதையில் வண்ண, வண்ணமான பட்டங்கள் வரிசை வரிசையாக பறந்து கொண்டிருந்தன. பெய்ஜிங் மாநகர் தனது இரவு நேரத்திற்கான ஆயத்தங்களை மெல்லத் தொடங்கிக் கொண்டிருந்தது. திரும்பும் வழியில், சில நடைபாதை கடைகளில் ஏறி, இறங்கி... வாகனம் அடைந்து தங்குமிடம் திரும்பினோம். தங்குமிடம் அருகிலிருந்த சாலையில், 1மணி நேர நடை, இரவு உணவு... மறுநாள் காலை 8 மணிக்கு, BEIJING to XIAN பயணத்திற்கான ஆயத்தம். ஜன்னலுக்கு வெளியே தூரத்தில் இடியோசை கேட்க அரை உறக்கத்தில் நெடுநேரம் புரண்டு, அறியாமல் உறங்கிப் போனோம்.

காலை 5.00 மணிக்கு எழுந்து, 5.30 மணிக்கு தங்குமிடம் விடுத்து, 6.30க்கு ரயில் நிலையம் அடைந்தோம்.

&Bye to Beijing!

&Bye to our beloved guide KURT!

&Bye to our Driver!

பெய்ஜிங் ரயில் நிலையத்தில் பெரும் ஜனத்திரளில், கரைந்து, காத்திருப்பறை அடைந்தோம். சரியாக 8 மணிக்கு துவங்கிய பயணம்... துரித வேக புல்லெட் ட்ரெயினில் 1200கி மீ - ஆறரை மணி நேர பயணம் இடையில் ஏறத்தாழ 12 நிறுத்தங்கள். ஜன்னலுக்கு வெளியே, காட்சிகள் விரிந்தன, கட்டிடங்கள்,தொழிற்சாலைகள்,வயல் வெளிகள், புல்வெளிகள், கடந்தோடும் நதிகள்... மனிதர்கள்... 200 கி மீ வேகம்... அருகிலிருந்த இருக்கைகளில் ஸ்பானிஷ் தேச குடும்பம். புத்தகம் வாசித்தவாறே பயணித்துக் கொண்டிருந்தனர்.

பயணச் சீட்டு பரிசோதனைக்காக, ஒரு பெண் மரியாதையுடன் அணுகினார். சோதனை செய்து புன்னகை சிந்தி, நகரும் முன், ரயில் "XIAN" நகர் அடையும் நேரம் கேட்டேன்.

தாமதமாக புரிந்து கொண்டு ""AFTERNOON 02.47'' என்று சொல்லி மறுபடியும் புன்னகைத்தார். 1200கி மீ - ஆறரை மணி நேர பயணம் இடையில் ஏறத்தாழ 12 நிறுத்தங்கள்.

மணி 2.45... ஜன்னலுக்கு வெளியே...XIAN ரயில் நிலையம்

பெட்டிகளை சேகரம் செய்து தயாரானோம்.ரயில் குலுக்கல் ஏதுமின்றி நின்றது நேரம்: 2.47

சீன யாத்திரீகர் ஹீவான் சுவாங் - வாழ்ந்த வரலாற்று நகரம் எங்களை வரவேற்றது...

நடைமேடையில் இறங்கி நடந்தோம்.

梦想之旅
WE ARE FAMILY

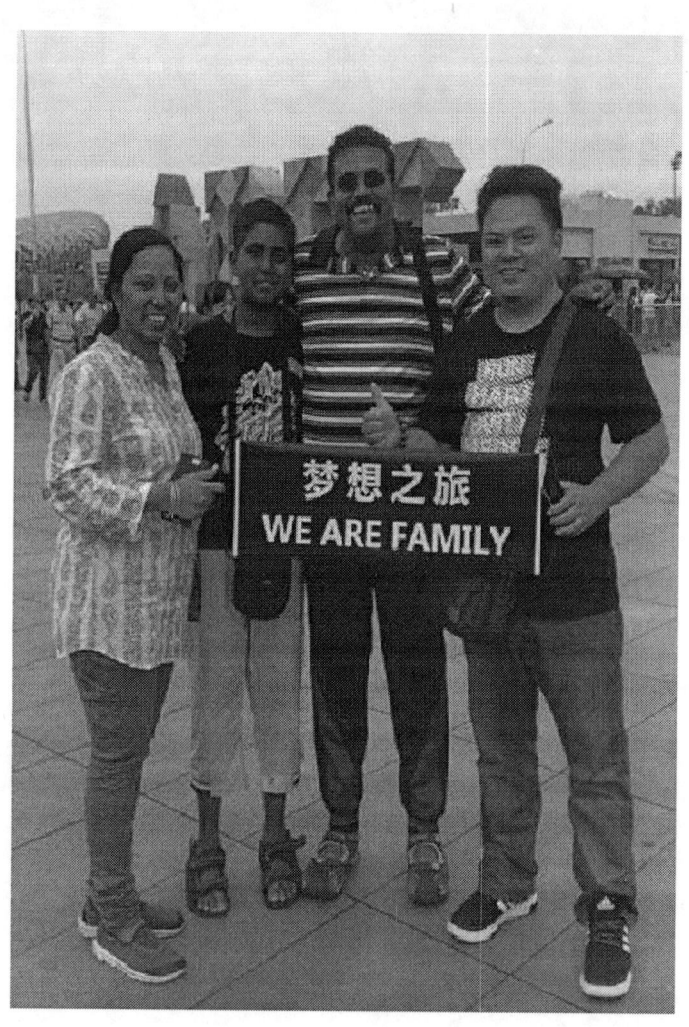

5

XIAN

எட்டாம் வகுப்பு வரலாற்று பாடநூலில், தோளில் மாட்டிய குடையுடன், சிறிய கண்களுடன் சிறிய வரை படத்தில், நமக்கெல்லாம் அறிமுகமான ஹுவாங் சுவாங். கி மு 630-ல் இந்திய தேசத்திற்கு வருகை தந்து, பதினைந்து ஆண்டுகள் இந்திய துணைக் கண்டம் முழுமையும் சுற்றித் திரிந்து, வாழ்வையும், புத்த சமயத்தின் ஹீனயான, மஹாயான கோட்பாடுகளையும் தனது அனுபவத்தில், எழுத்தில், பதிவு செய்த சீன யாத்திரீகர். கி மு 645-ல் சீனா திரும்பிய கையோடு, இந்தியாவில் சேகரித்த அனுபவங்களையும், புத்த மத கோட்பாடுகளையும், பாலி, சம்ஸ்க்ருத ஓலைச் சுவடிகளையும் ஆசுவாசமாக அமர்ந்து, தேநீர் அருந்தியவாறே சீன மொழியில் எழுதிய பெருநகர் 'சியான்'. 'சமாதான மேற்கு' என பொருள் கொண்ட சீன தேசத்தின் வட மேற்கில், அமைந்துள்ள அழகான பெருநகரம்.

UNESCO - அமைப்பினால் பாரம்பரியச் சின்னமாக அங்கீகரிக்கப் பட்டு, தற்கால உலக அதிசய அங்கீகாரத்திற்காக, காத்திருக்கும் TERAKOTTAA WARRIORS அருங்காட்சியகம் அமைந்துள்ள நகரம். 'சியான்'.

அந்த 'சியான்' நகரின் ரயில் நிலைய நடைமேடையைக் கடந்து, தெற்கு வெளியேற்ற வாயில் அடைந்தபோது என் பெயர்ப் பலகைத் தாங்கிய 'ஆரணங்கு' அருகே வந்து என் பெயர் முன் மொழிய, நான் வழி மொழிந்தேன்.

ஒரு பேரிளம் பெண்ணின் வழிகாட்டலில் 'சியான்' நகர் காணப் போகும், பரவசம் முகத்தில் தெரியாமல் , சகஜ முகபாவம் காட்ட, சிறு வயது தனி நடிப்புப் பயிற்சி பேருதவி புரிந்தது. KELLEN என தன்னை

அறிமுகம் செய்து கொண்டு கைகுலுக்கிய எங்கள் guide -ன் கைகள் சற்று காய்ப்பேறிய விரல்களுடன்... சிறு வயதில் சீனப் பெண்கள், வீட்டு முற்றங்களில் பொழுது போக்காக kung fu பயில்வர் எனவும், அடுக்கியசெங்கற்கள் உடைத்து, தற்காப்பு கலைகளில் சிறந்து விளங்குவர் எனவும் என்றோ படித்தது நினைவுக்கு வர, மிகுந்த மரியாதையுடன் வணக்கம் சொல்லி வைத்தேன்.

"Kellen உடைந்த ஆங்கிலத்தில், 'நேராக தங்குமிடம் செல்வோம், சுமைகளை இறக்கி வைத்து, பதினைந்து நிமிடங்களில் புத்துணர்ச்சி பெற்று வாருங்கள்... இன்று சுற்றுலா "WILD GOOSE PAGODA " செல்வோம்...' என சொன்னார். காலையில் உட்கொண்ட ரொட்டி,, பசும்பால், பழம் எல்லாம் மொத்தமும் ஜீரணமாகி, அமிலம் சுரக்க... ... மணி மதியம் 3.15.

DELHI DARBAR - இந்திய உணவகம்

"WILD GOOSE PAGODA ' எனும் சுற்றுலா ஸ்தலம் 'முரட்டு வாத்து வறுவல் சல்லிசான விலையில் வகை வகையான சுவைக் கலவைகளாக கிடைக்கும் இடமாக இருக்கக் கூடும் என்ற மகிழ்வில், வாயில் உமிழ் நீர் சுரக்க வழிகாட்டி kellen& னிடம் விவரம் கேட்டேன். அவர் உரத்தகுரலில் சிரிக்க... அருகே இருந்த வாகன ஓட்டுனர், திடுக்கிட்டு விவரம்கேட்க, விவரிக்க முடியாத, அடக்க முடியாமல்தொடர்கிற சிரிப்பு...

ஒன்றும் புரியாமல் நாங்கள் திணறும் போதே, தங்குமிடம் "CITY INN HOTEL " வந்துவிட, பெட்டிகளை இறக்கி, அறை நுழைவை அரங்கேற்றி, புத்துணர்ச்சி கொண்டு... சில நிமிடங்களில் வரவேற்பறை மீண்டோம். காத்திருந்த Kellen, எங்களைப் பார்த்த உடன், மறுபடி சிரிக்கத் துவங்க... விடுதியின் வரவேற்பு மேஜை பெண்ணும்சேர்ந்து கொண்டார்.. "WILD GOOSE PAGODA" என்பது ஒருபழம் பெரும் புத்த மடாலயம் எனவும்,

புத்த சமயம் தனது கோட்பாடுகளை சற்று தளர்த்தி புலால் உணவு உண்ண மேற்கொண்டதன் விளக்கமும், தர்க்க நியாய வரலாறும், கொண்ட ஒரு கோபுர வளாகம் என்றும், சீன யாத்திரீகர் ஹுவாங் சுவாங் வந்தமர்ந்து வருடக் கணக்கில் புத்த மதக்கோட்பாடுகளை எழுதி முடித்த இடம் என அருஞ்சொற்பொருள் அருளினார். பகோடா என்பது "tower" என்பதற்கான ஆங்கிலப் பிரயோகமும் கூட... என்பது எனது மூளையில் உறைக்க... மொறு, மொறு wild goose பகோடா நமத்துப் போய் மனதிலிருந்து மறைந்தது. எங்கள் உள்ளக் கிடக்கை உணர்ந்த திருமதி KELLEN, " முதலில் இங்கிருக்கும் ஒரு இந்திய உணவு விடுதிக்கு சென்று, மதிய உணவு முடித்து... பின்னர் wild goose பார்க்கலாம்' எனச் சொல்லி எங்கள் மூவர் முகத்திலும் பொலிவு உண்டாக்கி எங்கள் இதயங்களில் இடம் பிடித்தார். நமத்துப் போய் மறைந்த பகோடா, மனதில் மறுபடி reverse shot -ல் மொறு... மொறு... வென தட்டுகளில் மேல் ஆவி பறக்கும் சூட்டில்...

இந்திய உணவு விடுதி, பாலிவுட் பாடல்களுடனும், இந்திய பாரம்பரிய வேலைப்பாடுகளுடன் மேசைகளின் மேல் விரித்திருந்த துணிகளுடனும், வந்து சென்ற இந்திய பிரபலங்களின் புகைப்படங்கள் நிறைந்த சுவர்களுடனும், நேபாள முகப் பெண்மணிகளின் உபசரிப்புடனும்... வெளியே கூடி நின்ற வட இந்திய, பாகிஸ்தானிய, ஆப்கானிய முகங்களுடனும்... இருந்தது. நாற்பத்தைந்து நிமிட நேரம் 'நாம்' என்ற உணர்வு மறந்து "NAAN" சிக்கன் கோலாபுரி, பனீர் மசாலா... பிரியாணி. நாவு எங்களுக்கு நன்றி சொல்ல, நாங்கள் நவில்தொறும் நன்றியை KELLEN& னுக்கும், இந்திய உணவக ஊழியர்களுக்கும் உரித்தாக்கி அருகிலிருந்த Wild Goose கோபுரம் காண விரைந்தோம்.

"WILD GOOSE PAGODA "

புத்தர்,போதி சத்துவர்... எனப் பல்வேறு பெயர்களுடன் பல்வேறு

பிரம்மாண்ட வெண்கலச்சிலைகள்... சற்றேறக் குறைய இந்திய ஆலயங்களைப் போன்ற வழிபாட்டு முறைகள்... ஊது வத்தி ஏற்றி வழிபடும் முறைமைகள்... சிற்பங்கள்... கோபுரங்கள், நேர்த்தியான பூந்தோட்டங்கள், புல்வெளிகள்... மக்கள்... மக்கள்... மக்கள். அங்கிங்கெனாத படி எங்கும் மக்கள்...அன்பான மக்கள்... அலைந்து திரிந்து அனுபவிக்கும் மக்கள். பதினாறாம் நூற்றாண்டில் ஏற்பட்ட பூமி அதிர்வில், அந்த கோபுரம் மூன்று தளங்களை இழந்து, ஏழு தளங்களாக மாறி, சில கோணத்தில் சரிந்து நிற்க... அதே வடிவில் புனரமைத்து, இன்றுவரை அதே வடிவத்தில் நிமிர்ந்து நிற்கிறது. வெளிப்புற வளாகத்தில், நெடிதுயர்ந்த சிலையாக நமது ஹுவாங் சுவாங் நிமிர்ந்து நிற்க, ஒரு தூரத்து சொந்தமென உணர்ந்தோம். அவர் முன்னின்று சற்று நேரம் அவர் பயணம் பற்றி நினைக்க, அவர் நின்று, அமர்ந்து, உலவித் திரிந்த இடம் என்பதை உடலின் ஒவ்வொரு செல்லிலும் உணர முற்பட்டேன். வசிப்பதையும், மனிதர்களை நேசிப்பதையும், அலைந்து திரிவதையும், அனுபவம் கொள்வதையும்.. வாழ்வின் இலக்கென கொண்டு வாழ்ந்த மதிப்பிற்குரிய ஹுவாங் சுவாங் எங்கள் மனசை முழுக்க நிறைத்தார்.

ஹுவாங் சுவாங் பற்றி, நான் வாசித்த சில சம்பவங்களை kellen -னிடம் பகிர்ந்து, சுற்றுலா வழிகாட்டியின் பணித்திறன் சிறக்கச் செய்ய... "GREAT" எனக் கைகுலுக்கிய முரட்டுக் கை கொண்ட KELLEN என் மனைவியிடம்,"Your husband is my teacher! He taught me about ""Pagoda'' and also about great Huwang swang...'' சொன்னதுடன் நிறுத்தாமல், தொடர்ந்து ,'' Madam... don't mistake me...you have a handsome husband!" எனச் சொல்லி சிரிக்க... என் மனைவி கண்களில் சிலப்பதிகார சீற்றமில்லை... சீனத்துச் சிரிப்பே விஞ்சி இருந்தது.கைகள் காய்த்துப் போன, நாற்பது வயது நெருங்கிய, நாலே முக்கால் அடி உயரம் வளர்ந்த சீனப் பெண்மணியின் கண்களுக்கு கணவன் 'HAND-

மெல்லச் சிறகசைத்து.... 88

SOME " ஆகத் தெரிவது குறித்து சிலாகிக்கவோ, பயம் கொள்ளவோ அவசியமில்லை என நினைத்திருக்கக் கூடும்.

சியான் நகரத் தெருக்களின் ஊடே நடந்து, போக்குவரத்து விளக்கு பார்த்து சாலைகளைக் கடந்து, கடைகளைப் பார்த்தவாறே... வாகனம் வந்தடைந்தோம். 'வானமகள் நாணுகிறாள்... வேறு உடை பூணுகிறாள்' என்ற வைரமுத்துவின் வரிகளுக்கு இணையாக யாரேனும் ஒரு சீனக் கவிஞன் ஏதேனும் வரிகளில் மயங்கும் மாலையை பதிவு செய்திருக்கிறானா? கேட்டுத் தெரிந்து கொள்ள ஆசை... கேள்வியைப் புரியவைத்து, பதிலை நான் புரிந்து கொள்வதற்குள் அனேகமாக 3 மாலை வேளைகள் கடந்து விடக்கூடும் என்ற பேரச்சம் காரணமாக வாயை மூடிக்கொண்டு வாகனம் ஏறினேன்.

விடுதியடைந்து, எங்கள் அறைக்கதவு திறந்த உடன் அலுப்பில் தாயும், தனயனும் தலையணையில் தலைப் பதித்து, களைப்பில் கண்கள் கிறங்க, நான் அறையைப் பூட்டிவிட்டு, ஆறாம் தளத்தில் இருந்து கீழே வந்தேன்... சாலையின் எதிர் முனைத் தொலைவில், Bell tower அதனருகில் Drum Tower இரண்டு கோபுரங்களும், மின்விளக்குகளின் வெளிச்சத்தில் தக தகத்துக் கொண்டிருந்தன. ஒரு நல்ல கும்பகோணம் டிகிரி காப்பி கிடைத்தால் நலமென்று... அல்ப ஆசை ஆட்டிவைக்க, நடந்து அலைந்து, திரிந்து... ஒருமணி நேர ஊர் சுற்றலுக்குப் பின்னர், ஒரு கடையில் பாட்டிலில் அடைத்த குளிர் காபி அருந்தி.. மனம் குளிர்ந்தேன். ஒலிபெருக்கி வைத்து தத்தமது கடைகளில் கிடைக்கும் பொருட்களின் தரத்தையும், அதிரடி விலைக் குறைப்பையும் கூவிக் கூவி, புரியாத மொழியில் விற்றுக் கொண்டிருந்தனர். வெள்ளிக் கிழமை இரவு... பிள்ளைகளுடன் பெற்றோர் கடைகளில்... சிறிய மொபெட் வண்டிகளில் வயதானவர்கள். போக்குவரத்து விதிகளை உதாசீனம் செய்து கடக்கும் பாதசாரிகள்... பழம் விற்கும் பாட்டி...

வேடிக்கைப் பார்த்து அறைக்குத் திரும்பினேன். பழம் பெரும் சீன சியான் நகரில், பழம் வாங்கி பசி தணித்து, இரவு உணவு முடித்து, பயணக்களைப்பில் உறங்கிப்போனோம்.

INDIAN RESTAURANT
印度料理
印度料理

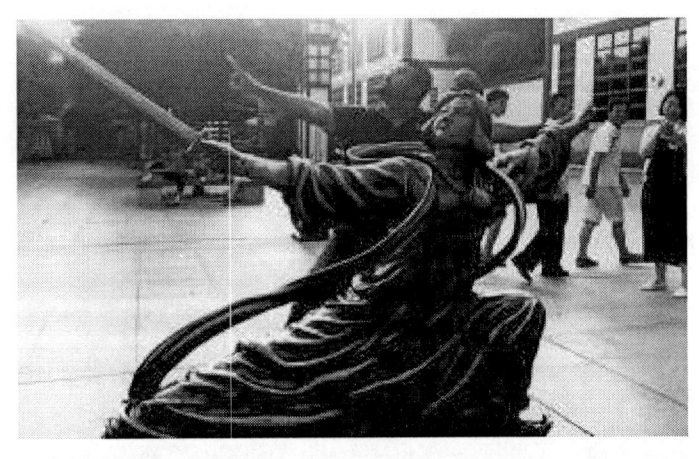

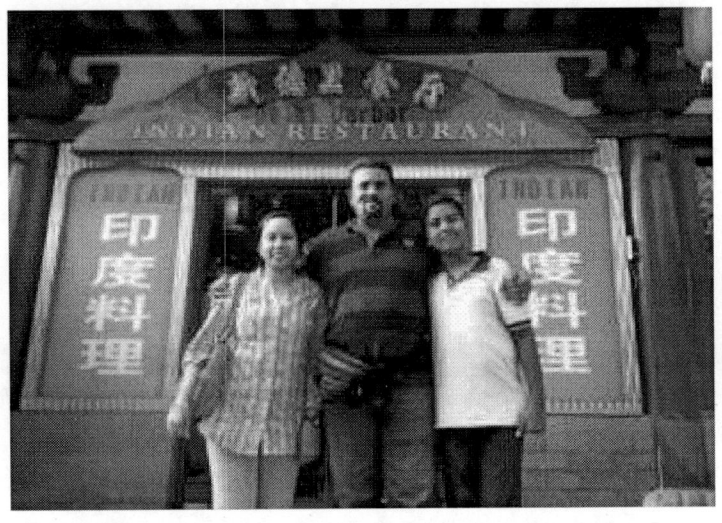

6

மறுநாள்சுற்றுலா...நிகழ்ச்சிநிரல்...காலை 8.30 முதல் மதியம் 2.00 மணிவரை.

சியான் நகர கோட்டைச்சுவர், தொலைவில் இருக்கும் Terracotta Museum... இரண்டு இடங்கள். அங்கிருந்து 3.30 மணிக்கு ரயில் நிலையம். 5.00 மணிக்கு ஷாங்காய் பயணம். 15 மணி நேர நெடும்பயணம்.

XIAN CITY WALL

பழமையான சியான் நகரைச் சுற்றி பல நூற்றாண்டுகளுக்கு முன்னர் பாதுகாப்பு கருதி, கட்டப்பட்ட சுற்றுச் சுவர். 18 கி மீ சுற்றளவு கொண்ட 12மீட்டர் அகலச் சுற்றுச் சுவர். அதன் மேல் தளத்தில், 15 மீட்டர் உயரத்தில், நகரை ரசித்தபடி நடக்கவும், சன்னமான குரலில் பாட்டுப் பாடியபடியே மிதிவண்டி ஓட்டிச் செல்லவும், காதல் கொண்டு, காற்று வாங்கி, கவிதை எழுதி மகிழவும் ஆகச் சிறந்த இடமாக இருக்கிறது. எங்கும் பழமையும், புதுமையும் கலந்த அழகு... மறுபடி, மறுபடி தேனீக்கூட்டமாக சுறு சுறுப்பான மக்கள்.

வாடகை மிதிவண்டி எடுத்து, மதில் மேல் வலம் வந்தோம்... இரண்டு கிலோ மீட்டர் தூரம் மிதிவண்டி மிதிப்பதற்குள் வியர்வைப் பெருகி முதுகு நனைந்தது... மூச்சு வாங்கி, பின்னிப் பெடல் எடுத்தது. நல்ல வேளையாக ஒரு குடும்பம் நடுவே இடைமறித்து எங்களுடன் நிழற்படம் எடுத்துக்கொள்ள விருப்பம் தெரிவித்து விண்ணப்பிக்க, மூச்சிரைத்தபடி, சைக்கிளில் அமர்ந்தபடி காலூன்றி சிலபல படங்கள் எடுத்து நேயர்களின் விருப்பம் நிறைவேற்றினோம். இடையிடையே வெயிலும், இதமான காற்றும்... இன்னும் கொஞ்ச நேரம் இருந்து அனுபவிக்கத் தூண்டினாலும், அடுத்த இடம் காண, KELLEN அவசரப்படுத்த... Terecotta Warriors Museum காண விரைந்தோம்.

மெல்லச் சிறகசைத்து....

TERRACOTTA WARRIORS MUSEUM

சியான் நகரின் புறநகர் பகுதியில் 29 மார்ச் 1974-ல் விவசாய நிலத்திற்கு, நீர் வேண்டி கிணறு தோண்டிய நல்ல நாளில், சில போர்வீரர்களின், சில குதிரைகளின், சில போர்க் கருவிகளின், சிதைந்த சுடுமண் சிற்பங்கள் காணக்கிடைத்தன. கர்மசிரத்தையாக அரசாங்கத்திற்கு தெரியப்படுத்த, அரசாங்க புதைபொருள் ஆராய்ச்சி வல்லுனர்கள், ஆழமும், அகலமுமாக, அகழ்வாராய்ச்சியைத் தொடர... கிடைத்தது 8000 போர்வீரகளின்,மற்றும் பல நூறு தேர், குதிரை சுடுமண் சிற்பங்கள். சற்றேறக்குறைய கி.மு 230 காலத்தை சேர்ந்த சுடுமண் சிற்பங்கள்.

ஒவ்வொரு போர்வீரனின் முகச் சாயலும் தனித் தனி அடையாளங்களுடன் ....

உலகின் சகல தேசத் தலைவர்களும், சீன தேசம் வந்து, சீன அதிபர்களுடன் கைகுலுக்கி, வர்த்தக ஒப்பந்தம் கையெழுத்திட்டு, சீன மொழியில் வணக்கம் சொல்லி,கையோடு கொண்டுவந்த தயாரிக்கப் பட்ட உரையை கர்மசிரத்தையாய் வாசித்து, நிழற்பட கருவிகளின் 'பளிச்' ஒளியில் புன்னகை சிந்தி, வர்த்தக விற்பன்னர்களின் பெருங்கூட்டத்தின் இடையே, சம்பாஷித்து தேநீர் அருந்தி அலுத்துப் போன உபரி நேரத்தில், தங்களின் கலாரசனை சுவை நிரூபணம் செய்ய வந்து போகும் இடம் TERRACOTTA அருங்காட்சியகம். அன்றைய அமெரிக்க அதிபர்களில் தொடங்கி, நமது தற்போதைய பிரதமர் நரேந்திர மோடி வரை... கண்டு களித்து, காமிராக்களுக்குள் பதிந்த TERRACOTTA WARRIORS அருங்காட்சியகம்.

மூன்று அருங்காட்சி வளாகங்களாக, விரிந்திருக்கும் 7மீட்டர் ஆழம், 250 மீட்டர் நீளமும், 70 மீட்டர் அகலமும் உள்ள காட்சியகங்கள் மக்கள் வெள்ளத்தால், தரை காண முடியாமல், வரிசையில் ஊர்ந்தது.

இடத்தின் விசாலமும், விஸ்தீரணமும், போர் வீரர்கள், ஆயுதங்கள், குதிரைகள், ரதங்கள்... என ஆழத்தில் வரிசை வரிசையாக சுடுமண் சிற்பங்கள். கலைகளை வளர்க்கும் மனம் காலங்காலமாக இருந்திருக்கிறது. 2250 வருடப் பழமையான சிற்பங்களின் நேர்த்தி, சிலிர்ப்பூட்டியது... வரிசையில் மௌனமாக நகரும் ஒவ்வொரு நொடியும் மனதுக்குள் வியப்பும் அலை அலையாய் பொங்கிச் சுழன்றடித்தது.

ஒரு நேர்கோட்டில் 2250 வருடப் பழமையுடன் நின்று பயணிப்பது பரவசப்படுத்தியது. அருங்காட்சியக வளாக நடைபாதைகளின் இருபுறமும் பசுமை... மரங்களும், மலர்களும், பறவைகளும்... சீரான வரிசையில் நடந்து செல்லும் மக்களும், அத்தனை மக்கள் கூட்டத்திலும், அசுத்தமடையாத சூழலும்... சீன ஒழுங்கை அமைதியாக, உரத்துச் சொல்லின.

MC Donald பர்கர் எங்கள் பசிப்பிணி தணித்த நேரத்தில், KELLEN -னிடம் சீன அரசியல் சூழல் பேச முனைந்த போது , பொதுவாக வெளியிடங்களில் அரசியல் குறித்த பேச்சுக்களை தவிர்த்தல், சீன தேசத்தில் நலம் பயக்கும் என தணிந்த குரலில், சொல்லி புன்னகைத்தார். அவ்வண்ணமே தவிர்த்து, 'இரு மென் ரொட்டித் துண்டுகளின் இடையே , வறுத்த கோழியிறைச்சி அடைகளும், தக்காளி, பாலாடைக் கூழும், காய்கறித் துண்டங்களும் அடுக்கித் தின்னத்தரும் மேற்கத்திய உணவு வகையையும், அதை வாய் பெருக்கி மேலாடையில் வடிக்காமல் தின்னும் திறனையும் பற்றி கதைக்கலாமா ?... ' என KELLEN -னிடம் கேட்டேன்.

சட்டென்று வாயிலிருந்த உணவுத் துணுக்குகள் தெறிக்க, சிரித்து, புரையேறி... பக்கத்து மேசையிலிருந்தோரின் கவனம்கலைத்து, ..."Sir... you are really crazy ..." என KELLEN டிஷ்யு பேப்பரால் மூக்கைத் துடைத்தபடி, கலங்கிய கண்களுடன் சொல்ல, 'இது அப்படி ஒண்ணும்

பெரிய காமெடி இல்லையே...' என்ற முகபாவத்தில், என் மனைவியும், மகனும், புறக்கணித்தனர்.

To Shanghai ...ரயில் பயணம்

அங்கிருந்து, ஒன்றரை மணி நேரப் பயணம்.ரயில் நிலையம் அடைந்த நேரம் மாலை 3.50. நேர்த்தியாக மகிழ்வுந்து ஓட்டிய எங்கள் பெண் ஓட்டுனரிடம் பாராட்டுக்களையும், பரிசையும் அன்பளித்து விடைகொடுத்தோம். KELLEN எங்கள் உடமைகளை வாகனத்திலிருந்து கீழிறக்கி, சாலைகளின் ஊடே எங்களுக்கு வழிகாட்டி, சியான் நகர ரயில் நிலைய நெரிசலில், ஒரு கையில் பெட்டியோடும், மறு கையில் எங்கள் கடவுச் சீட்டுகளோடும் துரித நடை நடக்க, நானும்,மனைவியும் நெகிழ்ந்தோம். எல்லா சம்பிரதாயங்களும் முடிந்து, முதல் வகுப்பு காத்திருப்பறை வரை வந்து, எங்களை அமரச் சொல்லி, தனது தொடர்பு எண்ணையும் கொடுத்து, அலுவலகத்தில் தொடர்பு கொண்டு, ஷாங்காய் நகர் ரயில் நிலைய விவரங்களை, அக்கறையுடன் சொல்லி, சிறிய கண்களால் சிரித்து அன்பு கூட்டி நின்ற KELLEN&ன் அம்மா ஒரு புத்த துறவி என்று நேற்று சொன்னது நினைவுக்கு வந்தது. நான் நன்றி சொல்லி, சிறு பரிசளிக்க சின்னக் கண்களில் பெரிய அன்பு. என் மனைவியை அன்புடன் அணைத்து, விடைபெற்ற KELLEN நின்று, எங்கள் உடைமைகளை கவனமாய் எடுத்துச் செல்லச் சொல்லி, கடவுச்சீட்டுக்களை கொடுத்து, கையசைத்து நடந்த போது... என் மனைவியின் கண்களின் ஓரம்... கொஞ்சம் ஈரம்...வாழ்வில் சந்திக்க நேரும் வெகு சில பேர்களே... அன்பும், அக்கறையுமாய்...

சரியாக மாலை 5.00 மணிக்கு ஷாங்காய் மாநகர் நோக்கி ரயில் பயணம் தொடங்கியது... முதல் வகுப்பு அறைகள்... சுற்றிலும், சீன,ஐரோப்பிய முகங்கள்... நாங்கள் மூவர் மட்டுமே அந்த அறையில்... மிதமான AC குளிர்... மலைகளுக்கும், வயல்களுக்கும் ஊடே விரைகிற

ரயில்... கடக்கிற நீர் நிலைகள்... மின் கம்பங்கள், வீடுகள், மைதானங்களில் விளையாடும் குழந்தைகள், தொலைவில் மேய்கிற மாடுகள்... ஒவ்வொரு பயணமும் நமக்கு காலமும், உலகமும், இயற்கையும் மிக... மிக... மிகப்... பெரிது என பெருங்குரலில் செவிகளில் சொல்லுகின்றன. நாம் காலப் பெருவெளியின் ஒரு துகளாக மிதந்து நகரும் சிறுஉயிரினம்... என்பதை உணர்த்திக் கொண்டே தான் இருக்கின்றன.

இரைச்சலற்ற ரயில் பயணத்தில் எங்கள் அடர்ந்த மௌனத்தை அரவிந்த் கலைத்தான்.

'அப்பா...Train காலைல எத்தனை மணிக்கு ஷாங்காய் போய் சேரும்?'

அமைதி நெஞ்சில் நிலவ, தூக்கம் கண்களைத் தழுவ... இறங்குமிடம் ஷாங்காய்-ஐ தவற விட்ட மாங்காயாய் மாறும் அபாயம் தவிர்க்க, ரயில் பயணச் சீட்டு பரிசோதகர் பெண்ணிடம் அணுகி அரை மணி நேரம் மூச்சைத் தொலைத்து, விவரம் கேட்க "Shanghai" என்ற எனது உச்சரிப்பே போய்ச்சேரவில்லை. அசூயையுடன் திரும்ப வந்து பயணச் சீட்டு கொண்டுசென்று விளக்க முற்பட, Shanghai மட்டும் புரிந்தது.

அரைமணிநேரம் கழித்து என்னைத் தேடி வந்த பயணச் சீட்டு அம்மணியுடன் ஒரு சீருடைத் தரித்த ஆங்கிலம் பேசும் ரயில் பணியாளர்.

"Sir ... how can I help you?"
கேட்டேன்...
"8.26AM"
"Pardon me Sir .."
"8.26AM"

மெல்லச் சிறகசைத்து....

ஆயிரத்தைநூற்று ஒன்பது கிலோ மீட்டர், 15 மணி நேரப் பயணம், இடையில் 15 நிறுத்தங்கள்...

சேரும் நேரம் "8.26AM " எனச சொல்லி இயல்பாய் புன்னகைத்துப் போகும் ரயில் பணியாளர்...

8.26AM... துல்லியமான நேரம்...

தூங்க விடாமல் செய்த துல்லியம்...

ஜன்னலுக்கு வெளியே தூரத்து வெளிச்சங்கள், மின்னி ... தேய்ந்து... விளையாட்டுக் காட்டின... வானில் பிறை நிலா மெல்லிய தீற்றலாக துரத்திக் கொண்டு ... ஜூலை 18 சனிக்கிழமை இரவுப் பயணம்.

ரயில்... சீனாவின் பொருளாதாரத் தலை நகரை நோக்கி... 8.26 காலை நேரம் நோக்கி ...

மெல்லச் சிறகசைத்து....

7

SHANGHAI

‘ஷாங்காய்’ - கடல் மேல்’ என்ற அர்த்தப்படக்கூடிய சீன வார்த்தைகளால்?? அழைக்கப்படும் சீன மக்கள் குடியரசின் பிரம்மாண்டமான, ஏறத்தாழ,இரண்டரை கோடி மக்கள் வாழும் பொருளாதார மாநகர்.., தொழில் சார்ந்தும், வர்த்தகம் சார்ந்தும், உலகெங்கிலும் இருந்து லட்சக்கணக்கில் தொழில் முனைவோர் தினந்தினம் வந்து போகும் ,உலகத்தின் ஆக பரபரப்பான, கொள்கலன் **(container)** கையாளும் துறைமுகம் உள்ள நெய்தல் நகர். ஹுவாங் பூ**(HUANGPU)** எனும் நதிக்கரை நகர். ஷாங்காய் நெருங்கிக் கொண்டிருப் பதற்கான காட்சிகள் , ரயில் ஜன்னல்களின் வெளியே காலை இளம் வெயிலில் விரிந்து கொண்டிருந்தன.

ரயில்வண்டி உள் ஓய்வறையில் **(TRAIN rest room)** , உறக்கம் நனைத்த சிறு கண்களையும், முகத்தையும் கழுவி, ஈறுகளுக்கு வலிக்காமல் வாய்களில் வயலின் வாசித்துக்கொண்டு கண்ணாடிகளில் தமது எழில் கண்டு மகிழ்ந்து கொண்டிருந்த சீன சக பயணிகளுக்கு இடம் கொடுத்து, காத்திருந்து கடன் முடித்தோம். உடைகளைத் திருத்தி, உடைமைகளை இறக்கி சேகரம் செய்து காத்திருந்தோம்... ஷாங்காய் ரயில் நிலைய நடைமேடை - காலை மணி 8.24... மெல்ல ரயில் வேகம் குறைத்து ஊர்ந்தது...- 8.25 .காணுமிடமெல்லாம் ரயிலும், அதிலிருந்து இறங்கும் மக்களும்... ஆழ்ந்த சிறு குழந்தையின் தூக்கத்தில் நிகழும் மெல்லிய சிலிர்ப்பு போன்ற **nano** அசைவுடன் நிற்க மணி துல்லியமாக காலை 8.26.

எண்ணிய எண்ணியாங்கு எய்து எண்ணியார்

திண்ணியர் ஆகப் பெறின்

திண்ணமாக எண்ணுவோர், எனது இருமருங்கிலும் நடை போட்டுக்கொண்டிருக்க, ஷாங்காய் தெற்கு ரயில் நிலைய நடைமேடையைக் கடந்து, வெளியேற்ற வாயில் அடைந்தோம். வெளியே ஷாங்காய் நகர் தனது அன்றாட அவசரத்தை, அப்போது தான் துவக்கி இருந்தது. நாங்கள் மூவரும் கண்களால், நாற்புறமும் முகமறியாத எங்கள் பயண வழிகாட்டியைத் தேடித் துழாவ முற்பட்ட கணத்தில், எனது திருப் பெயர் தாங்கி, T SHIRT, இறுக்கமான அளவு குறைந்த கால் சட்டை அணிந்து நின்றிருந்த, சீன இளம் பெண்ணை அணுகினோம்.பெயர் உறுதிசெய்து கொண்டு, தடிமனான மூக்குக் கண்ணாடிக்கு பின் அரைக்கண் திறந்து, மஞ்சள் பற்களால் சிரித்து, பெயரெழுதி வைத்திருந்த காகிதத்தை நாலாக மடித்தவாறே... "WEL- COME TO SHANGHAI"

சம்பிரதாய கைகுலுக்கல்கள். தனது ஆங்கிலப் பெயர் "SUMMER" எனவும், நாங்கள் தங்கப்போகுமிடம் (Holiday Inn) ரயில் நிலையத்தில் இருந்து 10 நிமிட நடை தூரத்தில் இருப்பதாகவும் தகவல் சொல்லி, எங்களுக்கான காலை உணவு பெற்றுச் செல்ல KFC-க்கு அழைத்துச் சென்ற SUMMER-ன் சிக்கன உடை கோடைகாலத்திற்கேற்றவாறே காற்றோட்டமாக...

கைகளில் காகிதப் பைகளில் காலை உணவு ஏந்திக்கொண்டு, வாகனமேறி 5 நிமிட நேரத்தில் தங்கும் இடம் அடைந்த போது மணி 9.00. எங்களின் கடவுச் சீட்டு, மற்றும் நுழைவு அனுமதி ஆவணங்கள் சரிபார்த்த, வரவேற்பு மேசை சிப்பந்திகள், 10.00 மணிக்கே அறை புக இயலுமென்றும், அதுவரை வரவேற்பறையின், சொகுசு இருக்கைகளில் எங்களை இருத்திக்கொண்டு, உடல் அசதி போக்குமாறு பணிந்து, பணித்தனர். அவ்வண்ணமே செய்ய விழைந்தோம். 'இன்றைய மீத நேரம் முழுக்க உங்களுக்கானது...

உறங்கவோ,உடற்பிணி நீக்கவோ, ஊர் கிறங்கவோ ,... உங்கள் வசதிக்கேற்ப கழிக்கலாம். நகருலா செல்ல,, நாளைக் காலை 10.00 மணிக்கு கிளம்பித் தயாராக இருங்கள்... ' என ஆங்கிலத்தில் சொல்லி தனது தொடர்பு எண் கொடுத்துச் சென்ற SUMMER க்கு வயது இருபத்து ஐந்து அல்லது இருபத்து ஆறு இருக்கலாம். சுற்றுலா மேலாண்மை குறித்து, மேற்படிப்பு படிப்பதாகவும், பணியில் இருக்கும் தனது தங்கையுடன், ஷாங்காய் புறநகர் குடியிருப்பில் வசிப்பதாகவும், ஓரிரு முறை சிறு சீனக் குழுக்களின் தலைமை ஏற்று, ஜப்பான் மற்றும், கொரிய நாடுகளுக்கு பயண ஒருங்கிணைப்பாளராக வேலை பார்த்த அனுபவம் உண்டென்றும் சொன்னது வியப்பளித்தது. 300 கி.மீ தொலைவில் உள்ள சொந்த சிற்றூரில், வாழும் பெற்றோரைப் பிரிந்து, , பணி நிமித்தம் மாநகரில் தங்கையுடன் தங்கியிருந்து, எதிர்கால வாழ்வை வளம் செய்யும் முனைப்பில் இருக்கும் பொறுப்புள்ள மகள் SUMMER... வார இறுதிகளில் சுற்றுலா மேலாண்மை வகுப்புகளுக்கு செல்லும் மாணவி SUMMER, பணி முடித்து நேரம் தாமதித்து வரும் தங்கையை, கண்டிக்கும் கண்டிப்பான மூத்த சகோதரி SUMMER, தனது திரை அகன்ற ANDROID அலைபேசியில், தனது ஆண் தோழனிடம் குறுந்தகவல் அனுப்பி, தனக்குள் புன்னகைத்து கனவுகள் வளர்க்கும், இறுக்கமான குட்டிக் கால்சட்டை அணிந்த, இளம் சீன யுவதி SUMMER.. உலகின் ஒவ்வொரு இடத்திலும் காண வேண்டியது, கான்க்ரீட் காடுகளையும், கவின்மிகு இடங்கள் அல்ல, மனிதர்கள்... மனிதர்கள்... மனிதர்கள். வகை வகையான கனவுகள், வாழ்க்கைகள், எதிர்கால கனவுகள், ஏக்கங்கள். என எங்கும் நிறைந்திருக்கும் சுவாரஸ்ய மனிதர்கள். கையிலேந்தி, கொண்டு வந்த உணவை முடித்து, வரவேற்பறையில் நடமாடிய மனிதர்களை வேடிக்கைப் பார்த்து அலுக்கத் தொடங்கிய போது, அறை செல்ல அழைப்பு வந்தது.

ஏழாம் தளம், அழகான சிறு அறை... திரைச் சீலையுடன், விசாலமான கண்ணாடி கதவுள்ள ஜன்னல். திறந்து பார்த்தால், ஷாங்காய் தெற்கு ரயில் நிலையத்தை ஒட்டிய சாலை., விரைகின்ற வாகனங்கள்... ரயில் நிலையத்தில் ஊர்ந்து நகரும் ரயில் வண்டிகளின் ஒலிகள். சீன -ஜப்பான் யுத்தத்தின் விளைவாக, 1937 ஆகஸ்ட் 14-ம் தேதி சனிக்கிழமை மாலை வேளையில்... ஜப்பான் குண்டுகளால், சிதைந்து சிதிலமாகிப் போன அதே ஷாங்காய் தெற்கு ரயில் நிலையம். 1935,36,37 வருடங்களில் உலகின் மனசாட்சியை அசைத்த, நிழற்படம். ரயில் நிலைய இடிபாடுகளுக்கிடையே, ரத்தக் கறைகளுடன் ஒரு சீனக்குழந்தை கதறி அழும் அந்த நிழற்படம் பிடிக்கப்பட்ட அதே ஷாங்காய் தெற்கு ரயில் நிலையம் ஜன்னலுக்கு வெளியே இயங்கிக் கொண்டிருந்தது.. சற்று ஆசுவாசப் படுத்திக்கொண்டு, குளித்து, உடை மாற்றி... நகரின் சில முக்கியப் பகுதிகளைக் கண்டு வரும் உத்தேசம் கொண்டு கீழிறங்கினோம்.

NANJING ROAD

"When we came last time here, we have vacated the room by 12.'O clock...." reception பணியாளரிடம் யாரோ முனைந்து விளக்கும் ஆங்கில மொழியில், தமிழ் மணக்க திரும்பினேன். ''என் தமிழ். என் மக்கள்.'' முத்துசாமி, ராமகிருஷ்ணன்..., தொழில் நிமித்தம் அவ்வப்போது ஷாங்காய் நகர் வந்து செல்லும் சென்னைத் தொழிலதிபர்கள். பரஸ்பரம் அறிமுகம் செய்து, அளவளாவி, தமிழ் பேசி, தொழிற் தகவல் அட்டை பரிமாறி, கைகுலுக்கி விடைபெற்றோம். விடுதி வரவேற்பு மேசையில் வைத்திருந்த 'சீன -ஆங்கில மொழிகளில் இருந்த காண வேண்டிய இடங்கள் பட்டியலையும்' ஆளுக்கொன்றாய் எடுத்துக்கொண்டு, நகர வீதிகளில் நடக்கத் தொடங்கிய போது நண்பகல் மணி 12.40. சற்றே

மேகமூட்டமான மதியம். அரை கிலோமீட்டர் தொலைவில், SUBWAY என வழங்கப்படும், METRO ரயில் நிலையம். கிலோமீட்டர் கணக்கில் சுரங்கப்பாதை, சில்லறை விற்பனைக்கடைகள்.ஆங்காங்கே பயணியர் வசதிக்கென தடங்களின் ஒற்றை கோட்டு வரைபடங்கள். மொத்தம் 16 line தடங்கள். உண்மையில் தலை சுற்றும் வலைப்பின்னல் வரைபடங்கள். ஒருவழியாக திக்கு , திசை புரிந்து கொண்டு, People's square - Nanjing Road சென்று வரலாம் என முடிவெடுத்தோம்.

மக்கள் பெருந்திரளுக்கிடையில், மனைவியையும், மகனையும் கரம் பற்றி, பைகளில் கனக்கும் கடவுச்சீட்டு சமாச்சாரங்களையும் கவனத்தில் கொண்டு, ஊர் வளம் காண, ஊர் வலம் செல்வதென்பது ஆகச் சிரமமான பிரயத்தனம்?!? பத்து வயதில் 1982 -ல்,தாய் மூகாம்பிகை படத்தின் 'சீனத்துப் பட்டுமேனி... இளஞ்சிட்டு மேனி'- என பொருள் விளங்காமல் பாடிய பாடலுக்கு, முப்பத்து மூன்று வருடங்கள் கழித்து ஷாங்காய் மெட்ரோ சுரங்கப்பாதை நெரிசலில் அம்மனின் காலம் தாழ்த்திய அருளால், பொருள் புரிந்தது. ஆனாலும், எனது கைப் பற்றி நடைபோடும் அம்மணி அருகிருக்க... ஆரிருள் உய்த்துவிடும் அபாயம் எண்ணி , அடக்கம் காத்தேன்.

இருக்கைகள் கிழியாமல், கீறல்கள் இல்லாத தடுப்புகளுடன், நெறிப்படுத்தப் பட்ட மக்கட் கூட்டத்துடன் மெட்ரோ -வில் பயணித்து, சிகை கலையாமல், உடை கசங்காமல்... People's square நிறுத்தத்தில் இறங்கி நடந்தோம்.

துபாய் மாநகர் போல செங்குத்துக் கட்டிடங்கள், நேர்த்தியான சாலைகள், பல்பொருள் பேரங்காடிகள் சூழ்ந்த மக்கள் புழக்கம் அதிகமான பகுதி.உயர்ந்து, அடர்ந்த மரங்களின் நிழலுடன், ஆங்காங்கே பசுமையான தோட்டங்களுடன் மக்கள் சதுக்கம் (people's square). காலாற (?) நடந்து, ஆகப் பிரசித்தியான நான்ஜிங் சாலை

அடைந்தோம். 1845- -ல் நிர்மாணிக்கப்பட்ட சிறிய அங்காடித்தெரு. இன்று விஸ்வரூபம் எடுத்து, ஷாங்காய் நகரத்தின் அடையாளமாக கிழக்கு, மேற்காக ஐந்து கி.மீ நீளத்திற்கு நீண்டு கிடக்கிறது. இருபத்து எட்டு மீட்டர் அகலத்தில் விரிந்து கிடக்கும் சாலை, வாகனங்கள் தவிர்க்கப்பட்டு பாதசாரிகளுக்கு மட்டுமென இருக்கிறது.சகல வித பொருட்களும் சல்லிசான விலைக்கு, பேரம் பேசி வாங்க தோதான இடம் என்பதால், மிக அதிகமாக மக்கள் கூட்டம். ஒரு வணிக வளாக, உணவு விடுதியில் மதிய உணவு முடித்தோம்.முன்னிரவு 7.00 மணி வரை கிழக்கும், மேற்குமாக நடந்து, வளாகங்களில் ஏறி இறங்கி, சில பல பொருட்கள் வாங்கி, நான்ஜிங் சாலை பின்புலத்தில் நிழற்படம் எடுத்து, எதிர்ப்படும் மக்களிடம்,வழி கேட்டு... நடைபாதை ஓர இருக்கைகளில் அமர்ந்து இளைப்பாறி, மர நிழலில், ஒதுங்கி மழைத்தூறல் தவிர்த்து, திரும்ப SUBWAY நிலையம் நோக்கி அலுப்பில் நடந்தோம். கால் தசைகள் இறுகி வலிக்க, மெல்ல நடந்து மெட்ரோ ரயிலேறி தங்குமிடம் அடைந்த போது மணி 9.00.

அவர்களை அறையில் சேர்த்துவிட்டு, அருகில் இரவு உணவுக்கு சீன வாசனை தவிர்த்த உணவகம் தேடி நான் மட்டும் மெல்ல நடை போட்டு வீதியில் காலடி வைத்த கணத்தில், "SIR..." மெல்லிய குரலில் யாரோ அழைக்க திரும்பிப் பார்த்தேன். கோரைத் தலை முடியுடன், கனத்த சரீரத்துடன், பளிச்சென்ற,வண்ண சட்டையுடன், கையில் குடையுடன்... தூரத்து சோடியம் விளக்கொளியின் மங்கிய மஞ்சள் நிறத்தில்... அகலமாக சிரிக்கிற சீன இளைஞன். மிக அருகே நடக்கிற தூரத்தில், அழகு சீன ஆரணங்குகள் காத்திருப்பதாகவும், எனது அன்றைய தினத்தின் உடல் அலுப்பினை, சீன மூலிகை எண்ணையிட்டு போக்கவும் , சிறப்புக் கழிவாக கட்டணம் குறைத்து வாங்கிக் கொண்டு பணியாற்ற, அவர்கள் சித்தமாயிருப்பதாகவும், நல்ல ஆங்கிலத்தில் அறிவித்தான். ‘அதற்கு அவசியமில்லை’ என அவசரமாய் பதில்

சொல்லி திரும்பி நடந்தேன். பின்னால் "Sir... Sir... " என தொடர்ந்து அழைக்க வேகமாய் நடந்தேன்.

சம்பந்தமாகவோ, சம்பந்தமில்லாமலோ... ''சீனத்துப் பட்டுமேனி...'' - பாடல் மனசுக்குள்.

எத்தனை பெரிய நகரம் எனினும், இரவு பத்து மணி நெருங்குகையில், சந்தடி அடங்கி, சப்தம் ஒடுங்கி, வேறு பரிமாணம் காட்டுகிறது. ஆங்காங்கே போலீஸ் ரோந்து வாகனங்கள். மெல்ல உடம்பில் ஒரு பதட்டம் கூடுகிறது. எமது துபாய் போல இரவெல்லாம் விழித்திருக்கும், பசித்திருக்கும், தம்மக்களைப் பாதுகாத்திருக்கும், ஊறேதும் விளைவிக்காத ஊர் ஏதும் உள்ளதாகத் தெரியவில்லை. 'யாம் கண்ட ஊர்களிலே, துபாய் போல், அபுதாபி போல், ஷார்ஜா போல் இனிதான தெங்கும் காணோம்!' அறையிலிருந்து கீழே வர whatsapp&ல் அழைத்தேன். அருகே பேருந்து நிலையம் ஒட்டிய ஒரு உணவகத்திற்கு மூவரும் வந்து விரைவாக உணவு முடித்து வேக நடை போட்டு தங்குமிடம் அடைகையில், அதே சீனஇளைஞன் ஒரு வழுக்கைத் தலை ஐரோப்பியனை கடைத்தேற்றிக்கொண்டு இருந்தான்.

8

அடுத்த நாள் காலை, உணவருந்தி வரவேற்பறையில் காத்திருந்தோம். 9.50க்கு, SUMMER, தடித்த சாளேஸ்வரத்திற்கு, பின்னால் சிரிக்கும் கண்களுடன்... " Good morning... shall we start..our day tour?"

JADE புத்தர் ஆலயமும், யுயோன் பூங்காவும்

சிரிக்கும் புத்தர், சினந்து நிற்கும் புத்தர், அமைதி தவழும் புத்தர், அழகு ஒளிரும் புத்தர், சாய்ந்து படுத்த புத்தர்... என வகை வகையான புத்தர் சிலைகளுடன், நகரின் மையத்தில் அமைந்திருக்கும் Jade புத்தர் ஆலயம். ஊது வத்திகள் ஏற்றி செய்யும் வழிபாடு, பிரகாரம் சுற்றும் முறை, வலது காலால் அடியெடுத்து ஆலயத்துள் செல்லும் மரபு... எல்லாம் இந்து வழிபாட்டு முறைகளை ஒட்டியே இருந்தன. கடவுள் மறுத்த, பகுத்தறிவு பேசிய, அனாத்ம வாதம் மொழிந்த புத்தர் சிலைகளாக... கடவுளாக வீற்றிருந்தார். கர்மசிரத்தையாய், மக்கள் பக்திப் பெருக்கோடு, கண்கள் பனிக்க வழிபாடு செய்யும் சூழலில்... கறுப்புச் சட்டை சிந்தனையில் confucious தேசத்தில் confusion - னுடன் வலம் வந்தேன்.

இடையிடையே ஒரு ஆசிரியரின் தோரணையுடன், சுற்றுலாத் தளங்கள் சார்ந்த சிரமமான கேள்விகள் கேட்ட Summer, புத்தரைக் கடவுளாக்கிய சீன சித்தாந்தம் குறித்து நான் கேட்ட விளக்கத்திற்கு விடையேதும் சொல்லாமல், அவசரப்படுத்த யுயோன் (YUYUAN) பூங்கா காண விரைந்தோம். பெய்ஜிங்-ல் கண்டு Pîzu SUMMER PALACE &ன் சிறு வடிவமாக அழகுடன் இருந்த பூங்கா, ஐந்து ஏக்கர் பரப்பளவில் விரிந்து கிடக்கிறது. 1500 களில் நிர்மாணிக்கப்பட்டு, பல்வேறு மாற்றங்களுடன் இன்றும், அரச வம்சத்தின் அழகியல் வாழ்வு முறைக்கு ஆதாரமாக, நீர்த் தடாகத்துடன், ஓவிய மாடங்களுடன்,

சிற்பங்களுடன்... அடர்ந்த மரங்களுடன் நிலைத்திருக்கிறது.

பட்டுத் தொழிற்சாலை... பளிச்சென்ற Pudong:

பட்டுப்பூச்சிகளின் பருவ சுழற்சியை படம் வரைந்து பாகம் குறித்த, சிறு வயது பள்ளிப் பாட புத்தகங்கள் நினைவுக்கு வந்தது., கூட்டுப்புழு வில் தொடங்கி, வீட்டு அலமாரிக்கு வந்தடையும் வரை பட்டு நூலின் வரலாறு சொல்லி, செயல் விளக்கம் காண்பித்து, பட்டு விற்பனைக்கூடம் அனுப்பப்பட்டோம். அழ கழகான பட்டு உடைகள், விரிப்புக்கள், தலையணைகள்... திரைச் சீலைகள் எல்லாம் பார்க்க மட்டும் கூடிய விலையில் இருக்க, பட்டும், படாமலும் வெளியேறி, ஷாங்காயின் செல்வ செழிப்புள்ள, வானளாவிய கட்டிடங்கள் நிறைந்த "PUDONG" எனும் இடத்தை அடைந்தோம். World financial center (W F C) எனும் 494 மீட்டர் உயரமுள்ள, மிக அழகான பார்வைத் தளம் கொண்ட வானுயர்ந்த கட்டிடத்திற்கு மேல்தளம் வரை சென்றோம்.வாழுமிடம் துபாயில் 829மீட்டர் உயரம் கொண்ட உலகின் மிக உயர்ந்த கட்டிடம் BURJ KHALIFA - சில முறை, சென்று வந்த அனுபவம் இருப்பினும், வேறு இடம் , வேறு காட்சிகள், வேறு அனுபவம்... 1997 -முதல் 2008 வரை கட்டி முடிக்கப்பட்ட கட்டிடம். பார்வைத் தள தரையில் கண்ணாடித் தளம் பாவியிருப்பதால், கீழே பார்க்கையில் அந்தரத்தில் நடப்பது போன்ற உணர்வில் முதுகுத் தண்டு சிலீரிடுகிறது...

அங்கிருந்து வந்து,ஹுவாங்பூ நதியின் மேற்கு கரையில், அமைந்திருக்கும் நீள் நடைபாதையில் (BUND), வானளாவிய கட்டிடக் கூட்டத்தின் மாலை நேர அழகை கண்டு களித்து, நிழற்படங்கள் நிறைத்து, மாலை நேர "ACROBATIC SHOW " காண அரங்கம் விரைந்தோம்.

சசி.S.குமார்

இரண்டுமணிநேர மயிர்கூச்செறியும் வித்தைகள், சாகசங்கள். அனைத்தையும் விட பெரிதும் வியக்க வைத்தது "BIAN &LIAN" முகமூடி மாற்றும் கலை நடனம். அதிரடிப் பாடலுக்கு சட்டென்று தலை திரும்பி நிமிரும் நொடிநேரத்தில் முகமூடி மாற்றி , நடித்து ஆடும் நடனம். பத்து நிமிட நேரத்தில், இருபது முகமூடிகள் மாற்றும், லாவகம். அரங்கில் மக்களிடையே நடந்து, நடமாடிக்கொண்டே... சட் ... சட்...டென பல வண்ணங்களில், நிகழ்த்துக் கலைஞர் முகமூடி மாற்ற, அரங்கம் இடியென அதிர்கிறது. சீனாவின், அரிதான கலைகளில் ,ஒன்று எனவும், வெகு சில குடும்பத்தினர் மட்டுமே பயின்று, பாவித்து, ரகசியம் காத்து வரும், பிறருக்கு கற்றுக்கொடுக்க மறுக்கப்படுகின்ற கலைகளில் ஒன்று எனவும் GUIDE -ன் தகவல்களில் தெரிந்து கொண்டு வியந்தோம்.

MAGLEV TRAIN

அறை அடைந்து, உண்டு, நாளை பயணத்திற்கு, உடைமைகள் எடுத்து வைத்து ஆயத்தமாகி,உறங்கி, மறுநாள் காலை எழுந்த போது, மணி காலை. 8.00. சற்று நேரத்தில்,9.30மணிக்கு அழைத்துச் செல்ல வாகனம் வந்து விடும், 45 நிமிட நேரத்தில், அதி வேக மின்னல் ரயில் நிலையம் அடைந்து, அங்கிருந்து, MAGLEV TRAIN &ல் பிரயாணம் செய்து, விமான நிலையம். 2.00 மணிக்கு ஹாங் காங் பயணம். நிரலை நினைத்துக்கொண்டே கிளம்பி நட்சத்திர விடுதியின், காலை உணவு உண்ண சென்றோம்.குவளைகளும், குச்சிகளும்,தட்டுகளும், முட்கரண்டிகளும் உரசிக்கொள்ளும் பேரொலியின் நடுவே, கணிசமான ஐரோப்பியர்களும், சீனர்களும் பசியாறிக் கொண்டும், தமக்குள்ள தகவல் பரிமாறிக்கொண்டும் இருந்தனர். வழி தவறிய வெள்ளாடுகளாக, வடக்கிந்திய பிராமண தம்பதியினர், தமது தட்டுக்களில் வேக வைத்த காய்கள், சோளம் மற்றும் இலை, தழைகளுடனும், கண்களில் கொலைப் பசியுடனும், வேக வைத்து

சிற்பங்களுடன்... அடர்ந்த மரங்களுடன் நிலைத்திருக்கிறது.

பட்டுத் தொழிற்சாலை... பளிச்சென்ற Pudong:

பட்டுப்பூச்சிகளின் பருவ சுழற்சியை படம் வரைந்து பாகம் குறித்த, சிறு வயது பள்ளிப் பாட புத்தகங்கள் நினைவுக்கு வந்தது., கூட்டுப்புழு வில் தொடங்கி, வீட்டு அலமாரிக்கு வந்தடையும் வரை பட்டு நூலின் வரலாறு சொல்லி, செயல் விளக்கம் காண்பித்து, பட்டு விற்பனைக்கூடம் அனுப்பப்பட்டோம். அழ கழகான பட்டு உடைகள், விரிப்புக்கள், தலையணைகள்... திரைச் சீலைகள் எல்லாம் பார்க்க மட்டும் கூடிய விலையில் இருக்க, பட்டும், படாமலும் வெளியேறி, ஷாங்காயின் செல்வ செழிப்புள்ள, வானளாவிய கட்டிடங்கள் நிறைந்த "PUDONG" எனும் இடத்தை அடைந்தோம். World financial center (W F C) எனும் 494 மீட்டர் உயரமுள்ள, மிக அழகான பார்வைத் தளம் கொண்ட வானுயர்ந்த கட்டிடத்திற்கு மேல்தளம் வரை சென்றோம். வாழுமிடம் துபாயில் 829மீட்டர் உயரம் கொண்ட உலகின் மிக உயர்ந்த கட்டிடம் BURJ KHALIFA - சில முறை, சென்று வந்த அனுபவம் இருப்பினும், வேறு இடம் , வேறு காட்சிகள், வேறு அனுபவம்... 1997 -முதல் 2008 வரை கட்டி முடிக்கப்பட்ட கட்டிடம். பார்வைத் தள தரையில் கண்ணாடித் தளம் பாவியிருப்பதால், கீழே பார்க்கையில் அந்தரத்தில் நடப்பது போன்ற உணர்வில் முதுகுத் தண்டு சிலீரிடுகிறது...

அங்கிருந்து வந்து, ஹுவாங்பூ நதியின் மேற்கு கரையில், அமைந்திருக்கும் நீள் நடைபாதையில் (BUND), வானளாவிய கட்டிடக் கூட்டத்தின் மாலை நேர அழகை கண்டு களித்து, நிழற்படங்கள் நிறைத்து, மாலை நேர "ACROBATIC SHOW " காண அரங்கம் விரைந்தோம்.

இரண்டுமணிநேர மயிர்கூச்செறியும் வித்தைகள், சாகசங்கள். அனைத்தையும் விட பெரிதும் வியக்க வைத்தது "BIAN &LIAN" முகமூடி மாற்றும் கலை நடனம். அதிரடிப் பாடலுக்கு சட்டென்று தலை திரும்பி நிமிரும் நொடிநேரத்தில் முகமூடி மாற்றி, நடித்து ஆடும் நடனம். பத்து நிமிட நேரத்தில், இருபது முகமூடிகள் மாற்றும், லாவகம். அரங்கில் மக்களிடையே நடந்து, நடமாடிக்கொண்டே... சட் ... சட்...டென பல வண்ணங்களில், நிகழ்த்துக் கலைஞர் முகமூடி மாற்ற, அரங்கம் இடியென அதிர்கிறது. சீனாவின், அரிதான கலைகளில் ,ஒன்று எனவும், வெகு சில குடும்பத்தினர் மட்டுமே பயின்று, பாவித்து, ரகசியம் காத்து வரும், பிறருக்கு கற்றுக்கொடுக்க மறுக்கப்படுகின்ற கலைகளில் ஒன்று எனவும் GUIDE -ன் தகவல்களில் தெரிந்து கொண்டு வியந்தோம்.

MAGLEV TRAIN

அறை அடைந்து, உண்டு, நாளை பயணத்திற்கு, உடைமைகள் எடுத்து வைத்து ஆயத்தமாகி,உறங்கி, மறுநாள் காலை எழுந்த போது, மணி காலை. 8.00. சற்று நேரத்தில்,9.30மணிக்கு அழைத்துச் செல்ல வாகனம் வந்து விடும், 45 நிமிட நேரத்தில், அதி வேக மின்னல் ரயில் நிலையம் அடைந்து, அங்கிருந்து, MAGLEV TRAIN &ல் பிரயாணம் செய்து, விமானநிலையம். 2.00 மணிக்கு ஹாங் காங் பயணம். நிரலை நினைத்துக்கொண்டே கிளம்பி நட்சத்திர விடுதியின், காலை உணவு உண்ண சென்றோம்.குவளைகளும், குச்சிகளும்,தட்டுகளும், முட்கரண்டிகளும் உரசிக்கொள்ளும் பேரொலியின் நடுவே, கணிசமான ஐரோப்பியர்களும், சீனர்களும் பசியாறிக் கொண்டும், தமக்குள்ள தகவல் பரிமாறிக்கொண்டும் இருந்தனர். வழி தவறிய வெள்ளாடுகளாக, வடக்கிந்திய பிராமண தம்பதியினர், தமது தட்டுக்களில் வேக வைத்த காய்கள், சோளம் மற்றும் இலை, தழைகளுடனும், கண்களில் கொலைப் பசியுடனும், வேக வைத்து

வதக்கிய பன்றிக்கறி சீவல்களை அணுகிப் புரட்டிப் பார்த்து 'தழை வகைகளைச் சார்ந்ததோ?' என பரிசீலித்துக் கொண்டிருந்தனர். வராகம் தான் வதக்கப்பட்டு இருக்கிறது என்று நான் அருகே சென்று சொல்ல, ஆயிஷ்மான் பவ! என கண்களால் ஆசிர்வதித்தனர்.

ஒன்பதரை மணி - வாகனம் எங்களையும், எங்கள் உடைமைகளையும் சுமந்து MAGLEV ரயில் நிலையம் நோக்கி விரைந்துகொண்டிருந்தது. நாற்பது நிமிடங்களில் ரயில் நிலையம். SUMMER எங்களுடன் பயணித்து, விமான நிலையம் வந்து வழியனுப்ப இருப்பதாக சொல்லி, MAGNETIC LEVITATION (காந்த இலகுமம் -மிதவை) என்பதன் சுருக்கமாக MAGLEV என்ற பெயர் வைத்திருப்பதாக சொல்ல, அதன் பொருள் அறிந்தவனாக, மகனுக்கும், மனைவிக்கும் விளக்க முற்பட, எனக்குள் உறங்கிக் கிடந்த பொறியாளன் சிலிர்த்தான். லான்யாங்க் நிலையத்தில் இருந்து, 31கி மீ தொலைவில் இருக்கும் புடாங் விமான நிலையத்தை, உச்ச வேகம் 431km/Hour -ஐ தொட்டுத் தணியும் 8 நிமிடங்களில் அடைந்து விடுகிறோம். பிரயாணம் செய்யும் எட்டு நிமிடங்களும், வேகத்தின் உச்சத்தை எட்டும் நிமிடங்கள். இரு புறமும், காணும் காட்சிகள் எல்லாம், ஏறத்தாழ எழுபது டிகிரி சரிந்து தெரிய, ஒரு மின்னற் பயணம். ரயில் சக்கரத்திற்கும் இருப்புப்பாதைக்கும் சில அங்குல இடைவெளியில், மின்காந்த புலத்தால் இயக்கப்படும் உயர் தொழில் நுட்பத்தின் வினைத் திட்பம். 'ஷாங்காய் MAGLEV பயணமின்றி, சீனப்பயணம் முழுமையுறாது' என தனது சிறு கண்களை சிமிட்டியவாறு SUMMER, எங்கள் உடைமைகளை கீழிறக்க... வெளியே விமான நிலையம் வரவேற்றது.

TO HONG KONG....

அரை கிலோ மீட்டர் நடந்து, SUMMER -திடம் நன்றி சொல்லி, சீக்கிரமே சீனா வியக்கும் பயண ஒருங்கிணைப்பாளராக வளர,

வாழ்த்தி விடைபெற்றோம்.விமான நிலைய சம்பிரதாயங்கள் முடித்து, விமானப் பயணத்திற்கு காத்திருக்கும் வேளையில், 'ஹாங் காங்கில் கன மழை! விமானங்கள் தாமதமாக கிளம்பும். நேரம் பின்னர் தெரிவிக்கப்படும் - சிரமத்திற்கு வருந்துகிறோம்' இரண்டரைமணி நேர பயணத்தில் ஹாங்காங்- சீனாவின் பிரத்தியேக சிறப்பு பகுதி-கன மழையில் நனைந்து கொண்டு...

காத்திருந்தோம், உலகின் மிகப் பரபரப்பான விமான நிலையங்களில் ஒன்றான ஷாங்காய் விமான நிலைய காத்திருப்பு இருக்கைகளில்... மெலிதான இசையும், சுகமான குளிரும். கண்களை சுழற்ற...

'அப்பா... ஹாங்- காங்-ல தானே ஜாக்கி சான் இருக்காரு... ப்ளீஸ்... ப்ளீஸ்... கூட்டிகிட்டு போங்கப்பா!!'

விமானம் KA 877 & Departure time & 16.10 Hrs அறிவிப்பு ஒலித்தது

மழைக்கோட்டு அணிந்து, contonese ஆங்கிலத்தில் 'ஹாய்... வெல்கம் டு ஹாங்-காங்' என எங்களை வரவேற்கும் ஜாக்கி சான் எனது மனசுக்குள்.

மெல்லச் சிறகசைத்து....

9

‘ஷ்சேஷமெ ... நியெஷம்மெ ...’ (xianshengmen...Nushìmen,)

சீன மொழியில் அறிவிப்பு . மரியாதைக்குரிய ஆடவரையும், மகளிரையும் அன்புடன் விளித்து தகவல்கள் கொடுத்து முடித்து, KA 877 & DRAGON AIR விமானம் வேகம் கூட்டி, ஓடுபாதையில் விரைந்து, வானில் எழும்பியது. எங்கள் மூவரைத் தவிர, சுற்றிலும் இந்திய முகங்கள் ஏதும் இல்லாத பயணம். ஒரு வார சீன அனுபவம் அவர்களை அன்னியமாக உணரச் செய்யாமல், அன்னியோன்னியமாக (!?) உணரச் செய்திருந்தது.

பென்சிலைப் போன்ற பெண் சிலைகள் (நன்றி கவிஞர் மதன்கார்க்கி) விமான பணிகளில் தங்களை கரைத்துக்கொண்டும், உதடுகளில் அவ்வப்போது ஆயத்தப் புன்னகை பெருக்கிக் கொண்டும் இருந்தனர். பிற பயணிகள் தமது இருக்கைகளை, சற்று வசதிப்படுத்திக் கொண்டு சுகப் பிரயாணத்திற்கு தம்மை தயார் செய்து கொண்டிருக்க, பக்கவாட்டு இருக்கைகளில் அமர்ந்திருந்த சீனக் குடும்பம், கைகளில் புத்தகத்தில் ஆழ்ந்திருந்தது. அம்மா, பதின் வயது மகன், மகள் - மூவரும் ஆங்கில, சீனப் புத்தகங்களில் மூழ்கித் திளைத்துக் கொண்டிருந்தனர். நெடுநேரமாய் தொடர்கிற வாசிப்பு போன்ற ஆழ்ந்த பாவத்துடன் தொடரும் வாசிப்பு எனக்கு ஆனந்தத்தையும், ஆச்சரியமும் அளித்தது. ஐரோப்பியர்களிடம் இந்த வாசிப்பு சுவை கண்டு வியந்திருக்கிறேன். ஆசிய மக்களிடம் வாசிப்புப் பழக்கம் சற்றே குறைவென்பது எனது அவதானம். அந்தக் குடும்பத்தின் எவர் கையிலும் அலைபேசி இல்லை... காணொளி விளையாட்டு சாதனமில்லை... காணப்படும் புத்தகம் கல்லூரி/ பள்ளிப் படிப்பின் பாற்பட்டது இல்லை. இரண்டரை மணி நேரம்... உணவு நேரம் தவிர்த்து,

மொத்த பயணத்திலும், புத்தக வாசிப்பில் லயித்திருந்த மொத்தக் குடும்பம் கொடுத்த வியப்பிலும், மன மகிழ்விலும், அவர்களை பார்த்துக் கொண்டே வந்ததில், எனது வாசிப்பு இடையிடையே தடைபட்டு எஸ்.ராமகிருஷ்ணனின் ‘சிறிது வெளிச்சம்’ காத்திருந்தது. இடப்பக்கம் திரும்பிப் பார்த்தேன். சகதர்மினி உறக்கத்தின் வாசலில்... தர்ம புத்திரன் கைபேசி காணொளி பதிவில் இருந்த பார் போற்றும் பாடல் ‘டங்கா மாரி ... ஊதாரி... ’ செவிகளில் பிரத்தியேகமாக அலறிக்கொண்டிருக்க என்னைத் திரும்பிப் பார்த்தான். சைகையில் புத்தகம் வாசிக்கும் குடும்பத்தைக் காட்டி, பெருமூச்செரிந்தேன். மகன் இந்தப் பாடலை அவர்கள் பார்க்கட்டும்... அதற்கு அப்புறம் பார்க்கலாம்...என மறு சைகை செய்தான். போனால் போகிறது... சீன தேசம் ‘டங்கா மாரி ... ஊதாரி... ’ சுவை உணராமல் பிழைத்துப் போகட்டும்... என நான் சொல்ல,

‘ஆடப் போறா மங்காத்தா...

தொரத்தீனு வருது எங்காத்தா...’

தனது இசை அனுபவத்தை தொடர்ந்தான்.

HONG KONG

மாலை 6.45. ஹாங் காங் விமான நிலையம்.

இந்திய தேசத்தினருக்கு பதினைந்து நாட்கள் இலவச நுழைவுரிமை கொடுத்து பெருமைப் படுத்தும் ஹாங் காங் குடியேற்ற (EMIGRATION) வாயில் சம்பிரதாயங்களை முடித்து வெளியேற்ற வாயில் அடைந்த போது, மணி முன்னிரவு 7.20. ஹாங் காங் மாநகர சுற்றுலாத்துறை, சுற்றி சுற்றி எங்களையும் மற்ற வெளிநாட்டு பிரயாணிகளையும் வரவேற்று, பரிசுப் பொருட்களை கொடுத்து, சுற்றுலாத் தலங்கள் குறித்த விவரங்கள்

வழங்க, விடுபட்டு வெளியே வந்து, அரை கி.மீ நடந்து காத்திருப்பிடம் அடைந்தோம். விமானம் சற்று தாமதமான காரணத்தால், அங்கிருந்த விசாலமான அறிவிப்புப் பலகையின், ஒரு மூலையில் , காகிதத்தில், எழுதி ஒட்டி வைதிருக்கப்பட்டிருந்தது "Mr.Sasikumar Sankara... Welcome to Hong Kong. PLEASE WAIT HERE... WILL COME SOON.&Cyndrella & Travel Coordinator'' என்னை , எங்களை காத்திருக்கச் சொல்லும் சின்ட்ரெல்லா... வெள்ளுடை சீன தேவதையாக, பாரதிராஜா உபயத்தில் மனசுக்குள்... மலர்ந்து சிரித்த நொடியில், "Good evening... Welcome to Honkong Sir.. Madam... ‘‘பழுப்பு வண்ண, கோட்டும் , சம்பந்தமேயில்லாத மஞ்சள் வண்ணத்தில் முழங்கால் சட்டையும் அணிந்து தட்டை மூக்குடன், எங்களை வரவேற்று, கனவைக் கலைத்த ஹாங் காங் சின்ட்ரெல்லா. ஆடைகளிலும், குலுக்கிய கைகளிலும், பேனா - மை தீற்றல்களுடன், அடிக்கொரு முறை தும்மி, டிஷ்யு பேப்பரால் நாசியை அழுந்ந்...தத் துடைத்துக்கொள்ளும் சின்ட்ரெல்லா. விமான நிலையத்திலிருந்து, தங்குமிடம் கவ்லூன் &KAWLOON METROPARK HOTEL செல்ல பிரத்தியேகப் பேருந்து இன்னும் சில நிமிடங்களில் வந்துவிடுமென்று சொல்லி எங்களை இருக்கைகளில் அமரச் சொல்லி,’’ I will come in just two minutes'' சென்ற சின்ட்ரெல்லா..

‘‘...அயிக்கு மூட்ட மீனாட்சி... மூஞ்ச கயிவி நாளாச்சி...’

- என, எனது எண்ண ஓட்டமும், ஏமாற்றமும் பிடிபட்டு மனைவி சிரிக்க, பேருந்து வந்ததாக தகவல் வந்தது.

இரவு நேர ஹாங் காங் வண்ண வண்ண விளக்கொளியில், மழையில் நனைந்த அழகில் மின்னிக்கொண்டு மென்குளிர் காற்று வீசி சுகமாக தலைமுடி கலைத்தது.

வருடத்துக்கு ஓரிரண்டு முறை அலுவல் விஷயமாக வெளிநாடுகள் சென்று வரும், அடுத்த வீட்டு மகாராஷ்டிர நண்பர் சன்சாரே -வின் ஆலோசனைப்படி சீனப்பயணத்தின் பகுதியாக, ஹாங் காங்-கும் சேர்ந்து கொண்டது. ஹாங்காங் நகரை கண்டு களிக்க இரண்டே, நாட்கள்... ஒரு நாள் நகர் சுற்றுலா மட்டுமே எங்கள் பயண ஏற்பாட்டில் இருந்தது. 200 ஆண்டுகள் பிரிட்டிஷ் காலனியாக இருந்த ஹாங் காங், கடந்த 1997-ம் ஆண்டு சீனாவுக்குத் திரும்பத் தரப்பட்டது. கடல் நீரில் கரைத்த பெருங்காயமாக ஹாங்காங், சீனாவின், பொருளாதார விஸ்தீரணத்தில் காணாமல் போய் விடக்கூடாது என வருந்திய ஹாங் காங் ஆட்சியாளர்கள், முயற்சியெடுத்து இன்று வரை ஹாங் காங் -ஐ கட்டிக் காத்து வருகிறார்கள். பிரத்தியேகமான நிர்வாகம், பொருளாதார விதிமுறைகள், செலாவணி, குடியேற்ற முறைமைகள் என தொடர்கிறது ஹாங் காங், உலகின் பொருளாதார நிலைத்தன்மை கொண்ட முக்கிய நாடுகளில் ஒன்று. தெற்கு சீனக்கடலால் சூழப் பட்ட ஹாங் காங் தீவும், கவ்லூன் தீபகற்பமும் கடந்த ஒரு நூற்றாண்டில் அடைந்திருக்கும் வளர்ச்சி அதீதம். சின்ட்ரெல்லா, நாங்கள் தங்க வேண்டிய இடம் அடைந்து விட்டதாக குரல் கொடுக்க, அத்தனை பெரிய பேருந்தில் பயணித்த மொத்த ஆறு பயணிகளில், நாங்கள் மூவரும் இறங்கிக்கொள்ள, பேருந்தும், சின்ட்ரெல்லாவும், மற்ற இரண்டு ஐரோப்பிய பயணிகளும் விடை பெற்றனர்.

தங்குமிடம் அடைந்து, ஐந்தாம் தள அறை சென்று, புத்துணர்வு ஏற்றி, இருபது நிமிடங்களில், கீழிறங்கி நகர வீதியில் நடக்கத் தொடங்கினோம். சின்னச் சின்ன விளம்பர சுவரொட்டிகளில் ஹாங் காங்-கில் வீடு மனைகள் வாங்க, அழைத்துக் கொண்டிருந்தன.இரவு பத்து மணி. மூடிய கடைகள்,அடங்கிய நகரத் தெருக்கள். குறைந்து போன வாகன போக்குவரத்து. நாங்கள் தங்குமிடத்தை ஒட்டிய, ஒரு சிற்றுணவகம் பதினோரு மணி வரை மட்டுமே திறந்திருக்கப்படும் என

வண்ண எழுத்துக்களால் அறிவித்திருக்க, உள்ளே நுழைந்தோம். எழுபது வயது தாண்டி முதிர்ந்த சீனத் தம்பதியினர் உணவு பரிமாற, சற்றேறக் குறைய இந்திய மணத்துடன் சீன இரவு உணவு உண்டோம்.

வரவேற்பு மேசையில் எங்களுக்கான தகவல்.'வணக்கம். நாளைக் காலை 9.30 மணிக்கு வரவேற்பறையில் ஹாங் காங் நகர் சுற்றுலா செல்ல தயாராக இருக்கவும்' - FREEDOM Travels. உறையில் இட்டு தரப்பட்ட ஆங்கிலத் தகவல்.

காலைக் கண்விழித்த போது, ஹாங் காங்-கில் மழை தீவிரமாக பெய்து கொண்டு இருந்தது.மழைக்கோட்டு அணிந்து கொண்டு அன்றாட அலுவல்களில் அவசரம், அவசரமாக மக்கள் இயங்கிக் கொண்டிருந்தனர். குளித்துக்,கிளம்பி, நட்சத்திர விடுதியின் கீழ்த் தளத்தில், காலை உணவு நிறைவுறும் முன்பே... ஏறக்குறைய சிறு வயது தலாய் லாமா ஜாடையில், ஜாக்கி சான் உச்சரிப்பில்," Is this your name ?" அவர் கையில் இருந்த "TABLET& Android" திரையில் எனது பெயர்.

"Yes... it is me... pick - up time is 9.30... right?'' நான் கேட்க,

" Yes... you are right. But, it is raining now... better to start a bit early!''

விரைந்து நாங்கள் வாகனம் ஏற, உள்ளே முன்னிருக்கைகளில் மூன்று தென்னிந்திய முகங்கள். பின்னிருக்கைகளில் ஆறு பேர்கள் கொண்ட வடக்கிந்திய குடும்பம். ஹாங் காங் நகர அறிமுகத்தை 'ஜான்' என்று தன்னை அறிமுகப்படுத்திக் கொண்ட GUIDE தனது CONTONESE உச்சரிப்பில் தொடங்கினார். ப்ரூஸ் லீ வசித்த இடம், படித்த பள்ளி, ஜாக்கி சான் வசிக்கும் இடம், அவர் படங்களில் இடம்பெற்ற இடங்கள் என கொட்டும் மழையின் நடுவே அவர் தல புராணம் தொடர்ந்தது. வேனின் ஜன்னல் கண்ணாடிகளில் வழிந்த மழைநீரின் ஊடே நெளிசல்

காட்சிகளாய் தெரிந்த இடங்களைப் பார்த்து சுவாரஸ்யம் கூட்ட முனைந்து தோற்றோம். முன்னிருக்கையில் இருந்த தென்னிந்தியக் குடும்பத்துடன், அறிமுகம் செய்ய முற்பட்ட அதே வேளை, அவர் ‘ கேரளா பாலக்காட்டைச் சேர்ந்த ஸ்ரீராம் ’ என ஆங்கிலத்தில் அறிமுகமாக, நான் எனது பதினைந்து வருடத்து மலையாள பாண்டித்யம் காண்பிக்க கிட்டிய வாய்ப்பில் , மகிழ்ந்து, நாயரை எனது நேயராக்க முனைந்தேன்., ‘ஞங்கள் தமிழ் நாடானு... பின்னே... பத்து கொல்லமாயிட்டு துபாயிலானு தாமஸம்...’ என ஆரம்பிக்க, ‘இல்லை... இல்லை... நாங்கள் வீட்டில் தமிழ் தான் பேசுவோம்’ என ஸ்ரீராம் அவசரமாக தமிழில் சொன்னர். சோட்டானிக்கரை பகவதியம்மன் மலையாளத்தை என்னிடமிருந்து ரட்சித்து காத்தருளியதாக, என் மனைவியும், மகனும் அபிநயம் செய்து வணங்கினர்.

பாலக்காட்டுத் தமிழ்த் தம்பதியினர் ஸ்ரீராமும், வாணியும் அவர்கள் பத்து வயது மகளும், எங்களுடன் உரையாடலில் கலந்து கொள்ள, ஆபரணத் தொழிற்கூடம் அடைந்தோம்.

10

ஆபரணத் தொழிற்கூடத்தில், ஒரு மணி நேரம். அங்கும் இங்கும், சிறு மேசைகளில் நுண்ணிய தொழில் நுட்பக்கருவிகளை கைக்கொண்டு அழகிய ஆபரண வேலைப்பாடுகள் செய்துகொண்டிருந்த பெண்களின் விரல்களின் லாவகம் சுவாரஸ்யமாக இருந்தது. பிறந்த மாதம், தேதி, சார்ந்து ஒவ்வொருவருக்கும் ராசி பார்த்து, தோதான கற்கள் பதித்த தங்க ஆபரணத்தை பரிந்துரைத்து, கழுத்திலோ, விரலிலோ கட்டி விட முயலும் தொழில் முனைவோர் குழு எங்கள் ஜனன தகவல்களை அன்புடன் சேகரம் செய்தது.

'உங்கள் மனைவியின் ராசி DRAGON- வெகு சிறப்பானது DRAGON ராசி கொண்டவர்கள் நாடாளும் திறன் கொண்டவர்கள், அவர்கள் பச்சை மரகதம் பதித்த தங்க மாலை அணிந்தால்...' என என்னிடம் மெல்ல ஆங்கிலத்தில் ஆரம்பித்த ராசிக்கல் விற்பன்னனிடம், பெண்கள் வீடாள்வது குறித்தும், நாடாள்வது குறித்தும் மெத்த மகிழ்ச்சி என்றேன். உண்மை தான் ! என்று ஆமோதித்து மகிழ்ந்தான். மேலும்,''மார்ச் மாதம் பிறந்தவர்கள் எல்லோரும் நாடாள்வது சாத்தியமெனில் , ஐ.நா. அறிக்கையின் படி இருக்கும் 195 நாடுகள் போதாதே ... தற்போதைக்கு, உடனடியாக புது நாடு உதயமாகும் சாத்தியமும் இல்லாமலாகி விட்டது'' என்ற என்னிடம் ஏதும் பேசாமல் கைக்கடிகாரத்தைப் பார்த்தவாறே வேறு வாடிக்கையாளரை அணுகினான். அவன் என்னை, பத்தரை மணிக்கு வந்த ஏழரை என மனசுக்குள் வசவு சொல்லி வைது இருக்கக்கூடும். இதைக்கேட்டு, நண்பர் ஸ்ரீராம், சிரித்துக் கொண்டே என் தோளைத் தட்டினார். பகுத்தறிவு வாதம் அவரது பர்ஸையும் காப்பாற்றிய மகிழ்ச்சியாக இருக்கலாம்.

கடும் மழையும், கவின்மிகு நகரும்

அதிக மழை காரணமாக, வெளிப்புறக் காட்சிகளை தவிர்த்து உள்ளரங்க காட்சிகளில் கவனம் செலுத்துதல் நலம் என GUIDE &JOHN ஒலிபெருக்கியில் சொல்ல, அடுத்து ICC (International Commerce building) ஹாங் காங் -கின் ஆக உயரமான கட்டிடம் - 484 மீ. வரிசையில் நின்று, துரித மின்தூக்கியில் காதடைக்க மேல் தளம் அடைந்து, நாற்புறமும் கண்ணாடி பதித்த சுவர் வழியே, ஹாங் காங் நகர் பார்த்தோம். மழையின் ஈரத்தில் பசுமையுடன், சுற்றிலும், நீலக் கடல் சூழ, பரபரப்பான துறைமுகம் தொலைவில் தெரிய, மரங்கள் அடர்ந்த குன்றுகளுடனும், மலைகளுடனும்... அழகு... அழகு... அழகு. ஆங்கிலேயன் ஆற, அமர... இருந்து அனுபவித்ததற்கான காரணம் எளிதாக விளங்கியது. கடல், மலை, விளை நிலம், அடர்ந்த வனம் - நால் வகை நிலமும், வானுயர்ந்த சோலைகளும், கட்டிடங்களும், நிறைந்த அழகிய சிறு தீவு... 30 ஜூன் 1997 அன்று, திருப்பிக் கொடுக்க மனமில்லாமல், பிரிட்டன் ஒப்பந்தப்படி சீனாவிடம் விசும்பிக் கொண்டே கொடுத்து சென்றிருக்க வேண்டும். மழை சற்றே எங்களின் சுற்றுலா சுகத்தை பாதித்தது என்றாலும் கூட, மழையில் நனைந்த மாநகர் அதீத அழகில் மின்னியது... என்றென்றும் எங்களின் நினைவுகளில் நின்று நிலைக்கப்போகும் , மழையில் நனைந்த, மழை மணம் கமழ்கிற , வெயில் இல்லாத, மேககூட்டம் நகர்கிற அழகு ஹாங் காங். அடுத்த இடம் - விக்டோரியா சிகரம் அங்கிருக்கும் MADAME TUSSAUDS மெழுகுச் சிலை அருங்காட்சியகம்.

MADAME TUSSAUDS

பத்து நிமிட TRAM பயணம். இருபுறமும் செங்குத்தான கட்டிடம் தோற்றப் பிழையில் சரிந்து தெரிய, விக்டோரியா சிகரத்தை நோக்கி சரிவான மலைப்பாதையில், இருப்புப்பாதையில், ரயில்

வண்டியையொத்த TRAMªÀ இனிதான பத்து நிமிடப் பயணம். மழைத்தூறலின் ஊடே, மெழுகுச் சிலை அருங்காட்சியகம் அடைந்து, ஒன்றரை மணி நேரம் மெழுகுச் சிலைகளாய் சமைந்திருக்கும் பிரபலங்கள், பேராளுமைகள், அரசியல் தலைவர்கள், விஞ்ஞானிகள், திரைக்கலைஞர்கள் ... அனைவருடனும். வருடம் முழுதும் குளிர்ந்த தட்ப வெப்பத்தில் இருக்கும் மலை உச்சியில் உருகாமல், உயிர்த்திருக்கும் சிலைகள். MADAME TUSSAUDS - உலகில் அமெரிக்கா, ஐரோப்பா,ஆசியா,ஆஸ்திரேலிய கண்டங்களில் 24 இடங்களில் நிறுவப்பட்டு இருக்கும் அருங்காட்சியகங்கள். உண்மை உருவில், காந்தியடிகளும், மாவோவும்,மைக்கேல் ஜாக்சனும்,ஷேக்ஸ்பியரும், ஜாக்கி சானும்,ப்ரூஸ் லீயும்,பிராட் பிட்டும், ஏஞ்சலினாவும்,... அருகிருந்து மாய்ந்து, மாய்ந்து , மகிழ்ந்து நிழற்படம் எடுத்து இன்புறும் பல தேசத்து மக்கள் கூட்டம். பாலக்காட்டு பயண நண்பர் ஸ்ரீராம் மற்றும் குடும்பத்துடன், நாங்களும் குழந்தையாய் மாறி குதூகலித்த தருணங்களை நிழற்படங்களாக பதிந்து கொண்டு வெளியே வந்தோம்.

ஹாங் காங் -கின் மண்ணின் மைந்தன் திருவாளர் ஜாக்கி சான்- உடன் நின்று எடுத்துக்கொள்ளும் நிழற்படத்துக்கு மட்டும் சிறப்புக் கட்டணம் செலுத்த வேண்டும். செலுத்தி எடுத்துக்கொண்டோம்.

‘அப்பா... ஜாக்கி சான் வீடு எங்க இருக்குன்னு மட்டும் கேளுங்க...நாம அவரை நேர்ல போய் பாத்துட்டு வரலாம்...’ - மகன் அரவிந்த் பாரதி -அவர்களின் அறச்சீற்றம் எனக்கு புரிந்தது. நமது பிள்ளைகளின் ஆசைகள், கனவுகள் நியாயமானவைகள்... நிறைவேற்ற நமக்குத்தான் திராணியில்லை..

அபர்தீன் மீனவ கிராமம்

சுற்றுச் சூழல் பிரச்சனை காரணமாக, இன்னும் சிலவருடங்களில்

இல்லாமல் போகவிருக்கும், அபர்தீன் மீனவ கிராமத்தை அடைந்திருக்கிறோம் என எங்கள் GUIDE அறிமுகப்படுத்தினார். நீர் நிலையின் மேல் படகுக்கூட்டம்... மிதக்கும் பெரும் உணவகம். ஹாங் காங்-கின் பாரம்பரியம் மிக்க புராதான மீனவ கிராமம். ப்ரூஸ் லீ மற்றும் ஜாக்கி சானின் பல படங்களில் வந்திருக்கும் இடம் சுற்றுச் சூழலால் மாசு பட்டு இன்று தனது கடந்த கால அழகை எண்ணிக்கொண்டும் ,இறுதி வருடங்களை எண்ணிக்கொண்டும் , சினச் சின்ன அலையடித்துக் கொண்டு இருந்தது. ஒரு சீன மூதாட்டி செலுத்திய படகில் இரு குடும்பங்களும், 45நிமிட பயணம் சென்றோம்.''

இவாளெல்லாம் எவ்வளவு கஷ்டப்பட்டு அந்த காலங்களில் வாழ்ந்திருப்பா... ஹாங் காங் இத்தனை வளர எத்தனை சிரமப்பட்டிருப்பா... கவர்மெண்ட்டு இடத்தை சுத்தம் செய்து கொடுக்கப்டாதோடீ வாணி ...' என நண்பர் ஸ்ரீராம் அந்த படகோட்டும் பாட்டியை பார்த்தவாறே, தனது மனைவியிடம் கேட்டார்.

. 'இல்லியா பின்னே? செய்யணுமே... கவர்மெண்ட்டு ஏதானும் செய்யணுமே...' என அவரின் மனைவியும் ஆமோதித்து, 'அந்த பாட்டியோட நிக்கிறேன்... ஒரு போட்டோ எடுங்கோளேன்...'

'பாத்துடீ ... படகு ஆடறது... விழுந்திரப் போறே ...வேண்டாத வேலை ' என்றவாறே பாட்டியருகே நின்ற மனைவியை பத்திரமாக நிழற்படம் எடுத்தார்.

அவர்களின் பேச்சையும்,பாலக்காட்டு மலையாளம் நனைந்த குளிர் தமிழையும், நாங்கள் செவிமேடுத்து மைக்கேல் மதன 'காமேஸ்வரன்' நினைவில் மகிழ்ந்து கொண்டிருந்த அதே வேளையில், அந்த படகோட்டும் பாட்டி முகத்தில் எந்த சலனமும் இன்றி, தனது நீண்ட, நெடிய அனுபவத்தில் தொடரும் மற்றுமொரு நாளாக, படகை செலுத்திக்கொண்டிருந்தது தனி நாவலுக்கான அடர்த்தியான விஷயம்.

பயணம் முடித்து, வாகனம் ஏறி, செல்லும் வழியில் ஆழமான கடற்பகுதியான -REPULSE BAY (பின் தள்ளும் வளைகுடா) கண்டு, தங்குமிடம் திரும்பினோம். பாலக்காட்டு நண்பரிடம் நன்றி சொல்லி, பரஸ்பரம் மின்னஞ்சல், முகநூல் விலாசம் பரிமாறி, பயண வழிகாட்டி ஜானுக்கு நன்றி சொல்லி, இருப்பிடம் அடைந்த போது மணி மாலை 4.30. பெரும் பசி, அயர்ச்சி... சேர்ந்து சோர்வில் தள்ள, முந்தைய நாள் இரவு சென்ற அதே, உணவகம் அடைந்து ... உணவு சொல்லி காத்திருந்தோம். ஆறி, அலர்ந்து, விறைத்த, சோறும், குவளைகளில் சோயா சாஸ் மணத்துடன் கோழிக்குழம்பைப் போன்ற சமாச்சாரமும் மேசைக்கு வந்தன.

'அரவிந்த்... சாப்பிடு...'

உணவூட்டுக் கரண்டிகளை கையில் எடுத்து சோற்றில், குழம்பைக் கலந்தவாறே...கேட்டான்.

'அம்மா...நாளைக்கு ராத்திரி வீட்டுக்கு போய் சேர்ந்துருவோம் இல்ல?'

'ம்ம்...ராத்திரி ஒன்பது மணிக்கு..துபாய்...போயிருவோம்...ஏன்கேக்கிற?'

'ஒண்ணும் இல்லை... நைட்டு வீட்டுக்கு போன உடனே சாம்பாரும், உருளைக்கிழங்கு பொரியலும், கொத்தமல்லி துவையலும்... செஞ்சு குடுப்பியா?..'

மகனின் ஆசையும்... ஆசையின் காரணமும்... அம்மாவுக்குப் புரிந்தது. உணவு மேலும் ஆறிக் கொண்டிருந்தது.

'சரிப்பா... சாப்பிடு..'

வெளியே ஹாங் காங் நகரத் தெருக்கள் மழைத் தூறலுடன்...

மந்தமாக தனது மாலை வேளையை ஆரம்பித்திருந்தது.

11

'அங்கே என்னத்துக்கு போறீங்க?' பின்னால் மனைவியின் குரல்...

'ஒரே... ஒரு நிமிடம்... இப்ப வந்துருவேன்...'

புகை மணத்துடன், விசாலமான பெரிய அறை, சிவப்பு உடையில், நீல மங்கலான விளக்கொளியில், மஞ்சள் குறையாடை அழகிகள் கைகளில் தட்டுக்களில், வண்ண வண்ண திரவம் மின்னும் கண்ணாடிக் கோப்பைகள் ஏந்தி அங்குமிங்கும் உலவிக்கொண்டிருந்தனர். சீன பாரம்பரிய இசை தளமெங்கும் ஒலித்துக் கொண்டிருக்க, கனவான்களும், சில கண்ணிய ஸ்த்ரீகளும் விரலிடுக்கில் புகை கசிகிற, சிகரெட்களுடனும், சிணுங்குகிற கண்ணாடிக் குவளை திரவத்துடனும், மேசையில் காத்திருக்கும் இறைச்சித் துண்டுகளுடனும், மாலை நேரத்து மயக்கம் காண, ஆயத்தமாகி இருக்கும் HOTEL BAR.

"YES SIR... Welcome... please be seated..." என்னை சிநேகத்துடன் வரவேற்கிற பாசக்கார சீனக் காவல் நண்பன். நட்பின் அழைப்பை புன்னகையுடன் மறுதலித்து, வெளியே வந்தேன்.

மாலை நேரமும், மயங்கிய காலமும், மழைக்கால, மதுர இசையில் மனம் கிறங்கும் சூழலும்... விட்டு விலகி வெளியே வந்து, மனைவி மகனுடன் இணைந்து, மகளிர் அங்காடித் தெரு (LADY BAZAAR) காண நடந்தேன்.

'அதுக்குள்ள அங்கே போய் என்ன பார்வை?'
'ம்ம்ம்...'
'வாங்க... வர, வர...ரொம்ப கூடித் தான் போச்சு...'
'சும்மா ஜஸ்ட் போய் பார்த்தேன்... ஜஸ்ட் லைக் தட்!'

'ம்ம்.... வாங்க...'

திரும்பி பார்த்தேன். கொடுத்து வைத்த ஒரு மூவர் அணி கண்ணாடிக் கதவு திறந்து உள்ளே நுழைந்து கொண்டிருந்தது.

நடையை வேகப்படுத்தினேன்...

சீ...ச் சீ... WINE புளிக்கும்... குடியும், 'குடி' மக்களும் நாசமாய் போகட்டும். எனக்குள் இருந்து P. S. வீரப்பா குரல் கொடுத்தார்.

21ST CENTURY FOX & The longest ride & ஆங்கிலத்திரைப்பட பதாகை மின் விளக்குகளுடன் எங்கள் எதிரே மின்னிக்கொண்டிருந்தது.

LADY BAZAAR

நடை மேடை அங்காடித்தெரு

ஹாங் காங்-கில் நாங்கள் தங்கியிருந்த விடுதியருகே டெம்பிள் ஸ்கொயர் (TEMPLE SQUARE) பகுதியில், உடைகள், காலணிகள், கைப்பைகள், விளையாட்டுப் பொருட்கள்... மற்றும் பற்பல பொருட்கள் விரிந்திருந்த கடைகள்... கொள்வார் கூட்டம் ஏகமாய் நெரிசலில் அங்குலம், அங்குலமாக நகர்ந்தது. கையில் மழை எதிர்நோக்கி கொண்டு வந்திருந்த குடைகளுடன், நாங்கள் எங்கள் சீன தேச சுற்றுலாவின் கடைசி மாலைப்பொழுதை ஒரு மென்சோகம் சூழ கழித்துக் கொண்டிருந்தோம். மழை ஈரமும், மண்ணின் ஈரமும், மனசின் ஈரத்துடன் இணைந்துகொள்ள, (TUNG CHOI street) லேடீஸ் மார்கெட் பகுதி இனிதினும் இனிதாக இயங்கிக்கொண்டிருந்தது. சற்றே சென்னை, மும்பை நகர சந்தடியை நினைவூட்டக்கூடிய சூழல். மெல்ல நகரும், வாகனங்கள் நிறைந்த பிரதான சாலைகள், அதை ஒட்டிய நடைபாதைக் கடைகள். மின்னணு சாதனங்கள், வீட்டு உபயோகப் பொருட்கள், உணவுப்பொருட்கள் விற்கும் பேரங்காடிகள், சாரி

சாரியாக நகரும் மக்கள் கூட்டம், அவ்வப்போது, சாலையோர மரக்கிளை அசைவுகளில் இருந்து வீழும் தேங்கிய மழை நீர்த் துளித்துளியாய் தலையிலும், உடையிலும் தெளித்து நனைத்து பரவசமூட்ட, காலாற நெடுந்தூரம் நடந்த அழகு மாலைபொழுது.

வகை வகையான வஸ்துக்கள் எண்ணையில் பொரித்து எடுக்கப்பட்டு கடைகளில் வினோத மணம் கமழ்ந்து கொண்டிருந்தது. பல்வேறு உயிரினங்களின் பாகங்கள் வண்ண வண்ண முறுகல்களாக மணம் வீசி மழை நாளின் மாலைக்காற்றை சுவாரஸ்ய நினைவாய் எங்களுக்குள் பதிந்து கொண்டிருந்தன.

ருசித்துப் பார்க்க மனது விழைந்தாலும், நாளைப் பயணம் குறித்த நினைவும், உணவு செரிக்காமல், உந்தி கலக்காமல், உடுக்கை நெகிழாமல், ஊறேதும் விளையாமல்... ஊர் போய் சேர வேண்டிய உணர்வு மேலிட ரசித்துக் கொண்டே நடந்தோம்.

பெரிய அளவில் உபாதையில்லா உருளைகிழங்கு Finger chips மற்றும் சிக்கன் துண்டுகள் விரவி சோயா, தக்காளி, பூண்டு சாஸ் கலக்கி சுடச் சுட கிடைத்த சமாசாரத்தை கவனமாக ருசித்தோம்.

நம்மூர் குல்பி ஐஸ் போல் தெருமுனை கடைகளில் கிடைத்த, பனிக்கூழ்மம் ஆளுக்கொன்று வாங்கி சுவைத்து மெல்ல நடை போட்டோம். உலகின் அழகியதோர், வளமான நகரின் மையப்பகுதியின் கடைவீதியில் மூன்று மணி நேரம் நடந்து, கையில் இருந்த ஹாங் காங் வழித்தட வரைபடம் பார்த்து, மூன்று பேரிடம் வழி கேட்டு, Nathan road, Argyle street, Water loo road... கடந்து மெட்ரோ பார்க் ஹோட்டல் அடைந்த நேரம் இரவு 9.40.

நாளைக்காலை 1.00மணிக்கு விமானநிலையம் அழைத்துச் செல்லவாகனம் வரவிருப்பதாக தகவல் அறிவிப்புக்கடிதமாக அறை நுழைவு வாயிலில்...

கடமைக்கு இரவு உணவு முடித்து, கட்டிலில் சாய அசதி கண்களை சுழற்றியது.

காலை.

விடுதி உணவகத்தில், காலை சிற்றுண்டி முடித்து, அறை திரும்பி, உடைகளையும், உடைமைகளையும் சேகரித்து, பெட்டிகளில் அடைத்து, பயண ஆயத்தம் செய்யத் தொடங்கிய போது, ஒரு வித வெறுமை.

எந்தப் பயணத்திலும், எந்த ஊர் சுற்றலிலும், வார இறுதி முடிந்த கணத்திலும் ... உணரமுடிகிற வெறுமை. கோடை விடுமுறை கழிந்து நாளைக்காலை பள்ளி திரும்ப வேண்டிய நேரம் நெருங்க மெல்ல கலக்கம் கொள்கிற, மென் சோகம் கவிந்து அமைதி சூழ்கிற வெறுமை. சீன தேசத்தில் இருந்து விடைபெறும் தருணம்.

தயாரானோம்.

1.00 மணி மதியம் விமானநிலையம் நோக்கிய பயணம்.

4.30 மணிக்கு, CATHAY PACIFIC CX 731-விமானத்தில், வாழ்விடம் அமீரகம் துபாய் நோக்கி பயணம்.

விமானநிலைய நுழைவில், ஹாங் காங் சுற்றுலாத்துறை புள்ளி விபர சேகரிப்பாளர் பெண்மணி இடை மறித்து, ஹாங் காங் நகரின், சுற்றுலா வசதிகள் மற்றும் சுக போக ஏற்பாடுகள் குறித்து வினவி, வினாப்படிவத்தை நிரப்பிக்கொண்டார். நகரத்தின் சில இடங்களின் தூய்மையை மேலும் செம்மையுரச் செய்யலாம் எனவும், புராதன AB-

ERDEEN மீனவ கிராமம் சீரமைக்கப்பட்டு இன்னும் ஒரு நூற்றாண்டு பிழைத்திருக்க ஆவன செய்யும் படியும் இடை மறித்த, இடை சிறுத்த, சுற்றுலாத் துறை சுந்தரியிடம் பதிவிட்டு, நடந்தோம்.

பாலக்காட்டு நண்பர் ஸ்ரீராம்,' வாணி... பார்த்தியாடீ...நேத்து நான் சொன்னதை இவா நெனைவுல வச்சுண்டிருக்கா...' மனசுக்குள் மனைவியுடன் சிரித்தார். இந்நேரம், சிங்கப்பூர் வழியே கொச்சி பயணித்துக் கொண்டு இருக்கக்கூடும்.

""Sir we are upgrading your 3 tickets to Premium economy'' boarding pass கொடுத்த cathay pacific தேவதை அருள் பாலிக்க, நன்றி சொல்லி, கைப்பைகளுடன் நடந்தோம்.

காத்திருப்பு வாயிலில், மெல்ல துபாய் மணம் கமழ, பிலிப்பினோ paare , க்களும் maare க்களும், சில இந்திய முகங்களும் தட்டுப்பட்டன. 5.00 மணிக்கு விமானம் ஆயத்தமாக, விரைவு வரிசையில் நின்று, விமானம் ஏறினோம். எட்டு மணி நேர பயணம்.

வசதியான premium economy இருக்கைகளில் எங்களைப் பொதிந்து கொண்டு, சிரமம் ஏதுமின்றி, வசதியாக கால் நீட்டி, சீன பெரும் தேசத்துக்கு, சிரம் தாழ்த்தி, இரு கைகளை விரல் மடக்கிப்பற்றி மானசீகமாய் நன்றி கூறினோம். "shesya ... shesya "

""Ladies & gentlemen Thanks for flying with Cathay Pacific... outside temperature is....'' விமான ஒலிபெருக்கியில் ... மெலிதான குரலில்...அறிவிப்பு ஆரம்பமாகி இருந்தது.

12

பின்னுரை

'அது என்னங்க, Europe, Singapore... எல்லாம் விட்டு, சீனாவுக்கு போயிட்டீங்க?' - சந்திக்கும் பெரும்பான்மையான நண்பர்களின் கேள்விக்கு எனது பயணக்கட்டுரையே விடையாக இருந்திருக்கும். எனினும், சில வார்த்தைகள்.

10,000 ஆண்டுகள் கலாச்சார பாரம்பரியமும், 96 லட்சம் கி.மீ பரப்பளவும், 136 கோடி மக்களும் உள்ள சீனப் பெருந்தேசத்தை, வாழ்வில் ஒருமுறையேனும் கண்டு, அந்த மண்ணில் கால் பதித்து, அந்த காற்றை சுவாசித்து, சில நாட்களேனும் வாழ்ந்து, அனுபவிக்க வேண்டுமென கடலூர், திருப்பாதிரிப்புலியூர் புனித வளனார் பள்ளி மாணவனாக, கால் சட்டை அணிந்த காலத்திலேயே கண்ட கனவு.

காரணம் யாதென யோசிக்கையில், கொஞ்சம் மிதமிஞ்சிய வரலாற்று கிறுக்கும், கடலூர் கிளை நூலகத்தில் வாசிக்கக் கிடைத்த ஒரு சீன நாட்டுப்புற கதைத் தொகுப்பும் கூட, அடிப்படையாக இருக்கக் கூடும் என்று தோன்றுகிறது.

வெறும் பத்து நாட்கள் சுற்றுலா வழியே, அத்தனை பெரிய சீனப் தேசத்தின், நான்கு பெருநகரங்களை மட்டுமே கண்டு, கருத்து பகிர்வதும், அனுபவம் உரைப்பதும், கோட்டைக் கதவின், சாவிச் சாளரம் வழியே ஒற்றைக்கண்ணால், அரண்மனை பார்த்து வியந்து, விவரிக்கும் சிறுபிள்ளைத்தனம் என்பதை அறிவேன். எனினும், ஆர்வமும், கிளர்ந்தெழுந்த அனுபவ மகிழ்ச்சியும், முற்றிலும் புதிதான களமும், வாழ்வு முறையும் என்னை எழுத நிர்பந்திக்க ... சற்றே முயன்றிருந்தேன்.

"மொத்தத்தில் சீனா வியக்கத் தக்கதொரு தேசம்."

- ரசிக்கத்தக்க சிறு குறைகளுடனும், பெரு நிறைகளுடனும்... சீனா வியக்கத் தக்கதொரு தேசம்.

இளகிய மனம் கொண்ட, அன்பில் உருகும் மக்களும், அத்தனை மக்கட் தொகை நெரிசலிலும் தூய்மை பேணும் குணமும், நேர நெறியை பின்பற்றி வாழ்கிற ஒழுங்கும், பொது இடங்களில் அமைதி காக்கும் பொறுமையும், நேர்த்தியும் மண்டிக்கிடக்கும் சீனா....

- குடிநீரை கொள்ளைவிலைக்கு விற்பதை கண்டிக்காத, கண்டுகொள்ளாத சீனா...

தெருவெங்கும் விதவிதமான மதுபானங்கள், கடைகளில் மலிந்து நள்ளிரவு தாண்டியும் கிடைக்க வகை செய்திருக்கும் சீனா...

தலைக்கு தேங்காய் எண்ணைத் தேடி, எங்களை தெருத் தெருவாக அலைந்து திரியச் செய்து, ஏமாற்றமடையச் செய்த சீனா...

- மொத்த உலகும், ஆங்கிலமே அறிவென, அவசரம் கொண்டிருக்க, 'அடப் போங்கப்பா...' என்று அது பற்றி கொஞ்சமும் கவலையின்றி, மொத்த கல்வியையும் சீன மொழியிலேயே கற்று, கற்பித்து, உன்னத நிலை அடைந்திருக்கும் சீனா...

- அதிர்ந்து பேசாத சீனா... சிவப்பு சித்தாந்தம் பேசி, அவ்வப்போது ரத்தம் சிந்தி, பசுமை போர்த்திய சீனா...

அவசியமின்றி அரசியல் பேசாவண்ணம், பொதுமக்களை, அநியாயத்துக்கு அடக்கி வைத்திருக்கும் சீனா...

- சமூக வலைத் தளங்களில், இன்றைய வல்லரசுகளால், திட்டமிட்டு பரப்பப்படும் இகழுரைகளுக்கும், தரக்குறைவான

பொருட்களின் தயாரிப்பிடம் என்று தூற்றப்படும் பொய்யுரைகளுக்கும், தனது வியத்தகு முன்னேற்றத்தையே பதிலாக சொல்லி தொடர்ந்து புன்னகையுடன் உழைக்கும் சீனா...

- அவ்வப்போது அடுத்த நாட்டு எல்லைகள் தாண்டி உரிமை கொண்டாடி வம்பிழுத்து, வல்லரசு முகம் காட்ட முனைகிற சீனா...

தேடித்தேடி, மக்கள் தலைவர் மாவோ " Mao Zedong" புகைப்படம் பதித்த Mouse pad வாங்கி கடையின் வெளியே வந்த போது, அவசரமாக எங்களை அழைத்த கடை உரிமையாளர், எங்கள் GUIDE ஐ அழைத்து, எதோ சீனத்தில் சொன்னார்.

'மாவோ எங்கள் தேசத்தை வடிவமைத்த பெருந்தலைவர்... எங்கள் பேரன்புக்கும், பெருமரியாதைக்கும் உரியவர். தயை கூர்ந்து அவரின் படத்தை எக்காரணம் கொண்டும் அவமரியாதை செய்து விட வேண்டாம் ... தோழரே.' -எனக் கூறியதாக guide மொழிபெயர்த்தார்.

சீன வரலாறும், தலைவர் மாவோவின் வரலாறும் அறிந்திருந்த காரணத்தால், வியப்படைந்து, உறுதி செய்தேன்.

''உண்மை! சீனா வியப்பானதொரு தேசம்''

இன்று... 2019

சீனப் பெருந்தேசம் சென்று திரும்பி , நான்காண்டுகள் நகர்ந்து விட்டன. அவ்வப்போது பெருவணிக வளாகங்களில் சீன முகங்கள் எதிர்படும் போது மனசு மகிழ்கிறோம் ... தெரிந்த இரண்டொரு சீன வார்த்தைகள் பேச முயல்கிறோம்... சீனாவில் எந்த ஊர் என கேட்டுத் தெரிந்து கொள்ள அர்த்தமின்றி ஆவல் கொள்கிறோம்... மழை நின்றாலும் தூறலாய் தொடர்கிற சீன நினைவுகள்.

தற்போது...

எங்கள் guide KURT வேறு சில சுற்றுலாப் பயணிகளின் வருகைகென, விமான நிலையத்தில் காத்திருக்கக் கூடும்... தாமதப்படுத்தும் பெய்ஜிங் நகர போக்குவரத்து நெரிசலை திட்டிக்கொண்டே, தனது மனைவியிடம் தொலைபேசிக் கொண்டிருக்கக்கூடும்.

சியான் நகர் விடுதி வாசலில் குச்சிகளில் செருகி இனிப்பு பூசணி (sweet melon) பத்தைகள் விற்றுக்கொண்டிருந்த மூதாட்டியும், முதியவரும் தமது பேரனின் கல்விக்கான கட்டணத்தொகையை சேர்க்க இந்நாட்களிலும், தினமும் இரவு 10.00 மணி வரை வியாபாரத்தை தொடர்ந்து கொண்டிருக்ககூடும்...

Kellen சுற்றுலா பயணிகளும், terracotta அருங்காட்சியக உலாவும் வாய்க்காத சுபதினங்களில், அருகிலிருக்கும் உறவினர் வீடுகளுக்குச் சென்று தனது மகளுக்கான மாப்பிள்ளையை தேடிக் கொண்டிருக்ககூடும்...

Summer தனது தங்கையுடன் வார இறுதி நாட்களில் MALL களின் vox திரையரங்கில், பாப்கார்ன் கொறித்தவாறே... ஆங்கிலத்திரைப்படம் பார்த்திருக்கக்கூடும்...

ஷாங்காய் Hdiay inn hotel முன்னே அந்த சீன இளைஞன், பூப்போட்ட சட்டை அணிந்து மசாஜ் சேவைக்கு வாடிக்கையாளர் கிடைத்தோ, கிடைக்காமலோ... தெரு விளக்கு கம்பத்தில் சாய்ந்து திறன் பேசித் திரையை நோக்கியவாறே...புகைத்துக் கொண்டிருக்கக் கூடும்...

சீனப் பெரும் தேசம்... தனது பல்லாயிரமாண்டு காலப்பெரு வெளியின் தொடர்ச்சியாக... இன்றைக்கும், இந்த பொழுதிலும், இயல்பாய் இயங்கிக்கொண்டிருக்கக்கூடும்.

பட்டு தேசம், மனிதர்களின் அன்பு, மனங்களைத் தொட்டுப் பேசும்- சீனா

3. கோடைஊர்வழி...

ஏறத்தாழ நாற்பது நாட்கள் இடைவெளி...

முகநூலில் இருந்தும், அலுவல் நெருக்கடிகளில் இருந்தும், குக்கர் ஆவி நிகர்த்த அமீரக வெக்கையிலிருந்தும் விட்டுவிலகி, விடுதலையாகி... விரைவாய் ஒரு தொடர் பயணம்.நாள் மற்றும் வார இதழ்களில் கீழ் வலது பக்க மூலையில் கட்டம் கட்டி வரும் சக்தி மருத்துவர்களின் துரித விஜயம் போல 30 நாட்கள்... தேதியும், நேரமும், நாளும், இடமும் திட்டமிட்டு மேற்கொண்ட பயணம் இனிதே நிறைவுற்று தற்போது... அதே நாற்காலி, அதே மேசை, அதே கணினி... (சாப்ட்டுட்டு போய் அந்த கம்பியூட்டர தட்டினா என்ன? - அதே குரல்).

எங்கெங்கே செல்லும் என்எண்ணங்கள்

திருகடையூரில் மாமா -அத்தை (மாமனார், மாமியார்) மணிவிழா, வழியில் சிதம்பரம்... படித்த கல்லூரி மற்றும் படித்த போது மிகவும் பிடித்த ரயில் நிலையம், பிச்சாவரம், நடராஜர் கோவில் ஸ்தலங்களில் கொஞ்சம் ஆசுவாசம். 24 வருட இடைவெளியில் சிதம்பரம் அப்படியொன்றும் பெரிதாய் மாறியதாக தெரியவில்லை. அலைபேசி டவர்களையும், ரயில்வே மேம்பாலத்தையும் அகற்றி பார்த்தால்

மாற்றமேதும் பெரிதாய் இல்லை. காலேஜ் மட்டம் போட்டு லேனா,வடுகநாதன் தியேட்டரில் அஞ்சலி பட டிக்கெட் வாங்க வியர்வை புழுக்கத்துடன் வரிசையில் நின்ற 1990 ஜூலை மாத மதிய நேரத்தை எளிதாக மற்றொரு முறை உணர்வதில் தடையேதும் இல்லை.

தில்லை அம்பல பெருமானும், பெருமாளும், சிவகாம சுந்தரி அம்பாளும் அவரவர் அன்றாட அலுவலில் தொடர,நடராஜர் கோவில் வளாகம் தீட்சிதர்களின் தொப்பையும், பக்தகோடிகள் தின்று கழித்து போட்ட குப்பையுமாக, ஷேமமாகத் தொடர்கிறது. கடவுளை அடைவதற்கான நான்கு யோக வாசல்களின் ஊடாகவும், சிதம்பர நகர மக்கள் வெறுங்கால்களில் பிரகாரங்களைக் கடந்து கடைவீதிகளை அடைகிறார்கள்.பெரிய கட்டைப்பை **(big shopper bag)** கைகளில் கனக்க, எலுமிச்சை விதைகளை துப்பியவாறே,சர்பத் குடிக்கிறார்கள். சாரதாராம் ஹோட்டல் பழைய பெருமைகளை சுமந்த வண்ணம், புது வண்ணபூச்சுடன் இருக்கிறது.கிடைத்த சிறுபொழுது இடைவெளியில்,குடும்பம் தவிர்த்து, காசுக்கடை தெரு தாண்டி நடந்து, கால் நூற்றாண்டுக்கு முன்,காதல் கடுதாசி கொடுத்த ஸ்தலமும் கண்டு, ஆட்டோகிராஃப் சேரனாய் கண்மூடி மெய் மறந்த நொடியில்... அம்பாஸடர் கார் ஹாரன் ஒலித்து, மறுபடியும் கைகூடாமல் போனது.அன்று ஞாயிற்றுக் கிழமையாய் போனதில், கல்லூரி வளாகம் மட்டுமே காணக்கிடைத்தது.அதுதான் வேண்டியதும். முத்தையா தொழில் நுட்ப கல்லூரி என்னைப் படிப்பித்ததற்கான சுவடுகள் ஏதுமின்றி அடர்த்தியான மதிய வேளை அமைதியுடன் இருந்தது. தோட்ட துப்புரவு பணியில் இருந்த நான்கைந்து பேரை மேற்பார்வை செய்து கொண்டிருந்த கல்லூரி காவல்காரரின் அனுமதியுடன் எனது கல்லூரியில் எனது பிரத்தியேகமான இருபது நிமிடங்கள்...

மணிவிழா... அறுபதாம்மணவிழா

சிதம்பரத்தில் இருந்து உடனே மாலையில் திருக்கடையூர். புழுதியும்,கும்பகோணம் ஃபில்டர் காபியும், வினோத கலவையில் மணக்கும் கடலோர சிற்றூர். அமிர்த கடேஸ்வரர் ஆலயமும், அனேக சிவாச்சாரியார்களும், சஷ்டியாப்த பூர்த்தி, பீமா ரத ஷாந்தி, சதாபிஷேகம் மற்றும் இன்னபிற வைதீக முறை சடங்குகளுக்காக கூட்டம் கூட்டமாய்ஜனத்திரள். விடியற்காலை முதல் மதியம் வரை ஏக பரபரப்பில் திளைக்கும் ஊர், மாலையில் நிதானமாகிறது. தங்குவதற்கான அறைகள், பூஜைக்கான செலவு, உணவு ஏற்பாடுகள் என சகலமும் குருக்கள் package -ல் இலகுவாக ஏற்பாடாகி விடுகிறது. மறுநாள், ஏறக்குறைய, 25 குருக்கள் குழு கோவிலெங்கும் தனது அப்பரசண்டிகளோடு (apprentice) பரிபாலனம் செய்கிறார்கள். ஆகமப் பிரவீனர் அமிர்த கடேச குருக்கள் சற்றேறக்குறைய எழுத்தாளர் பாலகுமாரன் சாயலில் பேசுகிறார், மாணவ குருக்கள் மந்திரம் மறக்கும் போது முறைக்கிறார், துணை குருக்கள் samsung மொபைலில் சம்பாஷித்தது போக கிடைக்கும் இடைவெளிகளில், அகலமான பற்களின் இடைவெளி தெரிய மந்திரம் சொல்கிறார். எல்லாம் முடிந்து வணக்கம் சொல்லி, 70 பூஜையில் பார்கலாம்ணா... என கைகூப்புகிறார். அபிராமி சன்னதியில் காத்திருக்க சொல்கிறார்... ஆள் அனுப்பி சர்க்கரைப்பொங்கல் பிரசாதம் தந்து பூஜைக்கான கட்டணம் வசூலிக்கிறார். அவர் குரல் வழி மந்திரங்கள் மட்டும் அடுத்த அரை மணிக்கு நம்முடன் இருப்பது போல் உணர்கிறோம்.

அன்று மாலை திருகடையூரில் இருந்து தரங்கம்பாடி வழியாக வேளாங்கன்னி. மகளிர் வேண்டுதலுக்கும், வேண்டுகோளுக்கும் இணங்க, மேரி மாதாவின் தேவாலயத்தில் அரைமணி நேரம். நான் படித்த புனித வளனார் பள்ளியில் கையில் புகையும் தூபக் கூட்டுடன், முந்தானையால் தலை போர்த்தி மாதாவை இடையறாது மன்றாடி ஸ்தோத்திரம் சொன்ன அன்னமேரிஅக்கா சட்டென்று வருடங்கள்

கடந்து என் நினைவுகளின் நேர்கோட்டில் இணைய... ''ஆத்துமமே என் உயிருள்ளமே என் ஆண்டவரை தொழுதேற்று...''

சந்தடி மிக்க கடற்கரை கடைகளின் வழியே ஒருமணிநேர நடையில் பார்த்த காட்சிகளில், பார்வையற்ற தோழர் உரத்த குரலில் பாடிச் சென்ற 'தட்டுங்கள் திறக்கப்படும்...'என்ற குரல் உறுதியில், முடக்கு வாதம் பாதித்த கால்களுடன் தேவாலயம் நோக்கி தவழ்ந்து சென்ற சகோதரனின் அன்பு புன்னகையில்,ஏழை மக்கள் கண்ணில் தெரிந்த நம்பிக்கையில்... மதங்களைக் கடந்த நம்பிக்கையில்... மேரியெனும் அந்த அன்புத் தாயின் இருத்தலுக்கான வலுவான காரணம், பல்லாண்டு கால பகுத்தறிவு சிந்தனைகளையும் தாண்டி புரிந்து கொள்ள முடிந்தது.அங்கிருந்து 4மணிநேர தொடர் பிரயாணத்தில் உளுந்தூர்பேட்டை. பிரயாணத்தில், காணொளியில் 'பண்ணையாரும் பத்மினியும்...' அழகான, எளிய, திரைப்படம்... AC வேனின் குலுக்கல்களோடு மனத்தை நிறைத்த திரைப்படம். இனி நினைவுகளில், என்றும் நெடுஞ்சாலை வெளிச்சங்களோடும்... இறைச்சல்களோடும்... அடுத்த ஒரு நாள் தங்குதல், உளுந்தூர் பேட்டையில், (மனைவியின்) இளைய சகோதரி வீட்டில். மறுநாள் இரவு சென்னையை நோக்கிய பயணம்...

'பட்டிண'ப்பாலை - பயணித்தவேளை

எங்கெங்கும் அலைபேசி டாப் அப் பற்றிய மஞ்சள் நிற விளம்பரப் பலகைகளுக்கிடையே திணறிக்கொண்டிருந்த கணிசமான கடைகளுக்கிடையிலும், அனாமதேயமாக நடு ரோட்டில் அலையும் மாடுகளுக்கிடையிலும், Fast track, NTL,Bharathi,call taxi ஹாரன்ஒலிக்கலவைகளுடனும், சாக்கடைக்கு நெருக்கமாகவும், ஈக்களுக்கு இணக்கமாகவும் இருந்த ஞாயிற்றுக்கிழமை மட்டன் கடைகளில் மண்டிய கூட்டத்துடனும் சென்னை புறநகர் பகுதி

சௌக்கியமாக இயங்கிக்கொண்டிருந்தது.

சீமானும், திருமாவும் சுவர்கள் எங்கும் நீக்கமற நிறைந்து இருக்க, சுவிசேஷ கூட்ட அழைப்புக்களும், தவ்ஹீத் ஜமாத் அறைகூவல்களும், குடமுழுக்கு வைபவ, தீமிதி நிகழ்வுகளின் சுவரொட்டிகள் நாமிருக்கும் நாடு நமதென்பதை உரக்கச் சொல்லின.

1992-94களில் நான் சுழன்று சுற்றிய, சோழிங்கநல்லூரும், துரைப்பாக்கமும், தமது மொத்த பழைய அடையாளங்களையும் தொலைத்து, IT வளாகங்களுடனும், இயல்பாக கடக்கும் BMW,audi வகை வாகனங்களுடனும், சுபிட்சம் காட்டின. இருபது வருடங்களுக்கு முன் AiUPi OMR -ன் பொட்டல் வெயிலில் ஒதுங்கி பன்னீர் சோடா அருந்திய MTL அருகில் இருந்த பேக்கரியை தேட முயன்று தோல்வியடைந்தது ஒரு கவிதைக்கான சோகம்.எனது பிரியத்திற்குரிய, சென்னைத் தமிழ் இன்பதேனாய் காதில் அவ்வப்போது பாய்ந்து, புது சக்தி மூச்சில் பிறந்து, டீசல் புகை நெடி மறந்தேன்.

நான் வசித்த மற்ற எந்த நகரத்துடனும் இல்லாத ஒரு தனிப்பட்ட love & hate உறவு சென்னை நகருக்கும் எனக்கும் என்றும் தொடர்கிறது. 90-களின் மத்தியில் துவங்கிய மௌனப் போராட்டம். எனது பணி சார்ந்த வாழ்வின் முற்பகுதியிலும்,இடையிலும், அல்லாட வைத்தும், அலைக்கழித்தும், அவமானப்படுத்தியும்….அன்பு செலுத்தியும் ஆளாக்கிய பட்டிணம். உலகின் எந்த மூலையில் எனக்கு வெற்றியோ, உயர்வோ,பாராட்டோ கிடைத்த நொடியில் என்னுள் பொங்கித் தணியும் நினைவுகள் எனது சென்னை வாழ் தினங்களே… பின்னாட்களில், சென்னை மண்ணில் கால் பதிக்கும் ஒவ்வொரு முறையும், என்னையும், எனது தகுதியையும் தனது பெரு விழிகளால் சென்னைப் பெரு நகரம் தொடர்ந்து கண்காணிப்பது போலவும், அதனிடம் ஏதோ ஒன்றை நிரூபணம் செய்ய மனது இடையறாது

முயல்வது போலவும்... தொடர்கிற உணர்வே மேலோங்குகிறது. அமீரகப்பாலைசோலையாகவும், சென்னைப் பட்டிணம் பாலையாகவும் எனது வாழ்வனுபவ நினைவில் ஒரு முரண் நகையாகத் தொடர்கிறது.வணக்கம் சென்னை!!!

தி. நகர் தவிர்த்த சென்னை விஜயத்தில் பொருள் (செலவு) ஏதும் இல்லை என நாம் முன்னோர்கள், கண்ணுக்கு புலப்படாத கல்வெட்டுக்களில் கருத்து சொல்லி சென்ற காரணத்தால், ஒரு நாள் முழுக்க பதினைந்து பேர் திரளாக,தி. நகர் உஸ்மான் ரோட்டில், இடமும் வலமுமாக, மேலும் கீழுமாக அலைந்து திரிந்து கடனட்டை தேய்த்து, பொருள் இளைத்தோம். ரமதான் நோன்பு நாளில், உமர் கய்யாம் உணவகம் நாடி இரு கைகள் நனைத்து, இருக்கைகள் நிறைத்தோம்.தனிப்பட்ட முறையில் அந்த மொத்த நாளின் நிகர லாபம், தோழர் T.S.S.மணி அவர்களை எதிர்பாராவண்ணம் ஓர் ஆடையகத்தின் மூன்றாம் தளத்தில் சந்தித்து உரையாட நேர்ந்தது ஒன்றே. மிகச்சமீப காலமாக தந்தி தொலைக்காட்சியில்,அவரது நெல்லைத் தமிழில்,நாடகத்தன்மையுடன் கூடிய, ‘மெய்பொருள் காண்பது அறிவு’ எனும் செய்தி குறித்த கண்ணோட்டத்தின் தினப் பார்வையாளனாக இருக்கும் நிலையில், அவரது சந்திப்பு பெரு மகிழ்வளித்தது.ஊடகவியலாளர் என்ற நிலையை தாண்டி, பொதுவுடமை சார்ந்த சித்தாந்த செயல்பாடுகளிலும், தமிழீழ மக்கள் உரிமைப் போராட்டங்களிலும் களப்பணியாளராக தொடர்ந்து செயல்பட்டுக்கொண்டிருக்கும் தோழர்T.S.S.மணி அன்று கூட, செங்கொடி தமிழ் அமைப்பு சார்ந்த பணியின் பொருட்டே வந்திருந்தார்.... ‘நல்லார் ஒருவர் உளரேல், அவர் பொருட்டு எல்லோர்க்கும் பெய்யும் மழை’ வெளியே சற்றே மேக மூட்டத்துடன் சென்னை மாநகரம்.

அடுத்த நாட்களில் சென்னையில், நண்பர்கள் மற்றும், உறவுகளின் இல்லங்களில்... நண்பர் சீதாராமனுடன் வீட்டில் பேசிக்கொண்டிருக்கும் போது சட்டென்று தோன்றியது- ஏழு முறைகள் அடுத்தடுத்ததாக அவர் வீடு வந்து செல்வதற்குள் பத்து வருடங்கள் கடந்து விட்டிருக்கும். காலம் நம் கவனத்திற்கு வராமல் காலடியில் நழுவிக்கொண்டு இருப்பது சற்றே கவலை கொள்ள வைத்தது.

தொடர் பிரயாணம் சிலருக்கு இளநியின் இன்றியமையாமையை அகாலத்தில் உணர்த்தி, இளநி நாடி, என்னை இளைக்க வைத்ததும், நண்பருடன் இருசக்கர வாகனத்தில் தாம்பரம் சாலைகளில் நெடும் நகருலா சென்று 10-ம் வகுப்பு கம்ப்யூட்டர்சயின்ஸ் புத்தகம் தேடி அலைந்து தோற்றதும், call taxi- யில் வழித் தடுமாறி அலைந்தபோது, போலீஸ்காரர் ஒருவர் ஆனந்த பவன் உணவகத்துக்கு வழி சொல்லி,'காவல்துறை உங்கள் நண்பன்' என உறுதி செய்து 'ஆனந்த'மடைய செய்ததும் உபரி அனுபவங்கள்.

நெல்லை மற்றும் நாகர்கோயில் நகரங்களுக்கு திரும்ப அனந்தபுரி எக்ஸ்பிரஸ் சென்னை தாம்பரத்திலிருந்து இரவு எட்டு மணிக்கு.

தமிழ் கூறும் நல்லுலகின் தலை நகரின் ஒரு பிரதான ரயில் நிலையம்... எட்டு நடை மேடைகள்...எங்கெங்கும் திரள் திரளாக மக்கள் கூட்டம். கைகளிலும், தோள்களிலும் பெட்டிகள் மற்றும் பைகளை சுமந்து கொண்டு... ஏறக்குறைய அரை கிலோ மீட்டர் நடந்து நடைமேடையின் குறித்த பெட்டிக்கான இடத்தை அடைவதற்குள்... இந்தியத் திருநாட்டின் அதிகார மையங்களின், பொது இடங்களில் மக்களுக்கான வசதிகள் குறித்தான அக்கறை... மெய் மறக்கச் செய்தது. குறைந்த பட்சமாக, சக்கரம்பொருத்திய பெட்டிகளை உருட்டிச் செல்ல செறிவான வசதிகள் இல்லையெனினும், சரிவான தளங்களேனும்... கூட்டம் கூட்டமாக, படிகளில் ஏறி, பெட்டிகளை தலையில் சுமந்து,

முட்டி மோதி...கீழே தவற விட்டு, விழுந்து...அவஸ்தை மக்களுக்கு பழகிப் போயிருந்தது. ஒரு வழியாய் நேரத்திற்கு வண்டி ஏறி, இருபத்து சொச்ச பெட்டி மற்றும் பைகளையும், குழந்தைகள் அடங்கிய பதினாறு பேரையும், இடம் பிடித்து அமர்த்தி சந்தடி அடங்கிய பின் இட்டிலி பொட்டலங்களைப் பிரித்து காரச் சட்டினி, மிளகாய்ப்பொடி மணம் பரப்பி, விக்கலெடுத்து, தண்ணீர் குடித்த சமயம் ஜன்னலுக்கு வெளியே மேல் மருவத்தூர் கடந்து கொண்டிருந்தது.

கை கழுவி, காத்திருந்து விழுப்புரம் ஏகி, மசாலா பாலருந்தி, படுக்கை விரித்து, AC குளிரில் கண்மூட எத்தனித்த நொடியில் வயிறு கனத்தது. எழுந்து ரயில் பெட்டியின் கழிவறை புகுந்து, உடைந்த கண்ணாடி உருவம் பகுத்துக் காட்ட, ஆறு கரப்பான்பூச்சிகளும், பாசிப் படிந்து நாறும் தரையும், சுவரெங்கும் உடற்கூறுகளின் வரை கிறுக்கல்களும், அது பற்றிய வார்த்தை பிரயோகங்களும், சூழலை தாக்குப்பிடிக்க முடியாமல்,இயற்கை உந்துதலை துரிதப்படுத்த... நீண்ட நெடிய பாரம்பரியம் கொண்ட நம் திருநாட்டின் குடிமக்களின், அக்கறையும் பொதுச் சொத்துக்களைப் பேணும் பாங்கையும்... எண்ணி எண்ணி, தூக்கம் தொலைத்தேன்.காதுக்குள் பாரதிதாசன்,'...பாரடா உனது மானிடப் பிறப்பை!

பாரடா உன்னுடன் பிறந்த பட்டாளம்!

உன் குலம் என்றுனைத் தன்னிடம் ஒட்டிய மக்கட் பெருங்கடல் பார்த்து மகிழ்ச்சி கொள்!'

என அறுதல் கூற, மக்கட் பெருங்கூட்டத்தில் ஒருவனாய் கரைந்து, ரயிலின் பேரொலியிலும், தாளத்திலும் மெல்ல, மெல்ல...நினைவு கரைந்தேன்.

விழித்த போது, வீர வாஞ்சி மணியாச்சி நிலையம். வேணுவனம்...

திருநெல்வேலி... நெல்லையை நோக்கி...

பொருநைநதிக்கரையில்...

நான் அறிந்தவரை, எனது வாசிப்பனுபவத்துக்கு எட்டிய வரை, தற்கால தமிழ் இலக்கியத்தில் மிக, மிக அதிகமாக பதிவு செய்யப்பட்ட இடமும், வாழ்வியலும்நெல்லை சார்ந்ததாகவே இருக்கக்கூடும். புதுமைப்பித்தன்,மறைந்த ஐய்யா தி.க.சி., வண்ணநிலவன், வண்ணதாசன்,கலாப்ரியா,தோப்பில் முஹமது மீரான், ஜோடிகுருஸ் (தூத்துகுடி,காயல்பட்டினம்),சுகா...என முடிவின்றி நீளும் பெரும் ஆளுமைகளின் எழுத்தில் நெல்லை மண்ணின் ஒவ்வொரு அங்குலமும், நெல்லை வாழ்வனுபவத்தின் ஒவ்வொரு கூறும் கல்வெட்டென பதிந்து கிடக்கிறது. அந்த நேசத்துக்குரிய நெல்லையில் ஐந்து நாட்கள்.என்னைப் பொறுத்த மட்டில் நெல்லையில், வீட்டிலிருந்து ஜங்க்ஷனோ, பாளையம்கோட்டையோ சென்று திரும்புவதே ஒரு மகிழ்வான அனுபவம்.அந்த அளவிற்கு, நெல்லையின் ஒவ்வொரு இடமும் மனசுக்குள் பாடல் பெற்ற ஸ்தலமாகவே தொடந்து இருக்கிறது. நன்றி- நினைவுகளுக்கும், தொடரும் நெல்லை எழுத்தாளர்களுக்கும்.நெல்லை எனதுபிறந்த ஊர் எனினும், 5 வயது முதல், 18 வயது வரை வருடத்துக்கொரு முறை கோடை விடுமுறைக்கு கடலூரில் இருந்து வந்து நாற்பது நாட்கள் தங்கிச் செல்லும் சொர்க்கம். ஆச்சி, தாத்தா மற்றும் சகல உறவுகளின் நிம்மதியும் அந்த நாற்பது நாட்களில்...போகுமிடம் தெரியாது போகும்.‘ ஏல... யாம்லே இந்த வரத்து வார... கையயும் காலையும் வச்சுகிட்டு கொஞ்சநேரம் சும்மா இரியம்லே!’ 2000 ல் எங்களைப் பிரிந்த மீனாட்சி ஆச்சியின் குரல் என்றும் என்னோடு.இலங்கை வானொலியும், திரை விருந்தும், பீடி இலை மணமும், வாழையிலையில் சூடாக வைத்து சுருட்டப்பட்டு வாசனையோடு

கிடைக்கும் இருட்டுக்கடை அல்வாவும், பளபளக்கும் குறுக்குத்துறை ஆற்றுப்பாறையும், பழையசோறும்- காரமான கானத் துவையலும்... உயிருக்குள் ஊற்றி வைத்து உறைந்து போன உணர்வுகள்.

எனது முதல் இளைய சகோதரன் சிவாவும் குடும்ப சகிதம் விடுமுறையில் கத்தாரில் இருந்து வந்திருந்த மகிழ்வில், நெல்லை நான்கு மடங்கு மகிழ்வளித்தது.

நெல்லை மண்ணின் ரசிப்புத் தன்மை பற்றி ஐய்யா நெல்லை கண்ணன் வார்த்தைகளில் பல முறை கேட்டும், பல முறை நேரில் கண்டும் இருக்கிறேன். இருக்கும் பல வேலைகளை விட்டு, அசந்தர்ப்பமாக VIP என சுருக்கி வழங்கப்படும், வேலை இல்லா பட்டதாரி படம் காணச் சென்றோம். ஆரம்பம் முதல் முடிவு வரை, நொடிக்கொரு முறை ஒலி பெருக்கிகளையும், ஒளி பெருக்கிகளையும் மிதமிஞ்சி இயக்கியதில் இருக்கைகள் அதிர, அதிர திரைப்படம் காணும் பேறு பெற்றோம். வேலை இல்லா தனுஷ், வேலையின்மை பற்றி வசனம் பேசுகையில், இளைஞர்கள் நிறைந்த அரங்கம் அதிர்கிறது. காலங்களைத் தாண்டி ரசிப்புத் தன்மை உயிர்ப்புடன் இருந்தாலும், ரசிப்புத்தரம் காலாவதியாகி விட்டதா? அல்லது அகவை நாற்பது ஆனதன் அகவிளைவா? எனப் புரியாமல் குழப்பம் தொடர்ந்தது. இரவு உறக்கத்துக்கு இடையிலெல்லாம், 'whatta karuvaad? whatta karuvaad...' என சம்பந்தமில்லாமல் காதில் இரைச்சல் தொடர்ந்து... கலவரப்படுத்தியது.

நெல்லையில் ஆண்கள் துண்டு போர்த்திய வெற்று உடம்புடன் விடியற் காலை ஆற்றுக்கு போகிறார்கள். சிரமப்பட்டு, நரகல்களை மிதிக்காமல் நடந்து பொருணை நதியை அடைகிறார்கள். சந்தி பிள்ளையார், லாலா சத்திர, வாகையடி முக்குகளில் நின்று வடை தின்று, காபி குடிக்கிறார்கள். துணிக் கடைகளில் கணிசமான நேரத்தை

செலவிடுகிறார்கள். திரையரங்குகளை நிறைக்கிறார்கள்.ஜூலை, ஆகஸ்ட் மாத வாரக் கடைசிகளில் வண்டியமர்த்தி குற்றாலம் போய் வருகிறார்கள். ‘பேயா தண்ணி விளுது… மேக்க நல்ல மளல்லா?’ என பேசிக் கொள்கிறார்கள்.அரசு பொருட்காட்சி மைதானத்தில் திரள்கிறார்கள். அப்பளம் தின்று, ஜிகிர் தண்டா குடிக்கிறார்கள்.மூணு மாசம் ஆயாச்சி…விசேசமா ஒண்ணும் காங்கலையே…‘ மத்திய அரசியல் பேசுகிறார்கள். வெள்ளைச் சட்டைக் காலர்களின் பின்புறம், கைகுட்டை துணியிட்டு வியர்வைகறை தவிர்த்து, வெயிலில் அலைகிறார்கள்’.சன்னல் ஓரம் இடம்பிடித்து பேருந்துகளில் பயணிக்கிறார்கள்.‘எளங்கோ கடையில ரொட்டி சால்னா வாங்கிட்டு, வார வளியில ரெண்டு பேயம்பளம் வாங்கிட்டு வாடே!’ என நாளை நிறைவு செய்கிறார்கள்.

இங்க புத்தகத் திருவிழா எங்க நடக்குது? என்று வழி கேட்டால்,‘ எங்கனக்குள்ளையோ போஸ்டர் பாத்தம்லா… ச்சை… சட்டுன்னுநெனவுக்கு வந்துதொலைக்கமாட்டுக்கு… வயசாச்சுல்லா சார்வாள். இப்ப எல்லாம் மறந்து தொலைக்கி..’ எனத் திணறுகிறார்கள்.பாரதியையும், புதுமைப்பித்தனையும்… அலைக்கழித்ததில் ஆச்சர்யம் ஏதுமில்லை.

NBT நெல்லை புத்தகத் திருவிழா, பாளை மைதானத்தில் பரந்து, விரிந்து, பள்ளிக்கூட பிள்ளைகள் சீருடையில் கூடிய கூட்டத்துடன் மதிய வெயிலில் மந்த கதியில் இயங்கிகொண்டு இருந்தது. பெரிய கூடார அமைப்பினுள், நூற்றுக்கணக்கான பதிப்பகங்கள் கடைவிரித்திருக்க, வியர்வை பெருகப், பெருக மாணவ மாணவிகள் ஆங்காங்கே கூடி புத்தகங்களைப் புரட்டியவாறு நின்றிருந்தனர். மதிய வேளை என்பதாலோ என்னவோ, வாசகப் பெருமக்கள் அதிகம் இன்றி அரங்கு அமைதி காத்தது. தமிழுலகின் சகல

எழுத்தாளர்களும்,புனைக்கதையாளர்களும், கதைசொல்லிகளும், கவிஞர்களும் தத்தமது இசங்களையும், குழுக்களையும், காழ்ப்புணர்வுகளையும் களைந்து அருகருகே புத்தகங்களாக நெருங்கிக் கலந்திருந்தனர். குனிந்து புத்தகம் தெரிவு செய்ய இயலாத அளவிற்கு தடுமன் பிடித்து, நாசிகளில் இருந்து நீர்த் திரண்டு நிம்மதி குலைத்த நிலையிலும், நின்று நிதானமாய் தேடி, புரட்டி,புளகாங்கித்து,புத்தகம் வாங்கியதில் 3 மணிநேரங்கள் கடந்து விட்டிருந்தன. வெளியே வருகையில், உலகத் திரைப்பட சிற்றரங்கு ஒன்றும், அதில் நாட்கிரமமாக திரையிடப்படும் படங்களின் பட்டியலும் மகிழ்வளித்தது. திரையிடப் படும் எட்டு படங்களில் 'யாதும்' என்ற தமிழ் படம் மட்டும் பட்டியலில்...'யாவும்' தமிழ்ப் படமாக இருக்க தமிழ் மனசு ஏங்க... "whatta karuvaad?..." மூன்று நாட்களுக்கு முன்னர் பார்த்த படத்தின் பாடல் பக்கத்து டீக்கடையில் ஒலித்தது.ஆட்டோக்காரர் கையிலிருந்த புத்தக பைகளை வாங்கி உள்ளே வைத்தவாறே... 'பள்ளிக்கூட பொஸ்தகம் எல்லாம் மலிவா கெடைக்குமோ?? பிள்லேள்லாம் வந்துட்டு போது...' இல்ல...பள்ளிக்கூட புத்தகம் மட்டுமில்லாம, மத்த புத்தகம்லாம் கெடைக்கும்... நாவல், இலக்கியம்...' எனக்கு சொல்லத் தெரியவில்லை. அவருக்கு, தெரிந்து கொள்ள விருப்பமில்லை.

வெகு கவனமாக பார்த்து, விமானப்பயண எடை அனுமதி விதிகளை நினைவு கூர்ந்து, பக்கங்கள் குறைவான, எடை குறைவான புத்தகங்களாக தேடித் தேடி வாங்கியதில் விடுபட்டவைகள் அதிகம்.முக்கியமானது 'ராகுல சாங்ஸ்கிருதியாயன் எழுதிய வால்கா முதல் கங்கை வரை' பதின் வயதுகளில், புரியாமல் வாசித்து அஜீரணமாகிப் போன புத்தகம்.அடுத்த முறையேனும்...நெல்லையில் என்னை என்றும் வியப்படைய செய்யும் விஷயமொன்று.யாரேனும், இது குறித்து புள்ளி விபர சேகரம் செய்திருக்கிறார்களா?

தெரியவில்லை.நெல்லை நகரெங்கும், நூறடிக்கு ஒரு வடை கடை இருக்கிறது. பெரிய பெரிய பாத்திரங்களில் வெண்ணையாய் திரண்ட உளுந்து மாவும், பருப்பு மாவும் நிறைந்து இருக்க, பெரிய வாணலிகளில் ஜொலிப்புடன், வடைகள் மிதந்து, வெந்த வண்ணம் இருக்கின்றன. மக்கள் மூன்று வேளைகளிலும், செய்தித் தாள்களில் பொதிந்து வைத்து மடக்கி ரப்பர் பாண்ட்போட்டு பொட்டலமிட்டு 'வடாதிபர்' கொடுக்கும் வடைகளை சில்லறைகள் கொடுத்து வாங்கிச் சென்று, தின்று இறும்பூது எய்தி, மறுநாளும் அவ்வண்ணமே தொடர்கிறார்கள்.இத்தகைய வடை நுகர்வும், வர்த்தகமும், தமிழ்ப் பெருநிலத்தின் வேறெந்த இடத்திலேனும் இத்தனை கனஜோராக வடை நடை பெறுகிறதா எனத் தெரியவில்லை.

அடுத்தடுத்த நாட்களில், அம்பை,பாபநாசம்,மணிமுத்தார் அருவி,அகஸ்தியர் அருவி,சங்கரன்கோவில் என குறிஞ்சி, முல்லை, மருத நிலங்களில் பயணித்ததும், அகஸ்தியர் அருவியை ஒட்டிய சுவற்றில் 'மரங்கள் இல்லையேல் காற்றை எங்கே போய் சலவை செய்வது?...' எனத் தொடந்த கவியரசுவின் வரிகளை எழுதி வைத்து மரங்களையும், இயற்கையையும் பேண அறிவுறுத்தியதும் மனமகிழ்வளித்தது.

தட, தடவென உச்சந்தலையையும்,தோள்களையும் தாக்கி உடலையும், மனத்தையும் ஒருசேர நனைத்து பொதிகை மலை நீர் குளிர்கூட்ட…. இன்னும் பனிரெண்டு நாட்களில் எதிர்கொள்ள இருக்கும் அமீரக வெக்கை அவசியமின்றி நினைவுக்கு வந்த நொடியில் … 'தண்ணீரில் நிற்கும் போதே வேர்க்கின்றது…' உண்மை தான் வியர்த்தது!

ஆரல்வாய்மொழியும் … ஆடிக்காற்றும்

அம்மியை மட்டுமின்றி, ஆட்டுக் குழவியையும், ஆட்களையும் கூட அசைத்துப் பார்க்கும் ஆடிக் காற்றுவீசும், காற்றாலை நிறைந்த ஆரல்வாய்மொழி. கேரள அடையாளங்களுடன் மதராஸ் மாகாணத்தில் இருந்து, 1956 -ல் மதராஸ் மாநிலத்துக்குரிய எல்லைக்குள் வரையறுக்கப் பட்ட அழகானதோர் ஊர். கிழக்கும், மேற்குமாய் மலைத் தொடர்கள் தமது நெடிய தொடருக்கு நிறைவுறை நிகழ்த்தும் இயற்கை பூகோளம். காற்றும், மழையும், வயலும், வாழையும், மலைகளும், மரங்களும்... சாலைகளின் இருபுறமும் நம்மைத் தொடர்கிற எழில். பெயரைப் போலவே, ஊரும். (எனது அம்மா மற்றும், மனைவியின் சொந்த ஊரென்ற காரணத்தால் என்னால் தொடர் கேலிக்கும், அன்பு விமர்சனத்துக்கும் உள்ளான மனதுக்கு மிக நெருக்கமான ஊர்). தாய் வழி சொந்தங்கள் நிறைந்த ஊர் என்பதால் என்னை என்றும் குழந்தையாகவே உணர்த்தும் ஊர். மூன்று நாட்கள் ஆரலில் கழித்து விட்டு, மூணார் கிளம்பிய போது, ''கேரளா இடுக்கி மாவட்டத்தில் கனமழை'' என்ற செய்தி, எங்கள் கடந்த வருட ஊட்டி அனுபவத்தை நினைவு கொள்ள செய்தது.

கடந்த முறை 2013 ஆகஸ்ட் மாத துவக்கத்தில், நண்பன் நாகராஜன் குடும்பத்தினருடன் ஊட்டியில் 4 நாட்கள். 33 வருட நட்பு. பரஸ்பரம் நிறை, குறைகளை அறிந்து, புரிந்து என்றென்றும் தொடரும், நவில்தோறும் இனிக்கும், நட்பெனும் பந்தம். இரு குடும்பத்தினரும் ஊட்டி மலையேறத் தொடங்கிய போது சேர்ந்து கொண்ட மழை, நான்கு நாட்கள் கழித்து திரும்பி வரும் வழி, குன்னூர் வரை வந்து கைகுலுக்கி விடைபெற்றது, இனிய அனுபவம். 50-களின் சம்பிரதாய எழுத்துக்களின் படி, நான்கு நாட்கள் குடும்ப சகிதம் இன்ப மழையில் நனைந்தோம்.

‘மாமழை போற்றுதும்!’ என மழையையும் போற்றி, குளிரையும் ஏற்று, மழைபிரதேசங்களின் நிலச்சரிவு அபாயங்களையும் இந்த பயணத்தின் போது தாங்கி, தணுத்த போர்வைகளுடன் தூங்கி, உலரா உள்ளாடைகள் உறுத்த, கொண்டை ஊசி வளைவுகளில், அடர்ந்த மரங்களூடே வளைந்த குறுகிய நனைந்த சாலைகளில், இருபுறமும் விரிந்து கிடக்கும் இயற்கையை மறந்து, இன்னபிற பயம் பொதிந்த மனத்துடன்... மற்றோர் மலைவாச ஸ்தல அனுபவம் வாய்க்குமோ?? என்ற மனக்கிலேசத்துடன், மூணார் நோக்கிய பயணம். ஆரவாய்மொழி ரயில் நிலையத்தில் காலை 5.50க்கு துவங்கியது. எளிய காலை உணவுக்குப் பின், இடையிடையே நின்று, நின்று, ரயிலோட, மனைவியும், மகனும் விழிமூட.... காத்திருந்த நான், துணை தேட - யாரை அழைக்கலாம் என சில நிமிடங்கள் குழம்பி, திருமங்கலம் வரை என்னுடன் தொ.பரமசிவம், நாஞ்சில் நாடன் இருவரும் இணைந்து கொண்டனர். ’’ஏன் இப்பிடி பறந்து, பறந்து படிக்கிறீங்க? இயல்பாக என் மனைவி எப்போதும் கேட்கும் கேள்வி. பத்து நிமிட இடைவெளி எங்கு கிடைத்தாலும், புத்தகம் வாசிக்கத் துவங்கும் ஐரோப்பியர்களைக் கண்டு வியந்திருக்கிறேன். ஆனால், எனக்கு அவர்களைக் கண்டு அந்த பழக்கம் வர வாய்ப்பில்லை. நன்றியுரைக்க வேண்டியது, 4ம் வகுப்பு படிக்கும் போதே நூலகம் சேர்த்த அப்பாவுக்கும், புத்தகம் நேசிக்கும் அம்மாவுக்கும், வாசிப்பு ஆர்வம் அணையாமல் அனுபவ, அறிவு நெய் ஊற்றி, அன்புக் கரம் கொண்டு சுடர் காக்கும் மிகச்சில, நண்பர்களுக்கும் தான். ‘கல்வி கரையில, கற்பவர் நாள் சில... கழுத்து வலித்து, நெடுநேரம் வாசித்ததை நினைவூட்டியது. --மெல்ல நினைக்கின் பிணி பல...’ தொ.ப. அண்ணாச்சி 67-ம் பக்க ‘ஏகஆதிபத்தியத்தின் வேர்களை’ விளக்க முனைகையில்... மதுரை நடைமேடை.

நேரம் 12.00 நண்பகல்.

‘நெஞ்சு வறண்டு போனதனால், வையை

நேர்கோடாக ஆனதனால்,

பஞ்சம் பிழைக்க வந்தோர்- நதியைப்

பட்டாப் போட்டுக் கொண்டதனால்

முகத்தை இழந்த முதுமதுரை- பழைய

மூச்சில் வாழும் பதி மதுரை’

1997 -ல் எழுதிய கவியரசின் வரிகளின் வழியே மதுரை தெரிய, ஆரப்பாளையம் அடைந்தோம். பல நாட்கள் கழித்து, பேருந்து பயணம்.இரண்டு மணி நேரத்தில் மலை சூழ்நகர் தேனி.உணவு இடைவேளை. மதிய உணவு,மலைச்சாலைப் பயணம், குறுகிய வளைவுகள்... என் நேசத்துக்குரிய சொந்தங்களின், வயிற்றைப் புரட்டி, தேயிலைத் தோட்ட பின்புலத்தில், எனக்கு அரசுப்பேருந்தை சுத்தம் செய்யும் பெரும்பேறுக்காண சாத்தியக்கூறுகளை நினைவு படுத்த, பேருந்தை தவிர்த்து, மதிய வேளை, மகிழ்வுந்தில் மூணார் நோக்கி....வழியில் போடி நாயக்கனூர் மார்கெட்டில், நினைவாய் நான்கைந்து எலுமிச்சம்பழங்கள் ‘‘இதுக்கென்னங்க வெலை?’’ ‘‘சரி தம்பி.. ரெண்டுரூவா குடுங்க’’ - என் இனிய தமிழ் மக்களே...

மூணார் - ஈரநிலமும், ஏலமும்,மிளகும்

போடிமெட்டு நெருங்க குளிர் உடல் முழுக்க உறைத்தது. அடுத்த நான்கு நாட்கள் தொடரப்போகும் குளிர். ஓட்டுனர் ஏலக்காய் செடிகளையும், மிளகு கொடிகளையும்,தேயிலை வளர்ப்பு முறைகளையும்,வழியில் குறுக்கிட்ட அருவிகளையும் சிரத்தையுடன்

அறிமுகம் செய்து, இஞ்சித் தேநீர் அருந்தி,சில புகைப்படங்கள் எடுத்து மூணார் அடைந்த நேரம் முன்னிரவு ஏழு மணி.தேனியில் இருந்து, வாரம் இரண்டொரு முறை வந்து செல்லும் ஓட்டுனரே, சிரமப்பட்டு, மூன்று முறை வழி கேட்டு "The Edge" Resort அடைந்த போது இரவு எட்டரை. இரண்டாம் தளத்தில்,வரவேற்பறையுடன் கூடிய விடுதி. எங்களை வரவேற்று, ஆங்கிலம் பேச முயன்ற இடுக்கி நாயரிடம் நான் மலையாளத்தில் சம்சாரிக்க, நாயர் நேயராகி,'சாரே... நிங்களிண்ட முறி... மூணாமத்து floor -லயானு... ஏதும் வேனென்கில் இண்டெர்கோம்ல 9 விளிச்சா மதி'

விசாலமான,வசதியான, சுகாதாரமான அறை, பால்கனி கண்ணாடிக் கதவு திறக்க, நெடிந்துயர்ந்த மரங்களின் கிளைகள் கைக்கெட்டும் தொலைவில்.அடர்ந்த இருள், வினோத ஒலிக்கூறுகளின் சன்னமான தொடர் இரைச்சல்... 'தாழ ஒட்டல் உண்டு... பட்சணம் ஒன்பதர மணி வர கிட்டும்... அவிட போய் கழிக்காம்...'-கழித்தோம்.

காலை வாழ்வில் வாய்க்கபெற்ற வெகு சில ரம்மியமான விடியல்களில் ஒன்று. ஜன்னலுக்கு வெளியே, விதவிதமான பறவைகளின் ஒலிகள்.நெடிந்துயர்ந்த மரங்கள் காற்றில் அசைய, உரசும் கிளைகளின், சிலிர்க்கும் இலைகளின்... இசைக் குறிப்புக்கள். அறையின் பிரத்தியேகமான பால்கனி, பசுமைப் பள்ளத்தாக்கை நோக்கி... நம் வீட்டுப் பெண்கள் வேலைகளுக்கிடையே, அவசரமாக கொண்டையின் இடையே, செருகி வைத்த சீப்பு போல, தாங்கும் விடுதி அடர்ந்த பசும், மலைக்காட்டின் மத்தியில்.

'நீள்கடலும் மலையும் எங்கள் கூட்டம்

நோக்க நோக்க இன்பக் களியாட்டம்'

பாரதி என் நினைவில் வர, மகன் அர்விந்த் பாரதி பின்னாலிருந்து

"Super...ப்பா'.

அன்றைய தினம் அனீஸ் என்ற மூணார் மண்ணின் மைந்தர் சாரதியாக, வாகனத்தில் மாட்டுப்பட்டி அணை, தேவிகுளம் அணை, Top view... என மழைத் தூறலுக்கு இடையே பயணம் தொடந்தது.எங்கெங்கும், பெரும்பான்மையாக புதுமணத் தம்பதியர், ஒருவரை ஒருவர் 'முழுசாக புரிந்து' கொள்ளும் அவசரத்தில்...அதற்கு மழைத் தூறலும், குளிரும் பெருந்துணை செய்ய துரித இயக்கத்தில் இருந்தனர். நாங்கள் பதினைந்தாண்டு கடந்து, அவசரம் ஏதுமின்றி, பதினோரு வயது மகனுடன் top slip-ன் சிறு கடைகளில் அவித்த சோளமும், அவித்த காடை முட்டையும் தின்று அமைதி காத்திருந்தோம்.

கேரளத்தின் பாரம்பரிய கலைகளை எங்களுக்கு அறிமுகம் செய்து, எங்களை கடைத்தேற்ற பெருமுனைப்புடன் செயல்பட்ட ஓட்டுனர் அனீஸ் சொல்லுக்கிணங்கி, மாலை 5 மணிக்கு, கதகளி மற்றும் களரி கலைக் காட்சிகள் காண முன்பதிவு செய்து முன்னிருக்கைகளில் அமர்ந்தோம். 90 நிமிடங்கள்,கீசக வத நாட்டியம் நிகழ்த்தி வியப்பிலாழ்த்திய கலைஞர்களை மரியாதை செய்து வாழ்த்தி விடைபெற்ற போது, இனம்புரியாத மகிழ்ச்சியில் கண்கள் பனிக்க, எனக்குள்ளிருக்கும் கலைஞன் 'உள்ளேன் ஐய்யா' என்றதை உணர்ந்தேன். அடுத்த களரி பயிற்சிக் களத்தில், பார்வையாளனாக 60 நிமிடங்கள். தனது பாரம்பரியத்தின் மேல் மதிப்பும், பெருமையும் கொண்ட கேரள இளைய தலைமுறை சரியான முறையில் வார்த்தெடுக்கப்பட்ட விதம் புரிந்து, பெருமூச்செரிந்தேன்.

அடுத்த நாள் தேக்கடி, மூன்று மணி நேர பயணம். காண்கின்ற திக்கெல்லாம் பசுமை, பசுமை... காட்டாறு, அருவி, சட்டைக் காலர் பின்புறத்தில் குடை மாட்டி இயல்பாய் உலாவும் சேட்டன்கள். அதிகபட்சம், 22டிகிரி தட்பவேட்பம் தாங்கி வளரும் ஏலத்

தோட்டங்கள். கன்னிமைக்க மறந்து பயணித்த வழியின் இடையில், பருப்பு வடையும், பழம்பொரியுடன் சாயாவும், என் அருந்தவ புத்திரனுக்கு எலுமிச்சம் பழத்தின் அவசியம் உணர்த்தின. வழியில், Spice garden visit.தேக்கடி அழகாக இருந்தாலும், படகுப் பயணம் அலுப்பாக சுவாரசியமின்றி இருந்தது.யானை, புலிகளை எதிர்பார்த்து ஏமாந்து, பக்கவாட்டு நிலப்பரப்பில் அருகில் மேயும் எருமைகளையும், தூரத்தில் நிற்கும் மான்களையும் பார்த்து சுவாரஸ்யம் கூட்ட முனைந்து தோற்றோம். 2009 படகு விபத்துக்குப் பின் பாதுகாப்பு ஏற்பாடுகள் அதிகமாகி, ஜலகன்யா, ஜலராஜா,பெரியாறு... பெயர்களில் படகுகள் வலம் வருகின்றன.தேக்கடி வீதியில் சில மணித்துளிகள் நின்று நிதானித்த சமயம், ஓயில் சகிதம், ஓயுர்வேத மசாஜ் செய்து நம் உடல் பேண ஆர்வம் கொண்ட சேட்டன்கள், அதிரடி விலைகுறைப்பு விவரங்கள் பறையத் தொடங்க... மூணார் திரும்பினோம்.

அடுத்த நாள் தங்குமிடம் அருகே இருந்த, கேளிக்கைப் பூங்காவில் மதியம் மூன்று மணி வரை கழித்தோம். மனைவியும், மகனும் வீர விளையாட்டுக்களில் திளைத்திருக்க, நான் வாழ்க்கையின் சின்னச் சின்ன சுவாரஸ்யங்களை ரசிக்கிற பாவத்தில், வேடிக்கைப் பார்த்துக்கொண்டும், படமெடுத்துக் கொண்டும் இருந்தேன். சிறு வயது NCC பயிற்சியின் புண்ணியத்தால், துப்பாக்கி சுடுதலில், இலக்குகளை சரியாக தாக்கி, காட்டிய கதாநாயக முகபாவம் நெடு நேரம் நிலைக்க விடாமல், பின்னால் மிரண்ட குதிரை கலைத்தது.

மதியம் மூன்று மணிக்கு, ஆலுவா பயணம்.அடிமாலி, நேரி மங்கலம், கோதமங்கலம், பெரும்பாவூர் வழியாக ஆலுவா வந்தடைந்த போது, மணி மாலை 6.30. பிலாஸ்ப்பூர் எக்ஸ்ப்ரெஸ் 8.50 மணிக்கு வரும் வரை நினைவுகளை அசை போட்டதில், ஆச்சரியமான ஒன்று, மலை வாழ் மலையாள மக்களின் இயற்கையுடன் இயைந்த

வாழ்வு.பத்து மைல் தூரத்தைக் கடப்பதற்குள், சில நாட்களில், ஐந்து முறை கடும்மழை பெய்து, வெயிலடிக்கிறது.சில நாட்கள், காலை முதல் மாலை வரை மழை சிணுங்கித் தீர்க்கிறது.எந்த ஒரு தருணத்திலும், எவரொருவரும் மழைப் பற்றியோ, மழைக்கால சங்கடங்கள் பற்றியோ சிறு புகாரோ, புலம்பலோ, அங்கலாய்ப்போ இன்றி, பணிகளைத் தொடர்கிறார்கள். குடையோடு உலவுகிறார்கள். மாமழை போற்றிச் சென்ற சமண முனிவர் இளங்கோ அடிகள் கூட, சேரநன் நாட்டு இளவரசர் என்பது நினைவில்...

அலுவல் பணிப் பயிற்சி நிமித்தம் இரண்டு மாத காலங்கள், மஹாராஷ்டிரம் சென்றிருந்த நண்பன் நாகராஜன் ஏறத்தாழ இதே கருத்தை, சொல்லி, வியந்து பாராட்டி தொலைபேசியதை நினைத்த நேரத்தில், ரயில் வந்தடைந்தது.

எர்ணாகுளம், ஆலப்புழா.... வழியாக நெல்லையை நோக்கி நினைவுகளை சுமந்தவாறு விரைவு ரயில் பயணம் தொடர, மனது மட்டும், மூணாரின் மரங்கள் அடர்ந்த மலைகளிலும், தேயிலைத் தோட்டங்களிலும், அருவிகளிலும், ஊர்ந்து கொண்டிருக்க அசதியில் உறங்கிப்போனோம்.

காலை ஐந்து மணி நெல்லை.

வீடடைந்து, சிறிது நேரம் உறங்கி எழுந்து, வேலைகள் முடித்து, வீட்டை விட்டு கிளம்பி வெளியே வந்த நொடியில்... வெயில் சுள்ளென உறைக்க...'சே... என்னா வெயில்...', மனசின் வார்த்தைகளை உதடு உதிர்க்கும் முன்... கவனமாய் அடக்கிக் கொண்டேன்.. இருசக்கர வாகனம் நெல்லைச் சாலைகளில் வேகமெடுக்க உதடுகள் சொல்லின

'ஞாயிறு போற்றுதும்! ஞாயிறு போற்றுதும் !!

ஆதவன் போற்றுதும்! அதன் வெயில்தனை போற்றுதும்!'

அறம்

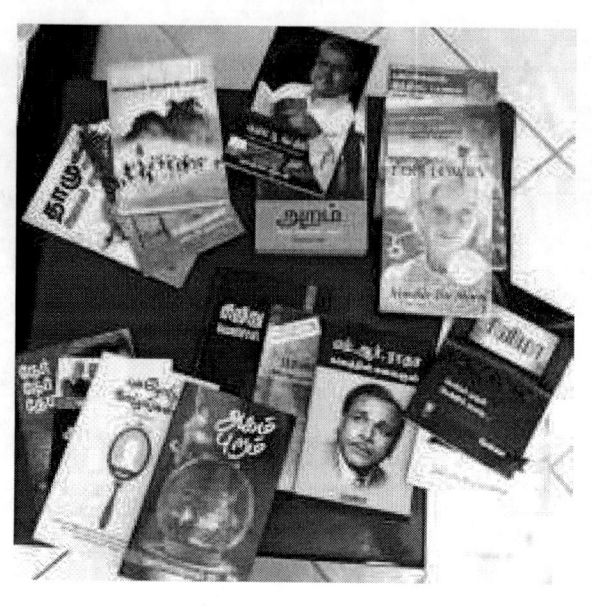

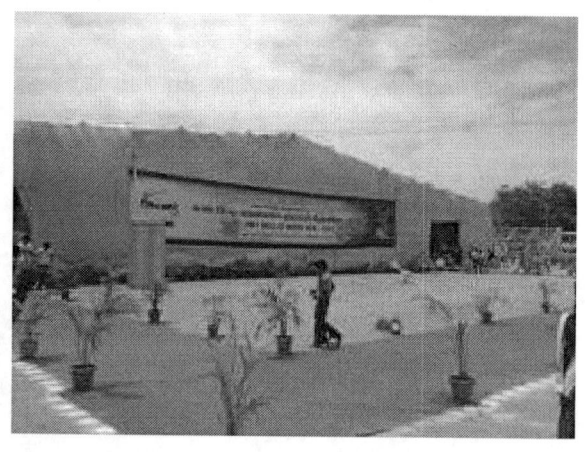

4. உவப்பத்தலைக்கூடி

28 ஜனவரி 2017

பொது வெளியில் கண்ணாடி விலக்கிகைக்குட்டையால் கண்ணீர் துடைத்து வெகுநாளாகிறது.

நாற்பத்தேழு நிமிடங்கள்... எனது கல்லூரியின் அடுத்ததலைமுறை மாணவர்களுக்கு பயிற்சி அரங்கில் உரை நிகழ்த்தி, தொடர்கர வொலியினூடே இருக்கையில் அமர்ந்தேன். எனது ஆசிரியர் இருகைகளாலும் எனது கன்னங்களை பற்றி 'என்னைய்யா? சசி...என்னைய்யா? என்ன பேச்சு? இப்படி.... பேசற?' என கண்கலங்கி நின்றநொடி, எனக்குள் மெல்லபனிப்பாறைகள் உடைந்து கண்ணீர் பெருகியது. ஆசிரியரின் விழிநீர் ஆயிரம் கதைகளை ஒருநொடியில் மௌனமாக சொல்கிறது.

இடம் :முத்தையாதொழில்நுட்பகல்லூரி, -பயிலரங்கம், அண்ணாமலைநகர். சிதம்பரம்

நாள் : 28.01.2017 - சனிக்கிழமை

விழா: 1989 -1992 -மாணவர்களின் கால் நூற்றாண்டு நிறைவு சந்திப்பு.

ஒரு மனிதனின் சராசரி வாழ்நாளின் மூன்றில் ஒருபகுதி - இருபத்தைந்து ஆண்டுகள்

கல்லூரி காலம் கடந்து 'இமைப்பதற்குள் கடந்து விட்டகால் நூற்றாண்டு' என்று தேய்வழக்காக (cliché)எழுதிவிடலாம். அது உண்மையாக இருப்பினும், எழுதமனம் ஒப்பவில்லை. கால்நூற்றாண்டு.

ஒவ்வொரு மணித்துளியும், வாழ்க்கை எனும் பெரும்மாளிகையை அனுபவச் செங்கல் அடுக்கி, உழைப்பும், உவகையும், தோல்வியும் , வலியும், நம்பிக்கையும்... சேர்த்து இழைத்து, இறுக்கிகட்டி, அலைந்து, அலைக்கழிந்து ... ஆசுவாசமாக நிமிர்ந்தகணத்தில் உரைத்தது கால் நூற்றாண்டு கடந்து விட்ட நிஜம்.

அன்புநண்பர்கள்சதிஷ், செந்தில், வரது, ரவி,கதிரேசன் ஆகியோரின்முனைப்பு, உழைப்பு. கடந்த இரண்டு மாதங்கள் வினவித்தளத்தில் ஆடிய ஒத்திகை... 28.01.17ல் தில்லையில் அரங்கேறியது.

செந்தூர் விரைவுரயில் நெல்லையில் இருந்து கிளம்பிய நொடியில் மனது நடராஜராக ஒற்றைக்கால் நடனமாடத் தொடங்கிவிட்டது. அடர்குளிர்காற்று முகத்தில் அறைய, ரயில் கதவுதிறந்து, தூரத்து வெளிச்சப்புள்ளிகளின் விளையாட்டை ரசிக்கிற பாவனையில் நள்ளிரவு வரை கனவிடைத் தோய்ந்திருந்த என்னை தோள்தட்டி, கதவடைத்து கண்துஞ்சும்படி, கம்பளிப் போர்வை வழங்கும் கனவான்கனிவு காட்டிய நேரம் மணி நள்ளிரவு 12.45மணி. Upper Berth எனப்படும் உச்ச நிலைப்படுக்கையை அடைய திருவருட்செல்வர் 'அப்பர்' அடிகளாககுறுகித், தவழ்ந்து, ஆறடிசரீரம் அடக்கிப்படுக்கையில் சகஜமாய் எழுந்த பொறியாளனின் கேள்வி

ஆறரைமணிவரைதூக்கம்தொலைக்கபோதுமானதாகஇருந்தது. (C¢u suspended சங்கிலி நமது உடல் எடை தாங்குமா?).

கீழே Middle Berth-ல் இருந்து ஏழுஸ்வரங்களிலும் பேரிரைச்சலாக, ஆரோகணத்தில் குறட்டை ஒலி.

சங்கிலி எடை தாங்காவிடினும் பரவாயில்லை.

'சார்... இப்படி போகணும்' - மூன்று வருடம் முழுதாக வாழ்ந்த எனக்கு, ரயில் நிலையவாயில் வழிகாட்டிய மனிதருக்கு புன்னகை செய்து, எதிர்திசை எல்லைவரை சென்று நினைவு மீட்டி திரும்பினேன்.

சாரதாராம், வாண்டையார் தங்குமிடங்கள் கைவிரிக்க, கல்யாணம் லாட்ஜ் எதிரே இருந்த RK ரெசிடென்ஸில் ஒரு பேரறை எடுத்தேன். உப்பு நீரில்வாய் கொப்பளித்து, வென்னீரின்றிகுளிரக், குளிர தண்ணீரில் குளித்து, ரசம்போன கண்ணாடியில் முகம் பார்த்த நேரம், முழுசாய் கொடுத்தநாள் வாடகை ரூ2500 நினைவுக்கு வந்து பொங்கிய அறச்சீற்றம்... நட்பின் தொலைபேசி தொடர் அழைப்புகளில் தணிந்தடங்கியது.சென்னை, கடலூர் மற்றும் நெய்வேலியிலிருந்து குழுவாக இணைந்து வாகனங்களில் நண்பர்கள் வந்து கொண்டிருக்கும் செய்திவினவித் தளத்தைநிறைத்துக்கொண்டிருந்தன.

முத்தையா தொழில் நுட்ப கல்லூரி தனது பழைய தோற்றம் மாறாமல் அதேநிறம், அதே மணம், அதே குணத்துடன்... சாட்சிகளாக மரங்கள், கிளைகளைபுன்னகையுடன் அசைத்துக்கொண்டிருந்தன .அன்றைய நண்பர்களுடன் இணைந்து இன்றைய கல்லூரி முதல்வர் முனைவர் திரு. குப்பன் அவர்களை சந்தித்து நிகழ்வின் நிரல் சொல்லி திரும்பினோம்.

'ஸ்ட்ரைக்கா பண்றீங்க? சஸ்பெண்ட் பண்ணிவீட்டுக்கு அனுப்பிடுவேன்! நாளைக்கு அப்பாவை கூட்டிட்டுவாங்க!'-

பேராசியர்/ கல்லூரி முதல்வர் திருவாசுதேவன் குரல் எதிரொலிக்க கைகட்டி பத்தொன்பது வயதில் நின்ற அதே அறை.?

மணி 10.30.

பயிலரங்கில் 1989-92- நண்பர்கள் ஏறத்தாழ எழுபது பேர்கள். காலம் கலைத்துப் போட்டு சென்ற உருவமாற்றத்தில். பலபழைய முகங்கள், அறிமுகங்கள், பதின் வயதில் புடவை உடுத்திகலவரப் படுத்திய அன்றைய மங்கைகளும், மடந்தைகளும் இப்போது பேரிளம் பெண்களாக...

கல்லூரி பொறுப்பு முதல்வர் மற்றும், ஆசிரியர்கள் முன்னிலையில் விழா துவங்கியது. பழைய மாணவ நண்பர்கள் தமது ஆசிரிய பெருமக்களுக்கு பொன்னாடை போர்த்தி சிறப்பு செய்து வாழ்த்துரை வழங்க, முதல்வரும், ஆசிரியர்களும் ஏற்புரை வழங்கினர். அன்றைய ரஜினிகாந்தாக சித்தரிக்கப்பட்டு கொண்டாடப்பட்ட ஆசிரியர் அருமைநாதன் இன்றைய ரஜினிகாந்த்தாக சிகையின்றி... புன்னகையும், பூமுகமும் கொண்ட முனைவர் சின்னையன் அவர்கள், வேதியலையும் வேட்ப மொழிந்து சுவாரஸ்யம் கூட்டும் முனைவர் கோவிந்தராஜன், 1970களில் இங்கேபயின்று இதே கல்லூரியின் முதல்வராக தற்போது நற்பணியாற்றும் முனைவர் குப்பன்... மற்றும் நல்லாசிரியர் பலர் சூழ ஒன்றரை மணிநேரம் அரங்கில் கரைந்தது. கல்லூரிவிருந்தினர் அரங்கவளாகத்தில், மதிய உணவு. மீன், முட்டை, கோழி, காய்கறிகள் சகிதம் வாழையிலை நீர்தெளித்து, சுடுசோற்றுகுவியலின் சிகரத்தில் சாம்பாரும், வற்றல்குழம்பும் ... வழிந்துவயிறு நிறைத்தன. கடந்த கால நினைவுகளின் மிச்சங்களை உணவுடன் சேர்த்து இலைகளில் பரிமாறியவாறு, கிண்டலும், சிரிப்பும், இன்னும் கால்நூற்றாண்டுக்கு எதிரொலித்திருக்கும். மதிய நிகழ்வாக 2.00 மணிக்கு மூன்றாமாண்டு மாணவர்களுக்கான கருத்தரங்கு.

பழைய மாணவர்கள் தமது அனுபவங்களை மாணவர்களிடம் பகிர்ந்து கொள்ளும் நிகழ்வாக தொடர்ந்தது. இருக்கைகளில் வளரிளம் பருவமாணவ, மாணவிகள் நிறைந்திருக்க, ஆங்கிலத்திலும், தமிழிலுமாக அனுபவப்பகிர்தல், தொழில்முனை வோர் ஊக்குவிப்பு உரை என தொடர்ந்தன.

ஆளுமை முன்னேற்றம்குறித்து மதியம் 2.35 க்கு எனது உரைதொடங்கியது. புன்னகை (SMILE), அணுகுமுறை (ATTITUDE), முன்னெண்ணம் (PREJUDICE), நேர்மை (HONESTY), மகிழ்ச்சி (HAPPI-NESS), புத்தகவாசிப்பு (BOOK READING) எனவிரிந்ததளங்களின் ஊடே, தமிழில் ஏறத்தாழ நாற்பத்தைந்து நிமிடங்கள் தொடர்ந்த உரை.

மாணவர்களின் ஆர்வத்தாலும், அவதானத்தாலும், ஆசிரியர்களின் அன்பு அரவணைப்பினாலும், நட்புறவுகளின் பாராட்டாலும் பெருமையுற்றது.

மாலை ஐந்து மணிகடக்க, அன்றாடவாழ்வின் அவசரங்கள் அபஸ்வரமாககை நீட்ட, அவரவர் அடுத்த நாட்களின் சுமைகளின் நினைவில் அழுந்த... ‘சரி... அப்போ பார்ப்போமா?’ உதடுகள் கேட்டன உள்ளங்களின் மௌனத்தை உடைத்துக்கொண்டு.

ஒன்று கூடல் நினைவாக ஒருங்கே நின்றொரு நிழற்படம். அன்றைய வகுப்பில் அதே இருக்கையிடங்களில் அமர்ந்து நினைவுகள் மீட்டெடுக்க முயன்ற தருணங்கள். மாணவிகள் ஓய்வறை சன்னல், சாளரங்கள் வழியே அன்று புலப்பட்டபார்வைகளை காலம் தாண்டி உணரமுற்பட்ட நிமிடங்கள். 1990களில் கல்லூரி நுழைவு வாசல் வரைபுகைத்தபடிவரும் நண்பன், தயங்கிய படிபுகைக்க மறைவிடம் தேடிய தகப்பனின் முதிர்ச்சி (ச்சே ... படிக்கிற பசங்கவர போற இடம்அசிங்கமாதம் அடிக்கக்கூடாது!‘).

'அடுத்த வருஷம் குடும்பத்தோட ஒரு ரீயூனியன் ஏற்பாடு செய்யணும்டா மாப்ள!' சொல்லிய நண்பனின் மின்னிய கண்களில் 90களின்மிச்சம்.

தகவல் தெரிந்தும் வர இயலாமல், தகவல் தெரிந்தால் வந்திருக்கக் கூடிய ... பலதோழமைகளின் நினைவுகள். ஒன்று கூடல் நினைவாக வழங்கப்பட்ட ஆயத்த உடைபெற்று, வேகம் குறைந்து கடல் திரும்பும் சிற்றலைகளாக மெல்ல... மெல்லகலைந்த நண்பர்கள் தமது பழைய தோற்றங்களை எனது 25 ஆண்டு நினைவிலிருந்து அகற்றி, புதியதோற்றங்களைபதித்து சென்றனர்.

மெல்ல ஒளிமயங்கிய மாலை நேரம். சென்று அறைகாலி செய்து, இரவு பொதிகை விரைவுரயிலேற நண்பன் சங்கர்பிரகாஷ், சக்திவேல், சாம்பசிவம், சிவானந்தம் ஆகியோருடன் விழுப்புரம் பயணிக்கப் போகும்திட்டமும், எண்ணமும்மனதில்தோன்றநடக்கிறேன்.

'சசி...குமார்...'

உணர்வில் உறைந்து பழகிய ஒருகுரல்.

திரும்பிப் பார்க்கிறேன். கல்லூரி காரிடார் யாருமின்றி நீண்டு அமைதியாய் கிடக்கத்தனியாக நிற்கிறேன்.

தொலைவில் பெயர்தெரியாபறவையின் ஒலி... மெல்லக்கிளைகள் அசைத்து, இலைகள்சிலிர்க்கும்மரங்கள்...

நல்ல இசையின் இனிமை இசைக்கப் படாத இடைவெளிகளில் இருக்கின்றன.

நல்ல ஓவியத்தின் அழகு வர்ணம் இல்லா வெற்றிடங்களில் உயிர்த்திருக்கின்றன.

வாசித்தவரிகள் மனதில் தோன்ற, நடந்தேன்...

காணாமல் நினைவுகளில் தொடர்வோரின் எண்ணங்களே சுவாரஸ்யமாக தொடர்கின்றன.

தூரத்துபறவையின் கூவல் 'ம்ம்க்கும் ... ஆமாம்'என்பதாக ஒலிக்கிறது.

HI-TECH
COLLEGE
Camp

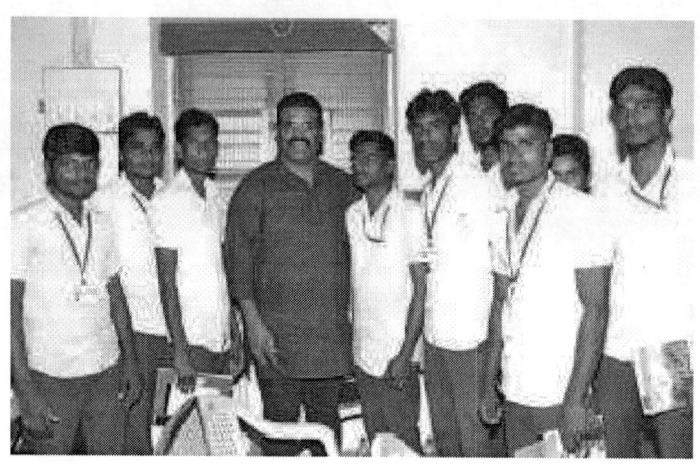

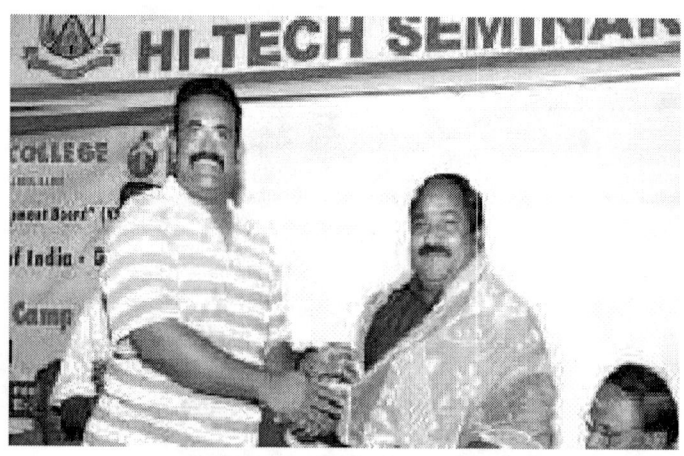

DUBAI PARKS

துபாய்கேளிக்கை பூங்காக்களில்

சிவப்புசீருடையில், சற்று ஒபாமாவைப் போன்ற முகச்சாயல் கொண்ட நைஜீரியபணியாளன் வரவேற்று, A-10 வெளியில், வாகனம் நிறுத்த வழிகாட்டி, எங்களைப் பார்த்து பளீர்பற்களுடன் புன்னகை செய்த நேரம் காலை 10.00மணி.

குறுகியகால இடைவெளியில், வியக்கத்தக்க திட்டமிடலும் ,தகிக்கும் அனல்வெயிலில் ஊற்றெடுக்கும் வியர்வைநனைந்த உழைப்பும் இப்படி ஒரு மிகப்பிரம்மாண்டமான கேளிக்கைப் பூங்காவை சாத்தியமாகி இருக்கிறது. பூங்கா முழுக்க எங்கெங்கு காணினும் ஐரோப்பிய உதவியாளர்கள், ஐரோப்பிய நேர்த்தி. குழந்தைகளுக்கும், பரியவர்களுக்கு மான,மனங்கவர் மகிழ்விடங்கள். அலைஅலையாய்மக்கள். கேளிக்கை சவாரிகளுக்கான(funride) வரிசைகளில் வாண்டுகளுடன் அரைக்கால் டவுசர்களுடன், காத்திருக்கும் பலதேசத்து அங்கிள்கள், தொப்பி குளிர்கண்ணாடிகளுக்குள் கால்வாசி முகம் காட்டும் ஆன்ட்டிகளை தமது திறன் பேசி திரைகளில் சிறைபிடித்துக் கொண்டிருந்தனர்.

நெடுந்தூர நடையில்களைப்பாகி, அமர்விடம் நாடும் மூட்டுவலி தைலம் உபய அம்மணிகளும், திகிலூட்டும் ரோலர் கோஸ்டர்

பிரம்மாண்டங்களை கவனமாக தவிர்த்து , அதிக உபத்திரவம் இல்லாத ராட்டினங்களில் சுற்றி சாகசம் விழைந்த மாமாக்களும் அங்கிங்கெனாது எங்கும் நிறைந்திருந்தனர். ‘கடக்க கடக்க கடல் என குறிப்பிடுவது போல, நாளெல்லாம் சுற்றி வந்தாலும் LEGOLAND பூங்காநீண்டு கொண்டே இருந்தது. ‘உப்பிட்டவரை உள்ளளவும் நினை’ என்ற பழமொழியை தவறாக அர்த்தம் செய்து கொண்ட ஒரு உணவகத்தில், அநியாயவிலைக்கு கோழிவறுவல் மென்று ,OVER உப்பிட்டவனைநினைவில்நிறுத்தி, மெல்ல நடந்து"BOLLYWOOD" கேளிக்கை உலகைஅடைந்தபோதுமதியம் 2.30மணி.

பல உணர்வுருவாக்க (SIMULATED FUN) கேளிக்கை அரங்கங்கள்நிரம்பிய BOLLYWOOD பூங்காவின் எல்லா மூலைகளிலும், முஹம்மத்ரஃபி, கிஷோர்குமார், லதாமங்கேஷ்கர்... குரல்கள்காற்றில் இழைந்து கொண்டிருந்தன .பெரும்பதாகைகளில் ராஜ்கபூர், ராஜேஷ்கண்ணா அமிதாப், தர்மேந்திரா... அறுபது எழுபதுகளின் சிகையலங்காரத்துடன் கண்சிவந்து கொண்டிருக்க,

நர்கீஸ், ஹேமமாலினி, ஜீனத்... ‘சுனோ... சுனோமேரிக ஹானிசுனோ ...’ என்று அதீதமாக சிவந்த உதடுகளில் புன்னகைக்க முயன்று கொண்டிருந்தனர்.

ஆங்காங்கே மேடைகளில் இந்திய திரையிசைகுத் தாட்டபாடல்களுக்கு, நேபாள முகங்களுடன் யுவதிகள் கட்டுப்பாட்டிற்கு உட்பட்டு கலைந்த மின்னும் உடைகளுடன் இல்லாத இடைகளை ஆடி அசைத்துக் கொண்டு கொண்டிருந்தனர். பலதலை நரைத்த மெஹ்ராக்களும், ஷர்மாக்களும், தேசாய்க்களும் அவற்றை தமது திறன் பேசி திரைகளில் பதிந்தவாறே இடையினைத்தேடிக் கொண்டு இருந்தனர்.

க்ரிஷ், லகான், ராவண், ஷோலே ... ஆகியதிரைப்படங்கள் பெயரில் உணர்வுருவாக்க அரங்கங்களில் நீண்ட வரிசையுடன் பன்னாட்டுமக்களும் காத்திருந்தகாட்சி மகிழ்வளித்தது. SUPERMAN, SPIDER MAN , IRONMAN, BATMAN போன்ற ஹாலிவுட் புகழ் சின்னங்களைப் போல் (ICON) இந்திய கனவு நாயகர்களும் சந்தைப்படுத்தப்பட்டு உலக அளவில் உச்சம் பெறுகிற சூழல் உள்ளபடி மகிழ்வளித்தது. இதுவெறும் சந்தைப்படுத்தி பொருளீட்டும் கேளிக்கை விஷயமாகமட்டும் முடிந்து விடாமல், இந்தியதிரை உலகை இன்னும் ஆரோக்கியமாக உயர்த்த வழி செய்யவேண்டும் என நினைத்த போது எனக்குள் இருந்தகலைஞன் 'டண்டணக்கா ... டணக்குணக்கா...' என்றுதலைசிலுப்பினான்.

கிரிஷ் உணர்வுருவாக்ககாட்சி அளித்த பெருவியப்பில், தபாங்சண்டைக் காட்சி நிகழ்த்துக்கலை கண்ட மகிழ்ச்சியில் பிள்ளைகளும், பெரியவர்களும் வியந்து அரங்கைவிட்டு வெளிவர, இரவு 9.30.கால்கள் வலி உணர்த்தின. குளிர்பனி இறங்கிக் கொண்டிருந்தது.

சில வட இந்திய துப்புரவுப் பணியாளர்கள் களைத்து இருக்கை நுனிகளில் தயக்கத்துடன் அமர்ந்து கொண்டு இருந்தனர். மேலே உயர்ந்து ஓங்கிய "COOLIE" திரைப்பட பதாகையில் 80களின் ANGRY YOUNGman அமிதாப்பச்சன் கூலி சீருடையில் கையை உயர்த்திய படி இருந்தார்.

அமீரக டிசம்பர்மாதபனியில் நனைந்த வண்ணம்.

DECEMBER 2016

LEGO
LEGOLAND
DUBAI

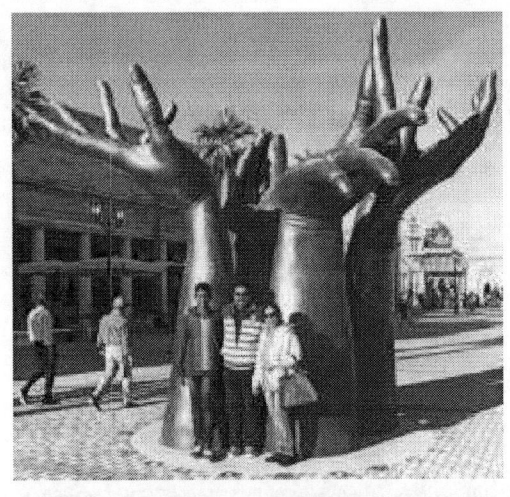

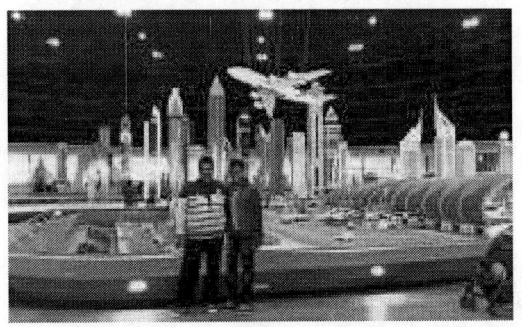

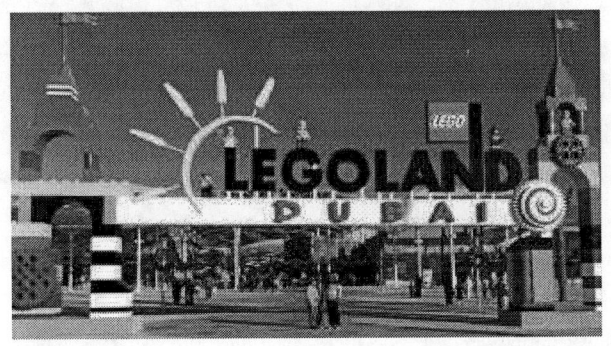

பாலைவெளிப்பயணம்... (07.01.16)

இனியதொருகுளிர்நாளில், மனதுக்கு இதமான வியாழனன்று மதியம் அலுவலகவளாகத்திலிருந்து ஆரவாரத்தோடு ஆரம்பமான பாலை வெளிப்பயணம். நெடு நாட்களாக மனதில் வைத்திருந்த தொருஎண்ணம். நண்பர்கள் ஆர்வத்துடன் இணைந்துகொள்ள, ஜனவரிமாத நாட்கள் கணக்கில் முப்பத்தொன்றாக, 3.30 மணியளவில் வாகனம் நிறைத்தோம். வழியைக்காணாது ,விழிகளை தனது கைத்தொலைபேசியில் கரைத்து எங்கள் வசவுகளை பெற்றுக் கொண்டாலும் அன்பிற்குரிய நமது அண்டை நாட்டுசாரதி, COASTER &lசற்று FASTER ஆகசெலுத்த முயலவும் இல்லை... முடியவும் இல்லை.

ஊர்வலம் முடிந்து பாலைப் பகுதிசந்திப்பை அடைந்து கீழிறங்கிய போது,‘ சார்... நீங்களனை வரும் கேளிக்கை முடிந்து திரும்ப 2 மணிநேரம் ஆகும். வண்டிடயர்பங்க்ச்சர்... சென்று சீர் செய்து துரிதமாக திரும்பிவிடுகிறேன்... நாராஜ் நஹீங்நா???’. கோபம் கொள்ளவேண்டாம் என உண்மையை உருதில் சொல்லிவருத்தப் ‘பட்டான்’.

கோஸ்டரின் ஒருடயர் மணலில் பதிந்து, அழுந்தி எங்களைப் பார்த்து பொக்கைவாய் நெளிவுடன் சிரித்துக் கொண்டிருந்தது. மணல் வெளிப்பயணத்திற்காக காத்திருந்த நேரத்தில், நண்பர்கள் பலர்தத்தமது

அலைபேசிகளில் காலத்தை உறையவைத்துக் கொண்டிருக்க... சிலர்மென்குளிர், மேனிசிலிர்க்க ஓரம் ஒதுங்கி கிருஷ்ணனாக குழலூதிகுதூகலம் கொண்டனர். சற்று நேரக்காத்திருப்பின் பின்னர் இரண்டிரண்டாக வந்தவாகனங்களில் அனைவரும் மணல் வெளிப்பயணம் புறப்பட ... நிலவரம் சற்று கலவரமானது.

Four wheel drive எனப்படும் நான்குசக்கர ஆள்குவை கட்டுப்பாடுகொண்ட கனவாகனங்கள் பார்வைக் கெட்டியபாலை மணல் வெளிகளில்... சீறி, சினந்து, ஏறி, தாழ்ந்து, பக்க வாட்டில்சரிந்து, நிமிர்ந்து... முன்னும் பின்னும் மணல் நீராகதெறிக்க... பயணம் செல்வது பயத்துடன் கூடிய தொருபரவச அனுபவம். பதினோருவருட அமீரக வாழ்வில், இத்தகைய இப்பயணம் ஐந்தாம் முறைஎனினும்... ஒவ்வொன்றும் ஒவ்வொருவிதம்.

பகலும், இரவும்மெல்ல உரசிக்கொள்ளும் இனியமாலை நேரத்தில் முகாம் அடைந்தோம். வெளியே கூட்டம் கூட்டமாய் மக்கள் ஒட்டக சவாரிகளில் லயித் திருந்தனர். மிருகவதை தடுப்பு சட்டத்தின் கீழ்கைது செய்யப்படக் கூடிய சாத்தியம், சத்தியம் இருப்பதால்... நானும் இன்னும் சில 'கன'வான்களும் கவனமாக ஒட்டகசவாரி தவிர்த்தோம்.

பாலை நடுவே பளபளக்கும் விளக்கொளியுடன் ஈச்ச ஓலை வேய்ந்த சிறு குடில்களும்... சுற்றுச் சுவர்களும்... நடுவே கலை நிகழ்வுகளுக்கென மேடையுமாக ...சற்றேறக் குறைய ஐநூறுக்கும் மேற்பட்ட மக்கள் அமர்ந்து பார்க்க வசதியானதரை இருக்கைவசதி. ஒரு ஓரமாக ''ஹுக் கா''புகை ஜாடிகள் குழாய்களுடன்...காபி, தேநீர்... மென்பானங்கள் வேண்டுவோர் பெற்றுக்கொள்ள எதுவாக ஆங்காங்கே விலையில்லா வசதியில்.

வன்பானங்கள் தேடி அது வான்தொடும் விலையில் பட்டியலிட்டிருந்ததால், மக்கள்கூட்டம் வசப்படாமல் வழிதிரும்பியது

.பச்சைநிற தோல்மேலாடை ஒன்றை அராபிய பாரம் பரிய உடைமாற்றி புகைப்படங்கள் எடுத்துக் கொள்ளும் இடத்தில் தொலைத்த வடக்கிந்தியர் ஹிந்திங்க்லீஷில் ... தனது தேடலை ஒலிபரப்பி கொண்டிருந்த நேரத்தில்... வந்திருந்தவர் அனைவரும் கிடைத்தகாய்ந்த ஓடாக இருந்த சமோசாவையும், ஃபாலா பில்வடையையும், காய்ந்து விறைத்தர் ஷபர்மாச்சாசுருளையும் கொறித்துக் கொண்டிருக்க ... கலை நிகழ்சிகள் தொடங்கின.

எகிப்து மற்றும் மொராக்கன் கலைவல்லுனர்கள் (fire breathing) நெருப்பு ஊதல் மற்றும் தனௌரா (Tanoura &skirt revolving dance) ஆட்டங்களை நிகழ்த்திபார்வையாளர்களை வியக்கச்செய்தனர். மக்களின் பெரும்கரவொலியுடன் மேடையேறி சுழன்றாடி, (BELLY DANCE)... பெருந்திரள் மக்களின் இதயத்துடிப்பை அதிகரித்த பெண்ணின் இடுப்பசைவுகளையும், முகபாவனைகளையும் தாண்டி கண்களில் ஒரு மென்சோகம். மக்கள் கூட்டத்தின் மத்தியில், அலையடிக்கும் கூந்தலுடன், ஆகக்குறைந்த உடையுடன் அங்கங்கள் அசைத்து கலைத்திறன் காட்ட முயன்று, கைத்தட்டலுக்காக இறைஞ்சிக் கேட்டுநிற்கும் பெண்ணின் வாழ்க்கை... 'ஜில்லாவிட்டு ஜில்லாவந்தகதை...' சொன்னபாடல் குரலில் தோய்ந்த சாயலில்... அரபியமொழி இசையில் ஒலித்தது...

ஆட்டம் நிறைவுற கூட்டம் விரைந்து உணவுவரிசையில் நின்று, தட்டுகளில், ரொட்டிகள், நூடுல்ஸ்... மற்றும்காய்ந்து, அழன்று கிடந்த மஞ்சள் சோற்றை நிரப்பி பருப்பு மற்றும் கடலைக் குழம்பு நிரப்பி சிந்தாமல் நடந்தனர். தட்டில் மீதமிருந்த இடத்தில் நெருப்பில் வாட்டிய கோழிக்காலும், குச்சில்செருகிய இறைச் சித்துண்டுகளும் சூடாக ... பரிமாறப்பட்டன. பல்வேறு தேசமக்களின் சுவை உணர்வுக்கும் பழுதில்லாவகையில் முயன்று, முழுதாய் தோற்றிருந்த

உணவுவகைகள்... பெரும்பாலான தட்டுகள் மீத உணவுடன், குப்பைக் கூடைகளை நிறைக்க... மென்பானங்கள் பெரும்பாலோரின் வயிற்றைநிறைத்தது.

மணி 8.20.குளிர்காற்று வீச ... மக்கள் மறுநாள் காலை ஜன்னலுக்கு வெளியே வெயில் ஏறஏற... அரைத் தூக்கத்தில் பத்து மணிவரை படுக்கைகளில் புரண்டுகிடக்கப் போகும் சந்தோஷ நினைவுகளுடன் வீடுதிரும்ப ஆயத்தமாகினர். நாங்களும் மெல்ல நடந்து வெளியேவந்து தயாராக இருந்த முதல் வாகனங்களையும் ,பின் வந்த இரண்டு வாகனங்களையும் நிறைத்து ...பாலைப் பகுதிசந்திப்பை அடைந்தோம். எண்ணிக்கையில் மூன்று நண்பர்கள் குறைய, வரும்வரை, எங்கள் இனிய கோஸ்டர்வாகன மும் வருவரைக் காரிருள் மணல்வெளிவில் காத்திருந்தோம். இருளிலும், முப்பத் தொருவர்கண்களிலும் கோஸ்டர் பயணபயம் தெரிய... அரைமணிகாத்திருப்பின் பின்னர் தூரத்தில் வெளிச்சம்.

சாவதானமாகவாகனம் செலுத்தி ,அருகிலிருந்தவர்களிடம் ஆண்டசராசரகதைகள்அத்தனையும்பேசி... அலைபேசியில் கதைத்து... ரேடியேட்டர் பழுதாகி தீய்ந்த வாடையடிக்க ... வேறுவண்டி மாற்ற முன்னேற்பாடுசெய்து... வழியில்நிறுத்தி... விழிமூடி உறங்க முனைந்தோர் அனைவரையும் வண்டிமாறி அமரப்பணித்து.... ஒருவழியாக அலுவலகவளாகம் அருகே இறக்கிவிட்டு அருள்பாலித்து ... ‘எமது லீலைகளில் இதுவும் ஒன்று’ - என நின்ற எங்கள் சாரதியை ஆழ்வார்களாய் வணங்கிவிடை பெற்றோம்.

வாழ்வின் வெற்றுபரபரப்பில் அவ்வப்போது மறைத்தும், மறந்தும் விடும் நேசத்தையும், அன்பையும், பழகும்பண்பையும்... நினைவில் நிறுத்தி புதுப்பித்துக் கொள்ளும் இத்தகையசிறுநிகழ்வுகள் ரம்யமானவை. சினச்சின்ன சுவாரஸ்யங்களே வாழ்வை கொண்டு

செல்பவைகள். வாழ்வின் அந்திமகாலத்தில் நினைத்துப் பார்க்கையில் கால்நூற்றாண்டு பணி அனுபவத்தில்... காழ்ப்புகளையும், கடந்து போன பொய்களையும், பணியிட அரசியல் அபத்தங்களையும், சேர்த்து தொலைத்த காசுகளையும் ... கடந்துமனதில் மீதம் இருப்பது இவ்வித தருணங்கள் மட்டும்தான். அமாவாசை நெருங்கும் இரவு... நிறுத்தியிருந்த வாகனம் நோக்கி நடந்தேன்... அமைதியான சூழல். காற்றின்குளிர் முகத்தில் ஊசியாய் இறங்கியது.

அலைபேசி அழைத்தது...

'ஸாப்ஜி ... மைடிரைவர்பாத்கர்ரஹா ...'

'ம்ம்... போலியேஜி...'

'எனது இந்த எண்ணை உங்கள் மொபைலில் பத்திரப்படுத்தி வாசிம்கான் என குறித்துக் கொள்ளுங்கள்... பின்னாட்களில் என்னை இது போன்ற சுற்றுலா தேவைக்காக அழைக்க ஏதுவாக இருக்கும்...' -உருது மொழியில் ... உரிமையுடன்சொன்னதற்கு...பதிலாக,

'லாஸிம் ....' (நிச்சயமாக) என்றேன்.

நம்பிக்கை !!!!

கார் ஸ்டார்ட்செய்ய பாதைமுழுதும் பளிச்சென வெளிச்சம்.

(07.01.16)

7. கண்ட மயக்கம் ஆசியா ஐரேக்கா அர்மீனியா, ஜார்ஜியா

""Good people are good because they've come to wisdom through failure."

William Saroyan

‘ நான்கு ஆண்டுகள்... இரண்டு மணி நேரத்துக்கும் குறைவான மின்சாரம். உறைபனிக்காலம்... எலும்பை உருக்கும் குளிர், நெருப்பிற்காக எங்கள் தேசம் தனது வளங்களை, மரங்களை இழந்த நாட்கள் அவை...’ - கண்ணீர் திரண்டு மின்னும் கண்களுடன் அறுபத்தைந்து வயது ஜன்னா (பயணத் துணைவர் - guide) தொண்ணூறுகளின் அர்மீனிய நிலையை சொல்லிக் கொண்டிருந்த போது, திலிஜான் மலைப்பிரதேசத்தில் (DILIJAN) மதியம் மூன்று மணி. குளிர் காற்று வீசிக்கொண்டிருந்தது.

உணவு மேசையின் மீது முட்டைகோஸ் DOLMA க்கள் ஆவி மெல்ல தணிந்துஆறிக்கொண்டு இருந்தன. LAVAASH எனப்படும் ஆர்மீனிய மென் ரொட்டிச்சுருள் செருகிய முட்கரண்டிகள் பீங்ஞான் தட்டுக்களின் மேல் செயலற்று கிடந்தன. எங்களனைவரின் பசியையும் அர்மேனிய சரித்திரத்தின் அவலச் சுவை ஆற்றுப்படுத்திக்கொண்டிருந்தது. ஜன்னா மெல்ல தனது கண்ணீரைத் துடைத்துக்கொண்டு, நேரம் கடந்து

கொண்டிருப்பதையும், இன்றைய நிரலின் படி பயணித்து காண வேண்டிய இடங்கள் இன்னும் இருப்பதையும் நினைவுறுத்தினார். இயலாமையும், இருளும் சூழ்ந்த ஆயிரத்து தொள்ளாயிரத்து தொண்ணூறுகளின் ஆர்மீனிய தேசத்தை, உலகின் மிகப்பழமையான, புராதான தேசத்தை, அதன் பெருமை மிக்க இனம் கடந்து வந்த வலி மிகுந்ததோர் பெரும் பயணத்தை நினைத்துக்கொண்டே அருந்திய பெர்ரி பழச் சாற்றில் கூட சரித்திரத்தின் சுவை துவர்த்துக் கிடந்தது.

நாங்கள் கேட்டுக்கொண்டதன் பேரில், DILIJAN மலைப்பகுதியில் வாழும் திருமதி ஆன்னா -அர்மீனிய குடும்ப - இல்லத்தில் சிறப்பாக ஏற்பாடு செய்யப்பட்டிருந்த அன்றைய மதிய உணவு நிறைவுற, பிரியாவிடை பிரியமாய் பகிர்ந்து படியிறங்கினோம்.

DILIJAN - அர்மீனிய ஸ்விட்சர்லாண்ட்

முன்னொரு காலத்தில் ஒரு மூதாட்டி, காணாமல் போன தனது ஒரே மகனான கால்நடை மேய்ப்பன் 'டிலி' யைத்தேடி 'டிலி -ஜான்'...'டிலி -ஜான்'... (அன்பிற்குரிய ... டிலி) என கூவி தேடி அலைந்த, அடர்ந்த மலைப்பிரதேசத்தில் தொடர்ந்து பெருங்குரலில் எதிரொலித்துக் கொண்டிருந்ததன் நினைவாக வழங்குபெயர் DILIJAN. ஓர் அர்மீனிய ஸ்விட்சர்லாந்து எனவும் கொண்டாடப்படுகிறது. இருபத்தையாயிரத்திற்கும் குறைவான மக்கள் தொகை... கடந்த நூற்றாண்டாக அடையாளம் கொள்ளத்தகும் சிறு குடில்கள். தொலைவில் தெரியும் தேவாலயங்கள். சிலைகள். கலைப்பொருள் விற்பனைக்கூடங்கள். சோவியத்தின் அடையாளத்தை முகத்தில் தாங்கிய நுண் கலைஞர்கள்... பேரிரைச்சலாக உணரச் செய்யும் பிரம்மாண்ட நிசப்தம். நூற்றாண்டுகளின் வரலாற்றின் மௌன சாட்சியாய் ஓங்கி உயர்ந்த பெருவிருட்சங்கள்.

இவை எவையும் அந்த மூதாட்டியின் அன்றைய பெருங்குரலுக்கு இன்றுவரை பதில் சொல்லாமல் மௌனம் காக்கின்றன. டிலி எனும் அந்த ஆடு மேய்க்கும் இளைஞனை அவனது முதலாளி தனது மகளை காதல் செய்ததற்காக, ஆணவக்கொலை செய்து மலைப்பள்ளத்தாக்குகளில் வீசியெறிந்த அவலத்தை ஆவணப்படுத்தாமல் அமைதி காக்கின்றன. அதிகார வர்க்கங்களின் அடுக்குகளாக மலைத்தொடர்கள் அங்குமிங்கும் மேலும் கீழும் பரந்து கிடக்க, சமவெளிகளின் புல் தரைகள், எளிய கால்நடைகளின் மேய்ச்சல் மைதானமாக விரிந்திருந்தது.

அடுத்து பதிமூன்றாம் நூற்றாண்டின் ஹகர்ட்ஸின் மடாலயம் (HAGHARTSIN MONASTERY) நோக்கி எங்கள் வாகனம் மலைப்பாதைகளில் ஊர்ந்து கொண்டிருந்தது. கோடைகாலத்தில் மாலை வெயில் குளிர்காற்றில் கரைந்து சில்லென உறைத்தது.

கோடையில் ஒரு பயணம்...

இரண்டு நாட்களுக்கு முன்னர் அமீரகத்திலிருந்து, கடும் கோடைவெயிலில் நண்பகல் 12 மணிக்கு விமானமேறி மூன்று மணி நேரப் பயணத்தில் அர்மீனியத் தலைநகர் எரவான் வந்திறங்கிய போது மதியம் மணி 3.20.

மனைவியுடன் சக ஆசிரியையாக பள்ளியில் பணியிலிருக்கும் கலைவாணி - விஸ்வேஸ்வரன் மற்றும் அவர்களின் பத்து வயது மகன் அகிலேஸ்வரன் என நாங்கள் அறுவராக நுழைவுரிமை சம்பிரதாயங்கள் நிறைவு செய்ய வரிசையில் நின்றோம். ஆங்கிலம் அறியாத அயற்சியில், எங்களிடம் சற்று கடுமை காட்டிய அர்மீனிய அம்மணியின் முகத்தில் எரிச்சலை மீறியும் எரவானின் எழில் எட்டிப்பார்த்தது. அமீரக குடியுரிமை கொண்டிருந்த காரணத்தால்,

அர்மீனியாவில் எங்களுக்கு வருகை நுழைவுரிமை (ON ARRIVAL VISA) வழங்கப்பட்டது. உடமைகளை சேகரம் செய்து சிறிய விமான நிலையத்திலிருந்து வெளிவந்தோம்.

'SASIKUMAR SANKARAVADIVELU' - எனது முழுப்பெயர் தாங்கி சிறு பதாகையை பற்றிக்கொண்டு வரவேற்பில் நின்று எனது பாரம்பர்யம் நினைவு கூர்ந்த அர்மீனிய வாகன சாரதி 'அர்மான்' பாலிவுட் இரண்டாம் கதாநாயகர்களை நினைவு படுத்தினார். மெல்ல கையசைத்து அணுகினோம்.

'WELCOME TO ARMENIA...'

ஓட்டுனருடன், ஏழு பயணிகள் அமர்ந்து பயணிக்க வசதியாக பென்ஸ் மகிழ்வுந்து . ஒவ்வொரு இருக்கையிலும் அர்மீனிய பயண நிரல் மற்றும் ஒரு சாக்லேட் வைக்கப்பட்டிருந்தது. அதிக நெரிசலற்ற சாலைகளின் ஊடே வாகனம் விரைந்து பதினைந்து நிமிடங்களில் HOTEL HILTON DOUBLE TREE அடைந்தோம். ஐந்து மற்றும் ஆறாம் தளங்களில் அறைகள் காத்திருப்பதாக அர்மீனிய ஆரணங்குகள் அழகு ஆங்கிலத்தில் மொழிந்து புன்னகைத்தனர்.

அறைகளுக்கான திறவு அட்டைகளையும், பிரத்தியேகமான சூடான அணிச்சல்களையும் (COOKIES?!), இணையத்துக்கான கடவுச்சொல்லையும் கொடுத்து எங்களது அர்மீனிய விஜயம் சிறப்புற வாழ்த்தி சின்ன இதழ்களால் சிக்கனமாக சிரித்து நெஞ்சை அள்ளிய கணத்தில், எனது சகதர்மிணி சற்று தொலைவில் நட்சத்திர வரவேற்பறை பூக்களின் அழகில் ஆழ்ந்திருந்தது ஆசுவாசமாளித்தது.

நண்பர் குடும்பம் ஐந்தாம் தளத்திலும், நாங்கள் ஆறாம் தளத்திலுமாக அறைகளில் அடைக்கலமாகி, அத்தியாவசிய பொருட்களை மேசைகளில் நிரத்தி, திறன் பேசிகளுக்கு மின்னுயிர்

ஊட்டி, இணைய இன்னுயிர் அளித்தோம்.

அறையின் நாற்பத்திரண்டு அங்குலத் திறன் தொலைக்காட்சியில் அவசரமாக, BIGG BOSS&SEASON 1 நிலவரம் அப்டேட் செய்து கொண்ட போது கவிஞர் ஸ்நேகன், தாராளமாக ஆரத்தழுவி ஆறுதல் சொல்ல முனைந்து கொண்டிருந்தார்., அவர் அடுத்ததாக கைநீட்டி எங்களை கட்டிக்கொள்வதற்கு முன் வேறு சேனல் மாற்றி அர்மீனிய தேசத்தில் தமிழ் முத்திரை பதித்தோம். சிறிது நேர ஓய்வு... ஏழு மணிக்கு எரவான் நகர் சுவாரஸ்யங்களை கண்டு திளைக்கிற உத்தேசத்தில், நகர் வரைபட சகிதம் வீதியில் இறங்கி நடந்தோம்.

மாலையில், எரவான் சாலையில்...

சாலையில் டிராம் மற்றும் பேருந்துகள், மக்கள் திணித்த ஷேர் டாக்ஸி என சகலமும் விரைந்து கொண்டிருந்தன. வெள்ளைத்தோல் மனிதர்கள், விரலிடுக்குகளில் புகை கசிகிற சிகரெட் சகிதம் நடந்து கொண்டிருந்தனர். நாடக அரங்க முகப்புகளில், பின்நவீனத்துவ நாடகங்களின் விளம்பர பதாகைகளில், சற்று முதிர்ந்த கலைஞர்கள் முக பாவங்களால் மிரட்டிக்கொண்டிருந்தனர். அராரத் வங்கி கட்டிடம் முதலிய பல கட்டிடங்கள் முழுக்க பாறை கற்களால் பெருந்தூண்களுடன் கட்டப்பட்டு, ஐரோப்பிய- ரஷிய அழகியலை சொல்லிக்கொண்டிருந்தன. நகரின் மையத்தில் பூங்காக்கள். இருபுறமும் நீளமான சாலை ஓரங்களில் உணவு விடுதிகள். உணவு மேசைகள்... இருக்கைகள். எங்கும், எங்கெங்கும் ஒயின், பீர்... இன்னபிற பானங்கள் நிறைத்து நுரைத்த குவளைகளுடன், நிதானமான மென்மையான குரலில் அன்றாட வாழ்வின் அனுபவங்களை அசதியை, அசைபோட்டு, தீர்வு காணும் முக பாவத்துடன் ஆண்களும், பெண்களும் தீராத உரையாடல்களில் ஆழ்த்திருக்கிறார்கள்.

அவர்களை கொஞ்சமும் தொந்தரவு செய்யாமல், ஆற அமர மாலை வெளிச்சம் இரவு 8.30 மணி வரை தொடர்கிறது. REPUBLIC SQUARE எனப்படும் நகர மைய்யத்தில் மாலை 7 மணி முதல் நள்ளிரவு 12 மணிக்கு மேலும் கூட்டம் நெரிகிறது. ஒளி உமிழ் நீரூற்றுகளும், இசைக்கலைஞர்களும், சித்திரக்காரர்களும், ஆடல் கலைஞர்களும்... அந்த பகுதியை தினந்தினம் உயிர்ப்பிக்கிறார்கள். நகரில் ஆங்காங்கே தாகம் தணிக்க குடி நீரூற்று கொப்பளித்து க்கொண்டு இருக்கின்றன. வெகு லாவகமாக அதில் நீரருந்தும் வித்தையை சிறு குழந்தைகள் கைவரப்பெற்று தாகம் தணிக்கிறார்கள்.

1991-ல் விடுதலை பெற்று தனி நாடாக மலர்ந்த அர்மீனிய தேசத்தை, சிறு குழந்தையை பேணி காக்கும் பரிவுடன், நேசித்து தோளில் சுமக்கும் ஒரு தளர்ந்த தாயாக, மக்கள் அக்கறை காட்டுகின்றனர். வரலாற்றின் நெடிய பாதையில் தொடர்ந்து ஏமாற்றத்தையே கண்டு சோகத்தில் ஆழ்ந்த ஒரு பெருந்தேசம், தமது புதிய சுதந்திர சுவாசத்தை அனுபவித்துக்கொண்டிருப்பதாகவே தோன்றுகிறது.

கி.பி. ஐந்தாம் நூற்றாண்டில் ஏறத்தாழ 1,30,000 சதுர கிலோ மீட்டர் பரப்பில் விரிந்திருந்த அர்மீனிய பெருந் தேசத்தின் இன்றைய பரப்பளவு வெறும் 29,700 சதுர கிலோ மீட்டர் மட்டுமே. அதிலும் பெரும் பகுதி தெற்கு ககாசியன் மலைத்தொடர்களால் நிரப்பப்பட்டு, குறைந்த மக்கள் தொகை உடைய தேசம். கி.மு. 600 களில் இருந்து கடந்த நூற்றாண்டு வரை அர்மீனியர்கள் கலாசார செழுமையுடன், பிரத்தியேக அடையாளங்களுடன் உலகெங்கிலும் பயணித்து வாணிபம் செய்த பதிவுகள் உலக சரித்திரத்தில் காணக்கிடைக்கின்றன. தனது நிலப்பரப்பை, துருக்கி, அசர்பைஜான், சோவியத், ஜார்ஜியா... என அருகிருக்கும் நாடுகளிடம் இழந்து, ஒன்றரை லட்சம் மக்களை

இனப்படுகொலையில் இழந்து, தனது வளங்களை இழந்து, பழம் பெருமைகள் நசிவுற்ற நிலையிலிருந்து மறுபடியும் அர்மீனியா மெல்ல துளிர்த்து எழுகிறது.

வில்லியம் சரோயன் (William Saroyan) எனும் எழுத்தாளர் எழுதிய வரிகளாக எழுத்தாளர் எஸ். ராமகிருஷ்ணன் அவரது கட்டுரையில் அர்மீனியர்களைப்பற்றி குறிப்பிட்டிருப்பார்.

‘அர்மீனியர்கள் ஒருபோதும் வாய் விட்டு சிரிப்பதில்லை. மறுக்கப்பட்ட நீதியின் வலி அவர்களின் தாடைகளை ஒடுக்கி வைத்திருக்கின்றது!’

உண்மை.

அர்மீனியர்கள் சிரிப்பை மறக்கவில்லை. மறுத்திருக்கிறார்கள்.

வேகமாக ஊடுருவி காற்று உடைகளை கலைத்துக்கொண்டிருக்க, மக்கள் மற்றுமொரு இரவு நேரத்தை வரவேற்றுக்கொண்டிருந்தனர். மணி இரவு 10.00. REPUBLIC சதுக்கத்தில் மேல் நிலவற்ற வானில் நட்சத்திரங்கள் மின்னிக்கொண்டிருந்தன.

2

""The eyes of the Armenians speak long before the lips move and long after they cease to.''

Arshile Gorky

Tsitsernakaberd

‘இந்த வெய்யிலை என்னால் தாங்கிக்கொள்ள முடியவில்லை - மன்னிக்க வேண்டும்’ என்றவாறே எங்கள் பயணத் துணைவர் ஜன்னா குடையை விரித்த நேரம் எரவானில் இருந்து இருபது நிமிட பயணத்தொலைவில் இருக்கும் Tsitsernakaberd எனும் மலையில் நின்றுகொண்டிருந்தோம்.

காலை 10.30 மணி. இதமான வெயில். சிலு சிலுக்கும் காற்று. தொலைவில் துருக்கி எல்லையில் அராரத் மலைத்தொடரின் பனிச் சிகரங்கள். நிலத்தை இழந்ததை, நிம்மதியை இழந்ததை, வாழ்வை இழந்ததை ... நினைவிலிருந்து இழக்க விரும்பாமல் 1995 ல் அர்மீனிய இனப்படுகொலையின் எண்பதாம் நினைவுநாளில் திறக்கப்பட்ட நினைவக வளாகத்தில் நின்று கொண்டிருந்தோம். துருக்கி ஓட்டமான் அரசின் ஆளுகைக்குள் அர்மீனியாவை வசப்படுத்திய முதல் உலகப்போர் வருடங்களில் கொல்லப்பட்ட பதினைந்து லட்சம் அர்மீனியர்களின் நினைவாக, நின்று கொண்டிருந்த ஸ்தூபிகள். 1914 முதல் நான்கைந்து ஆண்டுகளுக்குள் மொத்த அர்மீனியர்களையும் கொன்று குவிக்கும் முனைப்பில் துவங்கிய பயங்கரம். உலகப்போரில் துருக்கியின் வீழ்ச்சிக்கு அர்மீனியர்களே காரணம் என்ற தவறான கற்பிதத்தில், கொத்துக் கொத்தாக படுகொலைகள். சீரழித்து சிரிய பாலைவன வெளியில் விரட்டியடிக்கப்பட்ட பெண்கள், சிறு குழந்தைகள்... பாலை வெய்யிலின் உக்கிரம் தாங்காத குளிர் தேச மக்கள், நெடுந்தூர நடைப்பயணத்தில், நீரின்றி சருகாக உலர்ந்து உயிர் விட்ட கொடுமை.

‘இந்த வெய்யிலை என்னால் தாங்கிக்கொள்ள முடியவில்லை - மன்னிக்க வேண்டும்’

-செவியில் ஒலித்துக்கொண்டு இருந்தது.

ஜன்னா அருகிலிருந்த இனப்படுகொலை ஆவண அருங்காட்சியகம் மற்றும் பயிலகம் பற்றி உணர்வு வயப்பட்ட நிலையில் விளக்கிக்கொண்டிருந்தார். அர்மீனியர்கள் இந்தியாவுடன் பதினான்காம் நூற்றாண்டில் வணிகத்தொடர்பு கொண்டிருந்த தகவல்கள் கொல்கத்தாவிலிருந்து சேகரிக்கப்பட்டன என்பதை ஆச்சர்யத்துடன் கூறினார். அர்மீனிய மொழியின் முதல் பைபிள் அச்சேறியது சென்னையில் தான் என்றும், இன்றும் அர்மீனியன் ஸ்ட்ரீட், ஆர்மீனியன் தேவாலயம் சென்னை மாநகரில் உண்டென்பதை நான் சொன்ன போது, ‘oh ...truly ’ என வியப்புற்றார்.

அர்மீனியன் ஸ்ட்ரீட் தற்போது சென்னைத் தமிழ் மக்களால் அரண்மனைக்கார தெருவாகி, மண்ணடி பகுதியில் மண்ணடியில் புதைக்கப்பட்ட வரலாற்றுடன் கிட்டத்தட்ட கீழடியான அவலத்தை சொல்லாமல் தவிர்த்தேன்.

‘எனது தாய் வழி தாத்தா இனப்படுகொலை சம்பவத்தில் உயிர் பிழைத்து, எண்பது வரை வாழ்ந்து மறைந்தவர். அந்த நாட்களின் துன்பியல் அனுபவங்களை அவர் தனது குடும்பத்தினரிடம் கூட ஒரு போதும் பகிர்ந்து கொண்டதே இல்லை. ஒரு நாட்குறிப்பேட்டில், கைப்பட எழுதி வைத்திருந்த தகவல்களை அவரின் மரணத்துக்குப் பிறகு எனது பாட்டியிடம் இருந்து நான் பெற்றுக்கொண்டேன். நானும் எனது அம்மாவும் அதை வாசித்து கலங்காத நாட்களில்லை... எனது தாத்தாவின் அடர்த்தியான அமைதிக்கும், அவர் விடியற்காலை தனிமையில் அரராத் மலைத்தொடரை வெறித்துப் பார்த்து அமர்ந்திருந்த தருணங்களும் முழுமையான பொருள் புரிய, நான் ஒரு வரலாற்றாளராக இருக்க வேண்டுமா என்ன?’- நீண்ட விரல்களால் தனது நீலக்கண்கள் உதிர்த்த கண்ணீரை துடைத்துக்கொண்டு ‘I am So ...sorry ...’ என்றார்.

''1960 கள் வரை இந்த உயிரிழப்புகள் பற்றி உலகிற்கு ஏதும் தெரியாமல் இருக்க வல்லாதிக்க சக்திகள் மிக சிரத்தையுடன் பார்த்துக் கொண்டன. முதலாம் உலகப்போர் காலத்தில் துருக்கி ஓட்டமான் அரசு பகுதியில் தங்கி போரின் அவலங்களை பதிவு செய்த ஜெர்மானிய படைவீரர் மற்றும் மனித உரிமை ஆர்வலர் Armin T. Wegner என்ற மனிதர் பதிவு செய்த புகைப்படங்கள் அர்மீனியர்களின் விசும்பலை உலகிற்கு உரத்த குரலில் ஓங்கி ஒலித்தன. ஹிட்லரின் யூத இனப்படுகொலையை கண்டிக்கும் வல்லரசுகளுக்கு, ஐ நா அமைப்புகளுக்கு அர்மீனியர்களின் இழப்பு, சோகம் இன்று வரை புரியவே இல்லை. நாங்கள் வாழ்ந்த எங்களது ஒன்பது பங்கு நிலத்தை, பால்யத்தில் நீந்தி விளையாடிய ஆறு, ஏரி, குளங்களை, ஒன்றரை மில்லியன் மக்களை, வளங்களை, வாழ்க்கையை... இழந்த வலி வல்லரசுகளுக்கு புரியவில்லை. புரியாது. புரிய வேண்டாம்... அது பற்றி எங்களுக்கு கவலை இல்லை.

சோவியத்திலிருந்து அர்மீனியா விடுதலையான 1991 முதல், இது எங்கள் தேசம். இனி இழப்பதற்கு ஏதுமில்லாத மக்கள் நாங்கள்... நடந்தவைகளை மன்னிக்க அர்மீனியர்களுக்கு மனம் இருக்கிறது... மறக்க தான் முடியவில்லை. மன்னிக்க வேண்டும் திரு.சசிகுமார்... உங்களின் வரலாற்று ஆர்வமும், கேள்விகளும், ஒரு வரலாற்று ஆசிரியை மற்றும் அருங்காட்சியக பணியாளரான என்னை அதிகம் பேச வைத்து விட்டன.''

''அற்றைத் திங்கள் அவ்வெண்ணிலவில்
எந்தையும் உடையோம் எம்குன்றும் பிறர் கொள்ளார்
இற்றைத் திங்கள் இவ்வெண்ணிலவில்
வென்று எறிமுரசின் வேந்தர்எம்

மெல்லச் சிறகசைத்து.... 190

குன்றும் கொண்டார் யாம் எந்தையும் இலமே... –

சங்ககால பாரி மகளிர் சோகம் சகல உலக உயிர்களின் இழப்புக்கான அடையாளக்குரலாக ஆயிரமாயிரம் ஆண்டுகளாக ஒலிப்பதை சொல்லி நாங்களும் பேரிழப்புகளை அனுபவித்த இனம் தான் என அர்மீனியர்களிடம் ஆறுதல் சொல்ல மனம் துடித்தது. மதத்தின் பெயராலும், இனத்தின் பெயராலும், நிலத்தின் பெயராலும்... இத்தகைய கொடுமைகள் எல்லா காலங்களிலும் எல்லா இடங்களிலும் இடையறாது நிகழ்த்தப்பட்டுக்கொண்டே இருக்கின்றன. பலவற்றுக்கு விடை கிடைப்பதே இல்லை. சிலவற்றுக்கான விடைகள் காலந்தாழ்த்தி கிடைக்கின்றன... எவ்வித பலனுமின்றி. கடந்த நூற்றாண்டின் முதல் இனஅழிப்பும், இந்த நூற்றாண்டின் முதல் இன அழிப்பும்... மனதில் அர்மீனிய மண்ணில் நின்றுகொண்டிருக்கும் தமிழனாக ஒரு வித அயர்ச்சியை தந்தது.

நினைவகம் அந்த மலை உச்சியில் ஒரு மொட்டு மலர்வது போன்ற அமைப்பில் இழந்த பன்னிரண்டு அர்மீனிய பிராந்தியங்களின் எண்ணிக்கை இதழ்களாக பிரம்மாண்டமாக அமைக்கப்பட்டிருந்தன.. நடுவில் மகரந்தமாக அணையா தீபம் ஒன்றரை மீட்டர் ஆழத்தில் ஒன்றரை லட்சம் தியாகிகள் நினைவாக ஒளிர்ந்து கொண்டிருந்தது. கூர்மையான நாற்பத்து நான்கு மீட்டர் உயர ஸ்தூபம் முளைத்து எழும் அர்மீனிய தேசத்தை குறியீடாக கொண்டு நிற்கிறது.

ஒவ்வொரு ஆண்டும் ஏப்ரல் 24 ம் தேதி இனப்படுகொலை நினைவு தினமாக, அர்மீனியர்கள் உலகெங்குமிருந்து வந்து இந்த நினைவகத்தில் திரள்கிறார்கள். தங்களது முன்னோர்களை நினைவு கொள்கிறார்கள். அந்த நாளை தங்களது முன்னோர்களுடன் கழிப்பதாகவே தமது குழந்தைகளுக்கு புரியச்செய்கின்றனர். மலை உச்சியிலிருந்து தெரியும் எரவான் நகரின் எழில் காண்கிறார்கள்.

வரலாற்றின் மௌன சாட்சியாக தொலைவில் நிற்கும் அராரத் சிகரங்களை பிள்ளைகளுக்கு காட்டி சரித்திரம் சொல்கிறார்கள். ஒரு நாற்பது வயது அர்மீனிய பெண்மணி வண்ண மலர்ப்பூங்கொத்து வைத்து தீபத்தின் அருகாமையில் மண்டியிட்டவாறு நீண்ட நேரம் கன்னங்களில் கண்ணீர் உருள கண்மூடி மௌனித்திருந்தார். வினோத ஒலியுடன் வெளியிலிருந்து காற்று நினைவகத்துக்குள் விரைந்து, அணையா தீபத்தின் பிழம்புகளை அலைக்கழித்து விளையாடிக் கொண்டிருந்தது.

தொடர்ந்து எரிந்து கொண்டிருக்கும் அணையா தீபம் தீராத அர்மீனிய கதைகளை காற்றிடம் சொல்லிக்கொண்டே இருப்பதாகவே தோன்றுகிறது.

வாகனத்தில் அமர்ந்த போது கவனித்தேன் முன்பகுதியில் ஒரு புறம் அர்மீனிய கொடியும், மறு புறம் இந்தியக் கொடியும் விரிந்திருந்தன. ஜன்னா மற்றும் ஓட்டுநர் அர்மான் இருவருக்கும் அதற்கென நன்றி கூறி அர்மீனிய வெற்றிப்பூங்கா காண விரைந்தோம்.

VICTORY PARK

தேசத்தின் வெற்றியை நினைவில் நிறுத்தும் வெற்றிப்பூங்கா ஒரு சிறு குன்றின் முகட்டில், அர்மீனிய வெற்றித் தாயின் வாளேந்திய பிரம்மாண்ட சிலையுடன் அமைந்திருந்தது.

வலிமையால் நிலைநிறுத்திய அமைதியை ஐம்பத்து ஒரு மீட்டர் உயரத்தில் நின்று அர்மீனிய அன்னை சொல்லிக்கொண்டிருந்தாள்.

அழகான புல்வெளிகள். இரண்டாம் உலகப்போரில் சோவியத் பயன் படுத்திய பீரங்கிகள், டாங்கிகள், போர்க்கருவிகள் புல்வெளிகளில் பூத்துக்கிடக்கும் வண்ண மலர்களுக்கிடையில்

நிறுவப்பட்டு இருந்தது, அழகையும்,அடக்குமுறையையும், அவலத்தையும், அன்பையும் என முரண்களை தம்முள் சுமந்து நிற்கும் அர்மீனியாவின் வடிவமாகவே தோன்றியது. குடிநீர் ஊற்றுகள், தலை வணங்கி குடிக்கும் மக்கள், சற்றே கரைந்த குரலில் கரைகிற பழுப்பு நிற காக்கைகள், தலை சாய்த்து, விரல் காட்டி செல்ஃபி எடுத்துக்கொள்ளும் இளைஞர்கள், புத்தம் புது வாழ்க்கைத் துணைகளின் கைகளை பரஸ்பரம் பற்றியவாறு, காற்று புக மிகக் குறைந்த பட்ச இடைவெளியை அனுமதித்து கடந்து செல்லும் தேநிலவுத் தம்பதிகள், பழச்சாறு உறிஞ்சியபடியே அப்பாவிடம் மழலை பேசி நடக்கும் சுருட்டை முடி குழந்தை, அரை நிஜார் சகிதம், தோளில் தொங்கும் SLR கேமராவுடன் அறுபது வயது மனைவியுடன் ரகசிய குரலில் பேசிக்கொண்டு செல்லும் எழுபது வயது முதிய ஐரோப்பியர்... புல்வெளிகளின் மெல்லினம் சுகித்து வந்தமரும் புள்ளினங்கள்...

வன்மங்களற்ற அமைதியான உலகம் எத்தனை இனிமையானது.

‘அப்படியே நில்லுங்க... செமை பேக்ரவுண்ட் ... ஒரு போட்டோ எடுத்துறலாம்’

-நண்பர் விஸ்வேஸ்வரன் குரல் கேட்க, அர்மீனிய வெற்றித் தாயின் பின்னணியில் மனைவி, மகனுடன் புன்னகைக்கும் சிலையாக சமைந்தேன். அடுத்து ஏரவான் நகர மையத்திலிருக்கும் OPERA HOUSE.

OPERA HOUSE - கல்லிலே கலை வண்ணம்

எரவான் நகரில் நான் கண்ட முதல் சிலை Zvartnots விமான நிலையத்தில் இருந்து வெளிவந்த நூறடிக்குள் ஒரு சாலை சந்திப்பில் நூற்றைம்பது அடி உயரத்தில் நிமிர்ந்து நின்ற அழகு கருங்கற்சிலை. வடிவான ஒயின் பாட்டில் சிலை. குடிமையியல் வரலாற்றில் ‘குடி’யியல் அனுபவ பதிவுகள் தவிர்க்க இயலாதவைகள்.

குளிர் பிரதேசங்களில் கொத்துக் கொத்தாக திராட்சை பழுத்துக் குலுங்கும் தேசத்தில், ரசம் வடித்து, குடுவைகளில் ஆண்டுக்கணக்கில் பதப்படுத்தி, தேக்கி வைத்து, ரசித்து, ருசிக்கும் காரியம் - பஞ்சமா பாதகங்களில் ஒன்றா என்பதை, ஒரு மாலை வேளையில் பால்பேதமின்றி 'KARAS' ரெட் ஒயின் அருந்தியபடி அலசி, ஆய்ந்து முடிவெடுக்க வேண்டிய விஷயம். சிறந்த ஒயினின் நல்லியல்பு இரண்டு ஸிப் உறிஞ்சல்களுக்கு ஊடேநீளும் இடைவெளியில் உயிர்த்திருக்கிறது என்று என்றோ வாசித்துணர்ந்ததை இங்கு குறிப்பிடாமல் கடந்து போனால் வறண்ட தொண்டைக்கு அடுத்தவேளை ஒயின் கிடைக்காது.

மற்றபடி, நகரெங்கிலும் நிற்கும் கருங்கல் சிலைகளில், இசை மேதைகளும், கவிஞர்களும், சிந்தனையாளர்களும், எழுத்தாளர்களும்.... உயிர்த்தெழுந்து நிற்கிறார்கள். அர்மீனிய தேசத்தில், அரசியல் தலைவர்களுக்கு சிலைகள் இல்லை. சிலையாகும் தகுதியுடைய அரசியல் தலைவர்களின் வரிசை விடுதலையுடன் முடிந்து விட்டது என மக்கள் நம்புவதாக தோன்றுகிறது.. சமகால தலைவர்கள் தேசத்தின் முதன்மையான பணியாளர்களாக கருதப்படுகின்றனர். அவர்கள் நிற்கவும், அமரவும், செயல்படவும் வேண்டிய இடம் அரசாங்க நாற்காலிகளேயன்றி, நகரத்தின் நாற்சந்திகளல்ல என்பதில் மக்கள் தெளிவாக இருக்கின்றனர். சாதிகளாலும், ஊழல் வழக்குகளாலும் மட்டும் உயிர்ப்பித்து இருக்கும் தலைவர்களும், சம்பந்தமில்லா பாபுகளும் பிரதிமைகளாக சமைந்து நிற்கும் தமிழக சாலைகள் இசைகேடாக நினைவில் வந்தன. இசைக்கலைஞர்களின் சிலைகளும், இதர அழகு சிற்பங்களும், பூங்காவும், நீரூற்றுகளும், இருமருங்கும் ஐரோப்பிய அழகில் நிறைந்திருந்த குளிர்பான, உணவு விடுதிகளும்... நீர் நிலைகளில் நீந்திக்கொண்டிருக்கும் வாத்துக்களும் ... cascade complex எனும்

அடுக்கு வளாகத்தின் பொலிவான படிகளும் எங்களின் ஒரு மணி நேரத்தை எடுத்துக்கொண்டது.

ஒரு உணவகத்தில் புதினா, வாழைப்பழச் சாறு அருந்தி ஆசுவாசம் கொண்டு வாகனத்தில் அமர்ந்தோம். பொதுவாக இத்தகைய சுற்றுலாக்களில், பயணத் துணைவர்கள் மற்றும், வாகன ஓட்டுனர்கள் நம்முடன் சேர்ந்து உணவு கொள்வதை, கவனமாக தவிர்ப்பதை தமது அலுவல் நெறியாக கொண்டுள்ளனர். கட்டாயப்படுத்தினால் கூட புன்னகையுடன் நன்றி சொல்லி தவிர்த்து விடுகின்றனர்.

கையிருப்பில் அர்மீனிய டிராம் சற்று குறைந்திருந்தால், கரன்சி எக்ஸ்சேஞ் சென்று மாற்றிக்கொண்டு (1 AED: 130 AD) அர்மீனிய பேரங்காடி காண இறங்கி நடந்தோம்.

. 'நமஸ்கார்' - எனும் பெண் குரல்கள் வரிசையாய் ஒலிக்க, பழங்கள் மற்றும் காய்கறிகளின் மணம் வரவேற்க, பேரங்காடி வளாகம் அடைந்தபோது மதியம் மணி 3.00. உலர் பழங்களும், பசுமை மாறா காய்கறி, பழ வகைகளும், லவாஷ் ரொட்டி சுருள்களும், பாலாடை கட்டிகளும், அடுக்கி வைக்கப்பட்டிருக்கும் சிற்றங்காடிகளில் பெரும்பான்மையாக பெண்களும், அவர்களுக்கு துணையாக சற்று முதிய ஆண்களும் அமர்ந்திருந்தனர். இந்திய தேச மனிதர்களாக அடையாளம் கண்டு கொண்டு, கைகூப்பி வணங்கி 'நமஸ்கார் ராஜ்கபூர்... நமஸ்கார் அமிதாப் பச்சன்...' திரைகடலோடி, கண்டங்கள் தாண்டி நமது இந்தியாவை அடையாளப்படுத்தி இருப்பது பெரும்பாலும் திரைப்படங்களே... என்பது ஊர்ஜிதமானது. உச்சமாக இனிக்கும் பீச் மற்றும் பெர்ரி பழங்களை வாங்கிக்கொண்டு, அரை மணி நேரம் கழித்து வாசலுக்கு வந்தோம்.

அன்றைய நிகழ்சசி நிரல் நிறைவுற்றது. ஜன்னா மற்றும் அர்மானிடம்

எங்களது உடைமைகளை ஹோட்டலில் சேர்ப்பித்து விடச் சொல்லிவிட்டு, குடியரசு சதுக்கத்தில் இறங்கிக்கொண்டு, வெறுங்கைகள் வீசி அருங்காட்சியகம் நுழைந்தோம். மாலை மணி நான்கு. நுழைவுக் கட்டணத்துடன் மூன்று தளங்களில் இயங்கிக்கொண்டிருந்த வரலாற்று அருங்காட்சியகம்... எங்களை கடந்த காலங்களுக்கு ஒரு மணி நேரம் கடத்திச் சென்றது.

ஒரு தேசத்தின் புவியியலே அதன் வரலாற்றை முடிவு செய்கிறது என்பதை உலக தேசங்களின் சரித்திரம் உணர வைக்கிறது.

'சாப்பிட்டு விட்டு, கொஞ்சம் நேரம் சுற்றி அலைந்து விட்டு இரவு தங்குமிடம் திரும்பலாம்' என நண்பர் விஸ்வேஸ்வரன் சொல்ல, எங்கள் அறுவரின் கால்களும், மெல்ல நடந்தன... கண்கள் உணவு விடுதியை தேடின.

மறுநாள் சற்று தொலைவான THEGHENஐகு மலைத்தொடர் கேபிள் கார் மற்றும் DILIJAAN பயணம்.

அன்றைய எரவான் நகர மாலை நேரம் எங்களை தன்னுடன் இணைத்துக்கொண்டு இயல்பாக இயங்கிக்கொண்டிருந்தது.

The water goes the sand remains; the person vanishes, the memory remains.

Armenian proverb

'நீ விரும்பும் உணவின் சுவை உனது நாட்டின் அரசியலை நிர்ணயிக்கிறது ' - என என்றோ, எங்கோ வாசித்திருந்தது, மிளகின் காரச் சுவையுடன் எங்கள் மேசையை நிறைத்திருந்த சிக்கன் துண்டுகளிலும், அர்மீனிய பீட்சாவிலும் தெரிந்தது. அருகருகே உள்ளமேசைகளில் வித வித இறைச்சிகளும் கண்கவர் வண்ணங்களில்

பரிமாறப்பட்டு இருந்தன. பெரும்பாலும் ஐரோப்பிய நாடுகளில் மாடு மற்றும் பன்றியிறைச்சி பெரும் பயன்பாட்டிலுள்ளன. கோழியை மென்கறியாக அல்லது பொய்க்கறியாகவே (Psuedomeat) பார்க்கிறார்கள். காலநேரமின்றி மக்கள் உணவகங்களில் மொய்த்துக் கிடக்கிறார்கள். நீளக்கம்பிகளில் கோர்த்து சுட்ட இறைச்சித் துண்டங்களை, மெல்லிய கருகல் மணத்துடன், சூடு தங்காத வாயிலிட்டு மென்றவாறே, நுரைக்கும் பீர் அல்லது கருஞ்சிவப்பு ஒயின் உறிஞ்சிக்கொண்டு நீண்ட நேரம் தணிந்த குரல்களில் உரையாடலைத் தொடர்கிறார்கள். "One Beef steak with pork sandwich...'-அருகில் குழந்தையுடன் அமர்ந்திருந்த ஒரு அர்மீனியப்பெண்ணின் குரல். அரசின் அதிகாரக் கரங்கள் ஏழைமக்களின் உணவுத் தட்டு வரை நீளாத ஆசீர்வதிக்கப்பட்ட அழகான சிறு தேசம் அர்மீனியா.

அர்மீனியாவின் ஆகபெரிய சிரமம் ஒன்று தான். அதன் பணப் பரிவர்த்தனை. அனைத்தும் ஆயிரங்களில்... ஒரு தண்ணீர் பாட்டில் 200 ட்ரம். உணவு 4000 ட்ரம்... ஐஸ்கிரீம் 350 ட்ரம். கோடிகளில் சம்பாதித்து, லட்சங்களில் செலவு செய்ய வைக்கும் தேசம். பதிமூன்றாம் வாய்ப்பாடே பஞ்சாயத்தாகும் எனக்கு, பணத்தை எண்ணுவதிலும், கொடுப்பதிலும், மீதம் வாங்குவதிலும்... ஏற்பட்ட சிரமங்கள் DEMONETIZATION-ஐநிகர்த்தவை. இரவு பத்தரை மணிக்கு இருப்பிடம் திரும்பி, நான்கு நட்சத்திர அறையின் அதீத நிசப்தமும், படுக்கை, தலையணையின் மிதமிஞ்சிய மென்மையும் உறக்கம் தொலைக்க போதுமானவைகளாக இருக்க, ஜன்னல் கதவை சற்றே திறந்து வைத்து, ரோட்டின் குறைந்த பட்ச வாகன இரைச்சலை அறையில் அனுமதித்து, உறங்கிய போது மணி 2.00 இருக்கக் கூடும். மறுநாள் காலை. ஆறரை மணிக்கு எழுந்து குளித்து, வழமை போல் எனது நாற்பது நிமிட சிறு நடை நகர் உலா. நட்சத்திர விடுதி உணவு.

நீண்ட பயணத்துக்கான ஆயத்தம். 9.00 மணிக்கு துவங்கிய பயணம். வழியில் புராதான TSAKHKADZOR Kecharis Monastery பன்னிரண்டாம் நூற்றாண்டில் இருந்து இன்று வரை ஏகாந்தமும், அமைதியும், அழகும்... உண்மையில் தேவ ஆலயமாக நின்றுகொண்டிருக்கிறது.

TEGHENIS MOUNTAIN – CABLE CAR

இரண்டு மலைகளை இணைத்து, ஒரு கம்பி வட மகிழ்வுந்து பயணம். ஜன்னா தந்த அனுமதிச்சீட்டுகளைப் பெற்று அந்த திறந்த இருக்கைகளில் நாங்கள் அமர்ந்தபோது அப்படி ஒரு அனுபவத்தை எதிர்பார்க்கவில்லை. எங்களை ஏந்திக்கொண்டு, இருக்கைகளின் தடுப்பு அரண் இட்டுக்கொண்டு கேபிள் கார் நகரத்தொடங்கிய சில சொற்ப நிமிடங்களுக்குள் எங்களது காலுக்கு கீழ் பச்சை நிறத்தில் அடர்ந்த காடுகள் நிறைந்த பள்ளத்தாக்குகள், மலைச் சரிவுகள், தொலைவில் நீல நிறத் துளிகளாக நீர் தேக்கங்கள். அற்புத அனுபவம். பதினைந்து நிமிட பயணத்தில் அடுத்த மலைப்பிரதேசத்தில் இறக்கி விடப்பட்டோம்.

ஒரு ஐரோப்பிய தேசப் புல்வெளி, வண்ண லாவண்டர் மலர்கள் சூழ, வண்ணத்துப்பூச்சிகளும், பறவைகளின் குரலொலியும், வடிவான குதிரைகளும் கனவுகளில் மட்டுமே விரிகிற காட்சி. தமிழ்த்திரை உலகு இன்னும் தடம் பதிக்காத நிலம் எனத் தோன்றியது. கேபிள் கார் இருக்கைகளில் கதாநாயகி கட்டப்பட்டு, குறைந்த ஆடைகள் காற்றில் பறக்க ...அலறியவாறு கடத்தப்படும் காட்சியும், காப்பாற்ற உலங்கு ஊர்தியில் (ஹெலிகாப்டர்) பசும் பள்ளத்தாக்கின் பின்புலத்தில் பிரசன்னமாகும் கதை நாயகனும்... தமிழ்எண்ணத்தில் தவிர்க்க இயலாமல் நிழலாடின.

அமெரிக்க குடும்பம் ஒன்று இந்தியர்களா? எனக் கேட்டு புன்னகைத்தனர். இரண்டு தலைமுறையாக அமெரிக்காவில் வசித்து வரும் அர்மீனிய வம்சாவளி என்று தன்னை அந்த பெண்மணி அறிமுகப்படுத்திக்கொண்டார். பதின் வயது மகளுடனும், மகனுடனும், கணவருடனும் பூர்வீக தேசம் காண வருவதற்குள் நாற்பதாண்டுகள் கடந்து விட்டதாக சொல்லிய போது, அவர் அணிந்திருந்த கருப்புக்கண்ணாடியில்... தூரத்து மேகங்கள் நகர்ந்து கொண்டிருந்தன.ஒன்றாக நின்று நிழற்படமெடுத்து "SEE YOU ... BYE' என்று நகர்ந்த கணத்தில், 'எங்கே... எப்படி?...சாத்தியமா?' என்ற கேள்விகள் எழும்பினாலும் கேட்க முடிவதில்லை. தனது முன்னோர் இன அழிப்பின் போது விட்டு விலகிச் சென்ற தேசத்தை செவிவழி கேட்டு மனதில் கருவாக சுமந்திருந்த ஒரு அர்மீனிய இரண்டாம் தலைமுறைப்பெண் வந்திருக்கிறாள். தனது முகவரியைத் தேடி... அடையாளங்களைத் தேடி. தனது மொழியின், இனத்தின் வேர்களைத் தேடி... வந்திருக்கிறாள். பெரு விருட்சமாக நின்று அழிக்கப்பட்ட இனங்கள் தமது வேர்களை உலகெங்கிலும் விரித்து விதைகளை ஆழமாக மண்ணுக்குள் புதைத்திருக்கின்றன. நம்பிக்கை என்னும் விசும்பிற்றுளி வீழும் இடங்களில், மாற்றம் என்னும் பசும்புற்றழைகள் காண முடியும்.

சற்று நேரத்திற்கு பின்னர், திரும்ப கேபிள் கார் ஏறி பள்ளத்தாக்குகள் காலுக்கு கீழ் நழுவ சற்று திகிலுடன் பயணித்தோம். கீழே புல்வெளியில் அமெரிக்க குடும்பம் கையசைக்க ... கையசைத்த கணத்தில் வீசிய காற்றின் வேகத்தில்... மனைவியின் தொப்பி பறந்து, காற்றில் தவழ்ந்து அர்மீனிய மலைகளின் மடியில் மனிதகால் தடங்கள் பதியாத பிரதேசத்தில் தரையிறங்கி அமர்ந்தது. எங்களது அர்மீனிய பயணத்தின் பதிவு பசும்பள்ளத்தாக்கில் ஆவணப்படுத்தப்பட்டது.

LAKE SEVAN :

அர்மீனியாவின் பிரதான நீர் ஆதாரம். மலைகளின் நடுவே 1900மீட்டர் உயரத்தில் 74 கிலோமீட்டர் நீளம் 32 கிலோமீட்டர் அகலத்தில் ஆயிரத்து இருநூறு சதுர கிலோ மீட்டர் பரப்பில் விரிந்திருக்கும் நீர் நிலை. மலைப்பிரதேச வெளியில் இருக்கும் ஏரிகளில் இரண்டாம் பெரிய ஏரி செவான். இருபத்தெட்டு நதிகளின் நீரே ஆதாரமாக கொண்டு, இருக்கும் ''அர்மீனியாவின் முத்து'' எனப்படும் செவான் ஏரி எரவானில் இருந்து எழுபத்து மூன்று கிலோமீட்டர் தொலைவில் உள்ளது.

'கடந்த ஜனவரி மாதம் ஒரு ஞாயிறு விடியற் காலை, குடும்பத்துடன் இங்கு வந்திருந்தேன், மலை மேலிருக்கும் தேவாலயத்தினுள் நுழையும் போது சூரியன் உதிக்கவில்லை. அரைமணி நேர வழிபாட்டிற்கு பிறகு வெளி வந்த கணத்தில், எனக்கு ஏதும் புரியவில்லை, நான் எங்கே இருக்கிறேன் என்று ஒரு கணம் பிரஞ்ஞையற்றுப் போனது... கண்ணுக்கெட்டிய தொலைவு வரை பனிப்பாளங்களாக உறைந்த ஏரி ... அதன் மேற்பரப்பில் மெல்லிய புகையாக சன்னமாக பனிப்படலம். வெண்துகள் பனிப்போர்த்திய அசைவற்ற மரங்கள். தடித்த கம்பளித் தோலாடைகளை மீறி எலும்பைத் தொட்டு, முகத்திலறையும் குளிர்... நிசப்தமான ஏகாந்தம்... வெகு தொலைவில் மலையேறும் வாகனத்தின் கமறல்.... தேவாலயத்திலிருந்து தவழ்ந்து வரும் பூக்களின் நறுமணம்... நான் என்னையறியாமல் இயற்கையில் கரைந்த தருணம். அந்த கணம் இனி என்றேனும் நிகழுமா என்று தெரியவில்லை! - விரல்களால் சிலுவையிட்டுக்கொண்ட ஜன்னா விவரித்ததை அந்த மலையின் ஒன்பதாம் நூற்றாண்டு தேவாலய மடத்தின் (SEVANAVANK MONASTERY) புராதான அழகில் உணர முடிந்தது. வீசும் காற்றும், இதமான வெயிலும், இனிய சூழலும் அந்த மலை உச்சிக்கு படிகளேறி நடந்து வந்த

மூச்சிறைப்பை மறந்து ரசிக்க செய்தன. தனது பெற்றோர் வரவுக்காக மூச்சிரைத்தபடி மடாலய சுவற்றில் சாய்ந்தபடி காத்திருந்த சிறுவனின் தவிப்பு ஒரு சிறுகதையாக மனதில் உறைந்தது.

தற்போது மெல்ல கீழிறங்கி பயணத்தைத் தொடர்ந்தால், இன்னும் ஒரு மணி நேரத்தில் DILIJAAN சேரலாம். உங்களது விருப்பப்படியே, அங்கு வசிக்கும் ஒரு அர்மீனிய தோழி வீட்டில் உங்களுக்கான மதிய உணவு தயாராக இருக்கும். ஒரு மணி நேர உணவு இடைவேளை. பின்னர் பதிமூன்றாம் நூற்றாண்டின் ஹகர்ட்ஸின் மடாலயம் (HAGHARTSIN MONASTERY). அத்துடன் இன்றைய சுற்றுலா நிரல் நிறைவுறுகிறது. 'ARMENIA DOLMA MADE WITH CHICKEN ... NO BEEF... RIGHT?' எச்சரிக்கையுடன் நினைவுபடுத்தியவாறே படிகள் இறங்கிக்கொண்டிருந்தார் நண்பர் விஸ்வேஸ்வரன். ஜன்னா புன்னகைத்தபடி... 'YES ...YES ...Mr. VISHWAA DONT WORRY '

எதிரே படியேறிக்கொண்டிருந்த ஒரு நரை தாடிக்கார அர்மீனியப் பெரியவர் சற்றேறக்குறைய நமது பிரதமரின் முகச்சாயல் கொண்டிருந்ததை இயல்பாக எடுத்துக்கொள்ளவே முயன்றேன். அரசு செலவில், பிரத்தியேக விமானத்தில் அர்மீனிய விஜயமாகவும் இருக்கலாம். 'அர்மீனியா எரவான் நகர் செவான் ஏரிக்கரையில் தூண்டில் போட்டு மீன் பிடித்த பிரதமர்' நாளைக்காலை பத்திரிகைகளில் விவசாயிகளின் போராட்டத்தை பின்னுக்கு தள்ளி தலைப்பு செய்தியாக வெளிவர வாய்ப்பேதும் இருக்கக்கூடாது. அப்போஸ்தல மலை தேவாலய கிறிஸ்துவிடம் மனதால் மன்றாடினேன்.

பதிமூன்றாம் நூற்றாண்டின் ஹகர்ட்ஸின் மடாலயம் (HAGHARTSIN MONASTERY) நோக்கி வாகனம் ஊர்ந்து கொண்டிருந்தது. கோடைகாலத்தில் மாலை வெயில் குளிர்காற்றில் கரைந்து சில்லென உறைத்தது.

DILIJAAN அடைந்ததும், அன்னா இல்லத்தில் அர்மீனிய வரலாற்றுடன் பொதிந்த உணவை செவிக்கும், வயிற்றுக்கும் ஈந்து நிறைத்ததும், DILIJAAN மலைச் சிற்றூர் தெருக்களில் உலவித்திரிந்து அடுத்த மடாலயம் காண வாகனம் ஊர்ந்து கொண்டிருக்கிற இந்த கணம் வரை நீள்கிற நினைவுகள்.

HAGHARTSIN MONASTERY

மடாலயத்து நுழைவில் கண்ட உலோக அறிவிப்பு பலகையில், மதம் தாண்டிய மனிதத்தின் பதிவு.

‘ஐக்கிய அரபு அமீரகம், ஷார்ஜா மன்னர் ஷேக் சுல்தான் பின் முஹம்மத் அல் காசிமி அவர்களின் அருட்கொடையால், இந்த பதின்மூன்றாம் மடாலயம் பழமை மாறாமல் புதுப்பிக்கப்படுகிறது’

--எனும் உலோக ஆங்கில அறிவிப்பு மாலை நேர சூரிய ஒளியில் மின்னிக்கொண்டிருந்தது. 2011-ம் ஆண்டு அர்மீனிய தேசத்திற்கு வந்திருந்த ஷார்ஜா ஆட்சியாளரால் கிடைத்த பொருளுதவிக்கு அர்மீனிய அரசும், மக்களும் மனதார நன்றி சொல்வதாக ஜன்னா ஐக்கிய அரபு அமீரக குடியுரிமையுள்ள எங்களிடம் சொல்ல, நாங்கள் நெகிழ்ந்தோம். துபாயில் இருந்து ஷார்ஜா பயணிக்கும் ஒரு வெள்ளிக்கிழமை மாலை நேரத்தில், கட்டாயம் மன்னரை மரியாதை நிமித்தம் சந்தித்து அரண்மனையில் அமர்ந்து அளவளாவி, பேரீச்சை மென்று, குவளை காவா அருந்தியபடியே அர்மீனியர்களின் நன்றியையும், வாழ்த்தையும் தெரிவித்து விடவேண்டும்(!?)

அடர்ந்த வனம் சூழ்ந்த அழகு மடாலயம்.பெருங்கிளைகள் உரசி அசையும் காற்றின் இரைச்சல். வெயில் தணிந்து குளிர் காற்று வீசத்தொடங்கி இருந்தது. மாலை 5.00 மணி. மடாலயத்தில் கத்தோலிக்க அப்போஸ்தல சந்நியாசிகள் கருப்பு அங்கியுடன், அடர்ந்த

தாடிக்குள் புன்னகைத்தவாறு எதிர்ப்பட்டனர். இடி தாங்கியின் செப்புப்பட்டிகள் கற்சுவர்களில் பொருத்தப்பட்டு நிலத்தில் இறக்கப்பட்டு இருந்தன. நிலத்தில் மடாலயத்தில் பின்புறம் ஒரு பெரிய மரம் கருகி நின்றிருந்தது. மரத்தின் மீதமும், வேர்களும் நூறாண்டுகளுக்கும் அதிக வயதுள்ள மரம் என்பதாக புரிய வைத்தது. மின்னல் தாக்கி சமீபத்தில் கருகிஇருக்க வேண்டும். புது கருக்கு குலையாத இடிதாங்கி பட்டிகளின் அவசர அவசியமும் புரிந்து, மகனிடம் விளக்கிய போது என்னுள் உறங்கிக்கிடக்கும் மின் பொறியாளன் மெல்ல செருமிக்கொண்டான். விரைவில் என்றாவது ஒரு மாலை நேரத்தில், பத்தாம் வகுப்பு டிரிக்னோமெட்ரி கணக்கில் சந்தேகம் தீர்க்க இயலா COS, TAN சூழ்ந்த அசந்தர்ப்பங்களில், எனது இந்த பொறியாள நிபுணத்துவம் குறித்து மனைவியும் மகனும் நினைவில் கொள்ளட்டும் என சற்று அதிகமாகவே விளக்கினேன்.

'''அர்மீனிய சுற்றுலாவின் நிறைவு நாளான இன்று மாலை எங்களது பயண ஏற்பாட்டு அலுவலகத்திற்கு உங்களனைவரையும் மரியாதை நிமித்தம் அழைத்து வரச் சொல்லிஇருக்கிறார்கள்' என ஜன்னா சொல்லியவாறே வாகனத்தில் அமர்ந்தார்.

மலைப்பாதைகளின் வழியே இரண்டு மணி நேரப் பயணம். தாலாட்டிய வாகன சிற்றசைவுகள்.

எரவான் நகர 'NOY' ARARAT வோட்கா தொழிற்சாலை கடந்து வாகனம் விரைந்து கொண்டிருந்தபோது முன்னிரவு மணி 7.15.சற்று நெரிசலான தெருவில் இறங்கி பழைய கருங்கல் கட்டிட படிகளில் ஏறி, அலுவலகம் அடைந்தோம். ஒடிசலான தேகத்தில் மற்றுமோர் அர்மீனிய அன்னா இருபத்து சொச்சம் வயதிலும், முப்பத்து சொச்சம் எடையிலும், முழங்கால் அளவு உடையிலும் எங்களை வரவேற்றார். மொத்த அலுவலகத்திலும் ஐந்தாறு பெண்கள். சகாய விலையில்

விமான பயணச்சீட்டு தேடி, வாகனங்கள் ஏற்பாடு செய்து, நட்சத்திர விடுதிகளில் நயமாக பேசி, நளினம் குறையாமல் நகத்தை பார்த்தவாறே 'ஹல்லோ… அர்மீனியன் ஹாலிடேஸ் …' என தொலைபேசிகளில் ஆங்கிலம் பேசும் அழகிகள் சூழ, நினைவுப்பரிசுகள் மற்றும் எங்களது புகைப்பட நினைவட்டைகள் வழங்கப்பெற்றோம்.

அடுத்த முறை நெடும் விடுப்பில் அர்மீனியா வர ஆண்டவன் எங்களுக்கு வழி செய்ய வேண்டுமென சொல்லி அழகிகள் அணுக்கமாக வந்து கைகுலுக்கி, வாழ்த்திய போது அர்மீனியாவின் வாசனை திரவியங்களின் அதீத பயன்பாடு தெரிந்தது.

வெகு சிறப்பானதொரு பயணத்துணைவரை எங்களுக்கு அளித்தமை குறித்து நன்றி சொல்லிய போது ஜன்னா தலை குனிந்து நன்றியுரைத்தார். அலுவலகத்தில் இருந்து விடை பெற்றுக்கொண்டோம்.

எரவான் அங்காடித்தெருவில் இறங்கிக்கொண்டு, ஜன்னாவிடம் அனைவரும் அன்பு விடை பெற்ற கணத்தில் ஒரு அர்மீனியத்தாயின் அரவணைப்பில் இரண்டு நாட்கள் இருந்ததாகவே உணர்ந்தோம்.

எரவான் நகர தெருக்களில் இரவு ஒன்பது மணி வரை உலவி விட்டு 'சிக்கன் ஷவர்மா' சாப்பிட்டு, நடந்து தங்குமிடம் அடைந்தோம். அன்றைய அசதியில் கை,கால், உடல் அசதியில் படுக்கையில் விழுந்த போது, மனதில் ஒரு விதமான அமைதி சூழ்ந்தது. நாளைக்காலை 9.30 மணிக்கு எரவானில் இருந்து தரைவழியாக ஜார்ஜியா-திபிலிஸி பயணம்… ஐந்து மணி நேரம்… மலைகளின் ஊடாக… பூமிப்பந்தின் அழகிய ஐரோப்பிய ஆசிய எல்லையில் … பயணிக்கும் கணங்களை மனதில் நினைத்துக்கொண்டே … நினைவு வழுக்கி மெல்லக்கனவில்…

வறண்ட பாலை வெளியில்... குடிநீர் ஊற்றுகளில் நீரருந்த, எலும்பும், ஒட்டிய தோலுமாக வரிசையில் பெண்களும் குழந்தைகளும் குற்றுயிராக நிற்க, கறுப்புடை தரித்த தேவாலய சந்நியாசிகளின் அணைந்த மெழுகுவத்திகளின் கரும் புகை சூழ, அடுப்புகளில் பீட்சாவும், மாமிசத்துண்டங்களும் .... திடும்... திடுமென ஒலி கேட்டு ஓடும் குதிரைகள்....

திடுக்கென எழுந்து அமர்ந்துகொண்டேன். ஜன்னலுக்கு வெளியே இடியும் மின்னலும்...

படுக்கையிலிருந்து எழுந்து, ஜன்னலை சாத்திவிட்டு, நீரருந்தி படுக்கையில் சாய்ந்து நினைவுகள் ஓய்ந்து உறங்க சற்று நேரமானது.

4

Whatever the eye sees, the heart won't forget

Armenian proverb

நன்றி! என்றும் மறவா எரவான்... அர்மீனியா

'இது அர்மீனியாவில் படப்பிடிப்பு நடக்கும் முதல் தமிழ்த் திரைப்படம். 'மன்னவன் வந்தானடி' எனக்கான காட்சிகள் முடிந்து, நான் இன்று மதியம் இந்தியா திரும்புகிறேன். Nice to meet you ...' அறையை காலி செய்து ஜார்ஜியா கிளம்பும் பரபரப்பில் காலை உணவுக்காக தட்டேந்தி **HILTON** இரண்டாம் தளத்தில், ஆவிபறக்கும் உருளைகிழங்கு சமாச்சாரத்தை அணுகிய போது நெற்றி நிறைய விபூதியுடன் பரிச்சயமான ஒரு முகம். அநேக தமிழ்த் திரைப்படங்களிலும், பல தொலைக்காட்சி தொடர்களிலும் துணை கதாபாத்திரங்களில் நடித்திருக்கும் மோகன்ராம். இருபத்து மூன்று

ஆண்டுகளுக்கு முன்னர், மகாநதியில், கமல்ஹாசனிடம், 'எப்படி சார் இவன்கிட்டே போய் மாட்டினீங்க? பிராடு சார் ... ' என விடைத்த மூக்குடன், கலவரப்படுத்தும் குரலில் பேசும் வக்கீலாக நடித்தவர். 1977 முதல் 79 வரை தமிழக அரசின் தலைமை வழக்குரைஞராகவும், 1950களில் திராவிட முன்னேற்ற கழகத்தில் இணைந்து, கட்சியின் சட்ட திட்ட வரைவுகள் செயலாக்கத்தில் பங்கு வகித்த வி.பி .ராமன் அவர்களின் மூத்த மகன்.

கைகுலுக்கி, வணக்கம் சொல்லி, ''வேறு தொழில் நிமித்தம் அர்மீனியா வருகையா?'' எனக் கேட்டேன். புன்னகைத்தபடி, படப்பிடிப்பிற்காக வந்திருப்பதாக சொன்னார். அவசரமாக அருந்திய காலை உணவுக்கிடையில் பரஸ்பரம் சில வினாடிகள் தகவல் பரிமாறி, புகைப்படம் எடுத்து பிரிகிற வரையில், ஜாம் தடவி, ரொட்டி கடித்து, சுடச் சுட பால் அருந்தி பசியாற முனைந்து கொண்டிருந்தார். 'செல்வா (செல்வராகவன்) இங்கே தான் தங்கியிருக்கார். சந்தானம் ...Radisson blu hotel -ல தங்கியிருக்கார்' கூடுதல் தகவல் சொல்லி புன்னகைத்தார். அவருக்கு நன்றி சொல்லி திரும்பி, பெட்டிகளை எடுத்து அறைக்கு வெளியே வைத்த நேரம், 'ராஜா... அம்மாவோட கண்ணாடி பெட் மேல இருக்கா பாரு...' - தமிழ் ஒலித்தது. வளைந்து நீண்ட வராண்டாவில் எட்டிப்பார்த்ததில், அபுதாபியில் இருந்து ஒரு தமிழ் குடும்பம். காரைக்குடி பூர்வீகம். ஒரு மகனுடன் கோடை விடுமுறையில் அர்மீனிய தேசம் பார்க்க. நான்காம் நாள் பயணத்திற்கு ஆயத்தமாக கிளம்பியிருந்தனர். அறிமுகமும், நன்றியும் அடுத்தடுத்து பரிமாறிக்கொண்டு விடைபெற்றோம். 'ஆழ் யூ ஸ்பீக்கிங் தாமீழ்??' லிப்ட்டில் எங்களது பெட்டிகளை நிரப்பி நெருக்கி நின்று ஆறாம் தளத்தில் இருந்து இறங்கிக் கொண்டிருந்த போது நான்காம் தளத்தில் இணைந்து கொண்ட அமெரிக்கர்' ARE U SPEAKING TAMIL ?' என்று வினவியதை கேட்டு அதிர்ந்தபடி 'yes' என்றோம்.

‘GOOD I am NICK... I can understand & speak TAMIL. Yes my father side ancesters were from Kodaikanal Tamil naadu and my Mom from UK... Now, Iam living in New York... சாப்பிட்டாச்சா... I love to sit and chat with you all. I miss really the pongal and sambaar. எனக்கு ஷோம்ப லேட் ஆயிடுச்சி ... பிஷைம் மினிஸ்டர் கூட 9.30 க்கு infra &structure development ... Just Iam rushing ... excuse me ‘‘-ஆறடி உயரம், லேசான மாறு கண்களில் தமிழ்ச் சாயல் தெரிந்தது. அரைவாசித் தமிழன், அர்மீனிய பிரதம அமைச்சரை சந்தித்து எரவான் நகர சாலை உள்கட்டமைப்பு மேம்பாட்டுப்பணிகள் நிமித்தம் விவாதிக்கப் போகும் தமிழன். நிக்கல்சன் என்ற பெயருடன் நியூ யார்க் நகரில் சாம்பார், பொங்கல் தேடி நடக்கக்கூடிய தமிழன். முகம் முழுக்க புன்னகைத்து, அகண்ட கைகள் குலுக்கி, ‘நன்றி’ எனச் சொல்லி ‘‘Selfie’’ எடுத்துக்கொண்டு ஓட்டமும், நடையுமாக ஓடி, கார் எறிச் சென்ற வியப்பான அமெரிக்க நிக் என்கிற நிக்கல்சன் கொடைக்கானல் தமிழன்.

மூன்று நாட்களில் நன்கு பழகிப்போன அர்மீனிய, எரவான் தெருக்களில் எங்களது ஜார்ஜியா- திபிலிசி நோக்கிய பயணம் தொடங்கியது. அதே மகிழ்வுந்து ... செவான் ஏரி... டிலிஜான் ... வரை நேற்று பயணித்த வழித்தடம். மடிப்பு மடிப்பாக மலைகள், கேசம் கலைக்கும் காற்று. சாலையோரங்களில் ஏரியிலிருந்து மீன் பிடித்து விற்கும் இளைஞர்கள். ஆங்காங்கே நெடுஞ்சாலை ஓர தற்காலிக கொட்டகைக் கடைகளில் சோளம் அவிக்கும் மணம், இளநீர் அருந்தும் சுற்றுலாக்கூட்டம். ஒரு நெடுஞ்சாலைத் திருப்பத்தில் இறங்கி நின்று, மேனியில் அர்மீனிய வெயில் வாங்கி சோளம் சுவைத்தோம். பெரும்பாலான சிறுவணிகங்கள் பாட்டிகளின் நிர்வாகத்தில் நடக்கின்றன. தாத்தாக்கள் தமது வயதை ஒத்த பென்ஸ் வாகனத்தில் சிகரெட் புகைத்தவாறே வந்திறங்கி அத்தியாவசிய பொருட்களை கடைகளில் இறக்கி, ஏற்றுகிறார்கள். பாட்டிகளிடம் செலவுக் கணக்கு

சொல்லி மீதப்பணம் கொடுத்து, இதரச் செலவுகளுக்காக பணம் வாங்கி, அடுத்த சிகரெட் பற்ற வைத்து வண்டியில் அமர்கிறார்கள்.

நீ....ண்ட பயணம். மூன்று மணி நேரத்தில் அர்மீனிய எல்லை சம்பிரதாயங்களை எளிதாகக் கடந்த எங்களுக்கு, ஜார்ஜிய எல்லை சம்பிரதாயங்கள் சற்று நேரம் பிடித்தன. இந்திய பாஸ்போர்ட் கொண்டவர்கள், ஜார்ஜியா நாட்டின் நுழைவுரிமை (visa) பெற்ற பின்னர் பயணிக்க வேண்டும். வளைகுடா நாடுகளின் (குறிப்பாக ஐக்கிய அரபு அமீரகம்) குடியுரிமை பெற்றவர்கள் வருகை நுழைவனுமதி (ON ARRIVAL VISA) பெற்றுக்கொள்ளலாம். வான் வழி வந்திறங்காமல், இரு இந்தியகுடும்பங்கள் சாலை வழி வந்து நுழைவுரிமை கோரியது, ஜார்ஜிய எல்லை அலுவலர்களுக்கு சற்று குழப்பம் கொடுத்ததால், எங்களது கடவுச்சீட்டுகளை பரிசீலனைக்கு உட்படுத்தி, புகைப்படமெடுத்து, தலைமை அலுவலரிடம் அனுமதி பெற்று, ஜார்ஜிய எல்லையை நாங்கள் தொடுவதற்குள் நான்கைந்து பிற தேச குடும்பங்கள் எங்களைக் கடந்து சென்றனர். யாதும் ஊரே... யாவரும் கேளிர் என்று முழங்கி சகோதரத்துவம் சொன்ன தேசம் எங்கோ, யாரிடமோ... தனது பெருமைகளை தொலைத்திருப்பது இந்த தாமதப்படுத்தலில் விளங்கியது.

'மேரா பிரிய லோகோங்....' என இரு கரம் விரித்து பாரத தேசத்தை மூன்றுமாதங்களுக் கொரு முறை புதிதாக பிறப்பிக்கும் பிரதம அமைச்சரும், பிற அமைச்சர்களும் வெட்க வேண்டிய விஷயம். அடுத்த புதிய இந்தியா பிறக்க ஆவன செய்யும் முன், சர்வதேச அரங்கில் இருக்கும் இந்தியத்தரம் பற்றியும், இந்தியர்களுக்கு ஐரோப்பிய, அமெரிக்க தேசங்களின் விமான நிலைய நுழைவுரிமை சம்பிரதாயங்களில் கிடைக்கும் வரவேற்பு குறித்தும், நினைத்து, நினைத்து புளகாங்கிதம் அடையலாம்.

5

''Georgia is in an enviable position today, but we can't rest on our laurels''

Roy Barnes

வணக்கம்! திகட்டா அழகு திபிலிசி ... ஜார்ஜியா

. அர்மீனிய, அசர்பைஜான் எல்லைகளைக் கடந்து ஜார்ஜியா எல்லை தொட்ட போது, சாலையின் இருபுறமும் கிறிஸ்துமஸ் பைன் மரங்கள் அசைந்து கொண்டிருந்தன. பசுமையான பல மலைகளைக் கடந்து தலைநகர் திபிலிசி அடைந்த போது பிற்பகல் மணி 3.00. ஆங்காங்கே ஆங்கில பெயர்ப் பலகைகள். பெரும்பான்மை மக்களுக்கு ஆங்கிலம் தெரியவில்லை. நமது வாகன சாரதிக்கு ஆங்கிலம், ஜார்ஜிய மொழி இரண்டும் தெரியாது. அவர் அலைபேசி ஜார்ஜிய எல்லை வந்த உடன் செயலிழந்து விட, அறியாத நாட்டில், புரியாத மொழி பேசி சிரமப்பட்டு எதிர்படுவோரிடம் வழி விசாரித்து தங்குமிடம் டிபிலோட்டல் தேடினோம்.

கூகிள் வரைபடம் உத்தேசமாக, இருப்பிடம் காட்ட ஒருவழிப்பாதை, மறுவழியில் திருப்பிவிட, நீண்ட அலைச்சலுக்குப் பின்னர் தங்குமிடம் அடைந்தோம். ஆறாம் தளம் அருகருகே விசாலமான அறைகளில் தங்கினோம். ஜன்னல் திரைசீலைகளுக்குப் பின்னே மலைப்பிரதேசங் களெங்கும் வண்ண வண்ண சிறு கட்டிடங்கள். அனைத்து வீடுகளிலும் திராட்சைக்கொடிகள்.

'நேராக நடந்து, இடப்பக்கம் திரும்பும் சாலையில் பத்தாவது கட்டிடத்தில் இந்திய உணவகம் இருக்கிறது.'- நீண்ட கேசம் வளர்த்த ஒரு இளைஞன் வழிகாட்டி எங்களது நாவின் சுவை மொட்டுக்களுக்கு

உயிர் கொடுத்தான். 'TASTE OF INDIA' ஒரு வடக்கிந்திய மோஸ்தரில், அறைகளாக பிரிக்கப்பட்டு மசாலா மணம் வீசிக்கொண்டிருந்தது. அருகிலிருந்த அறையிலிருந்து மெல்லிய குரலில் 'அம்மா ...பிரெண்ட்ஸ் கூட ஹோட்டலுக்கு சாப்பிட வந்திருக்கேன் ஹாஸ்டலுக்கு போயிட்டு கூப்பிடறேன்' தமிழ் மிதந்தது. ஆர்வத்தில் எட்டிப்பார்த்தோம். நான்கைந்து தமிழ் மாணவிகள், விரல்கள் அலைபேசித் திரைகளில் விளையாடிக்கொண்டும், உயிரிழந்த கோழிகளை இன்னுமொரு முறை முட்கரண்டிகளால் குத்திக்கொல்ல முயன்று கொண்டிருந்தனர். ஜார்ஜியாவில் மருத்துவம் படிக்கும் மாணவிகள். சிதம்பரம், கோவை, சேலம், சென்னை சேர்ந்த மாணவிகள். வீட்டிலிருந்து வெகு தொலைவு வந்து, NEET -லிருந்தும் விடுதலையாகி மனம் போல் மருத்துவம் பயிலும் மாணவிகள். விசாரித்ததில், மத்திய தர குடும்பங்களில் இருந்து வந்திருக்கும் பிள்ளைகள். ஏற்கத்தக்க செலவில், நிறைவடையும் மருத்துவக்கல்வி. ஒருவருடம் ஜார்ஜியா அல்லது ரஷிய மொழி பயிலும் அவசியம் தவிர்த்து பார்க்கையில் சிரமம் அதிகமில்லை. அன்னா கரீனா, கரமசோவ் சகோதரர்கள், போரும் அமைதியும்... Leo Tolstoy, Fyodor Dostoyevsky... முதலிய ரஷ்ய இலக்கிய மேதைகளின் படைப்புகளை ரஷிய மொழியில் வாசிக்கும் சுகம் கிடைக்குமெனில், 1989 -ல் கொஞ்சம் சிரமப்பட்டேனும் படித்து மருத்துவனாகி இருக்கலாம் எனும் அபத்தமான எண்ணத்தை தவிர்க்க இயலவில்லை. சோறும், சிக்கன் குழம்பு போன்ற திரவம் கலந்து, முட்டைகளை சாப்பிட்டு பரம திருப்தியுடன் நடந்தோம். தெரு விளக்குகள் எரியத்துவங்கின. முதிர்ந்த ரஷிய முகங்களுடன், மக்கள் நடமாடிக்கொண்டிருந்தனர். அங்காடிகளில் ஒயின் பாட்டில்கள் நிறைந்து, ஆங்காங்கு மற்ற பொருட்களும் இருந்தன.

சற்று நேரம் ஓய்வெடுத்து, இரவு 9.30 மணிக்கு திபிலிசி தெருக்களில்

நடை போட்டோம். பகலில் சுள்ளென்ற வெயில். இரவில் சில்லென்ற காற்று.

அறைக்கு திரும்பும் வரை, குறைந்த பட்சம் பத்து பதினைந்து மருத்துவ கல்லூரி தமிழ், ஆந்திரம், கேரளா...மாணவ மாணவிகளை சந்தித்தோம். சிலர் மலையாள உணவகத்துக்கு வழி காட்ட, அன்றிரவு உணவு 11.30க்கு செம்மையுற நிறைவுற்று மெல்ல நீள நடைக்குப்பின் நள்ளிரவு பன்னிரண்டு மணிக்கு தங்குமிடம் சேர்ந்த அயர்ச்சியில், முயற்சி ஏதுமின்றி உறங்கினோம்.

பள்ளியெழுந்து, கடன் முடித்து, சிறு நடை சென்று திரும்பி, ஆறு மாதத் தொடர் காலை நிகழ்வான வினவியில் (WHATSAPP) நண்பர் RJ நாகாவின் (தமிழ் 89.4fm -துபாய்) காலை வணக்க கவிதை வரிக்கு, மறு வணக்க கவிதை வரி அனுப்பி, அனைவரும் சேர்ந்து காலை உணவருந்தி... ஊருலா செல்ல காத்திருந்தோம்.

காற்றில் கலைந்த வெளிர் சுருள் கேசம், சிறிய கண்கள், ஐந்தடிக்கும் குறைவான உயரம், அலட்சியமாய் அணிந்த உடை, சிறு கால் சட்டை ... ஜார்ஜியாவின் ஆன்னா. மருத்துவக் கல்லூரியில் இரண்டாம் ஆண்டு மாணவி, பத்தொன்பது வயது. மாலை நேர மருத்துவபடிப்பு, பகல் நேர பயணத்துணை பணி. சகஜமாக கைகள் குலுக்கி அறிமுகப்படுத்திக் கொண்டு அன்றைய சுற்றுலா நிரல் சொல்லி கருப்பு நிற பென்ஸ் வாகனத்தில் எங்களை அமரச் சொல்லி, முன்னிருக்கையில் அமர்ந்து கொண்ட பற்களில் BRACES வெள்ளியாக மின்ன ஆன்னா சிரித்த போதெல்லாம், ஒரு HORROR பட காட்சி போல இடைஞ்சலாக உணர்ந்தோம்.

காற்றில் கலைகிற சுருள் கேசத்தை கையால் மறைத்து...'டுடே வி காண்ட் டு கோ டு த பியூடிபுல் ஆரியா... மாட்ஸக்கீடா (Mtskheta)' எழுபது சதவிகித ரஷிய உச்சரிப்பில், சுவாரஸ்ய ஆங்கிலம் ஏரியாவை

ஆரியவாக்கி, அழகு செய்தது. வாகன ஓட்டுனர் ஜேம்ஸ் பாண்ட் நடிகர் டேனியல் கிரேக் சாயலில்...

MTSKHETA ... Svetitskhoveli Cathedral- மடாலயங்கள்

கி.மு 5 -ம் நூற்றாண்டில் தோன்றிய சிற்றூர் MTSKHETA. மலை மேல் காற்றாட நிமிர்ந்து நிற்கும் தேவாலயம். கீழே அராக்வே நதி கொஞ்சம் அழுக்காக ஓடிக்கொண்டிருந்தது. கிருத்துவ மடாலயத்தின் புராணங்களை பெருமை பொங்க சொல்ல எத்தனித்துக் கொண்டிருந்த ஆன்னாவின் அருகில் வந்து ஒரு பெண்மணி ஜார்ஜியா மொழியில் தணிந்த குரலில் எச்சரித்தார்.

குறையாடை உடுத்தி தேவாலயங்களுக்குள் வரும் ஜார்ஜிய பெண்களை, அங்குள்ள மடாலய சந்நியாசிகள் கடிந்து கொண்டு வெளியேற்றிவிடுவார்கள் எனத்தெரிந்தும், ஆறரை அங்குல நீள அரைக்கால்ச்சட்டை அணிந்து வந்த காரணம் கேட்டதாக ஆன்னா சொல்லித் தெரிந்துகொண்டோம். தேவாலய நுழைவு வாயிலில் வைக்கப்பட்டிருக்கும் பெரிய கூடையில் வைக்கப்பட்டிருந்த துணியை எடுத்து அனைத்து மகளிரும், தலையில் கட்டிக்கொள்ள, இன்னொரு துணியை உபரியாக எடுத்து இடுப்பில் கட்டிக்கொண்ட ஆன்னாவைப் பார்த்து, ஒரு சந்நியாசி விழி உருட்டி முறைத்துக்கொண்டு இருந்தார். முறைத்தது குறை அரை மறைத்த கால்ச்சட்டைக்காகவா, துணியைக் கட்டி முழுக்க மறைத்ததற்காகவா? முற்றும் ‘துறந்த’ சமகால சந்நியாசிகள் வாழ் தேசத்தின் பிரஜையாக என்னுள் கேள்வி தொக்கி நின்றது. முனிவரின் சினத்தால் பெயர்கூட சரியாக உச்சரிக்க ஒன்னாத பிரதேசத்தின் மடாலய வாசலில் கல்லாய் சமைந்து காலமெல்லாம் நிற்க கடவும் சாபம் தவிர்த்து வேகமாய் நடந்தேன்.

கட்டுப்பாடுகள் அதிகம் கடைபிடிக்கிற, மதச்சம்பிரதாயங்கள்

அதிகம் பேணப்படுகின்ற தேவாலயங்கள். இருள் நிறைந்த உள்ளறைகள், உயரமான மாடங்கள், வவ்வால் வாடை மறைக்கும் ஊதுவத்தி புகை, நீண்ட தாடி வளர்த்த, கருப்பு அங்கியணிந்த கிருஸ்தவ சந்நியாசிகள். சுவர்களிலும், உத்திரங்களிலும் வினோத கலவைகளில் இறைத்தூதுவர்களின் சித்திரங்கள். கண்மூடி தொழும் மனிதர்கள். உலகெங்கிலும் கிருஸ்தவ தேவாலயங்கள், புத்த மடாலயங்கள், கோவில் பிரகாரங்கள் மற்றும் வழிபாட்டுத்தலங்களின் வடிவ ஒற்றுமையும், சூழலும், மணமும் எதோ ஒன்றை திரும்பத்திரும்ப சொல்லிக் கொண்டே இருக்கின்றன. வெளியில் வந்து சற்று நேரம் இருபது கிலோமீட்டர் தொலைவில் வண்ணங்களாக சிதறிக்கிடந்த திபிலிசி நகர எழிலை கண்டவாறு நின்றிருந்தோம்.

அடுத்ததாக சென்ற Svetitskhoveli Cathedral பெரும் தேவாலய வாயிலில், உரிமையுடன் நம்மை நிறுத்தி, சட்டை பற்றி இழுத்து, கைநீட்டி இரந்து நிற்கும் முதிர் பெண்கள். முடியாமல் தவிர்த்து தேவாலயம் கண்டு திரும்பினோம். சின்னச் சின்ன கடைகள், மணலில் சூடு செய்து தரும் துருக்கி காபி, ஐஸ்கிரீம் ரோல், நினைவுப் பொருட்கள், பழங்கள், உலர் பழ வகைகள், ஐரோப்பிய நேர்த்தியில் கட்டமைக்கப்பட்ட அங்காடித்தெருவில் புகைப்படங்கள் எடுத்தபடி நடந்தோம்.

அடுத்த தலம் காண நடந்தோம்... நிழலில் நடந்த போது வீசிய குளிர் காற்றில் முப்பத்து இரண்டு டிகிரி வெயில் விடைபெற்றிருந்தது.

6

""No Georgian has the right to evade or neglect his duties and responsibilities"

Eduard Shevardnadze

SAMEBA CATHEDRAL (சமேபா தேவாலயம்)

உலகின் மூன்றாவது உயரமான ஆச்சார கிருஸ்துவ தேவாலயம். உலகின் அதிக பரப்பளவில் அமைந்திருக்கும் வழிபாட்டு தளங்களில் ஒன்றாகிய, சமீபா தேவாலயம். அழகு ...அழகு... பிரம்மாண்ட அழகு. நம்மைச் சிறு துரும்பாக உணரச் செய்யும் பிரம்மாண்டத்தை அனைத்து வழிபாட்டு தளங்களும் வலிந்து நமக்கு தருகின்றன. மனதை விசாலப்படுத்தும் முயற்சியாகவும் இருக்கக்கூடும். ஆன்னாவை தொடந்து நடந்தோம்.ஆறேழு தளங்களாக கட்டப்பட்டிருக்கும் நவயுக நவீன தேவாலயம். மறுபடியும், தலைக்கும், இடுப்புக்கும் குஇஅகீஊ அணிந்து கொண்ட பெண்கள் கூட்டம். அங்கிங்கு நடமாடிக் கொண்டிருந்த சந்நியாசிகள்... பளபளக்கும் கிரானைட் கற்களில் வினோத கீச்சிடும் சப்பாத்து சப்தங்கள். ஐம்பது அடி உயர தேவ தூதரின் ஓவியம். மெல்லிய முணுமுணுப்பில் இறை வாழ்த்து பாடல்கள். ஊது வத்தி, மெழுகு வத்தி தாங்கிய உயர்ந்த பீடங்கள்.

அரைமணி நேர சுற்றலில் ஐம்பது சதம் அழகை அள்ளிக் கொள்ளக்கூட கண்களால் முடியவில்லை.

உலகெங்கும் நம்பிக்கைகளால் இறுக்கமாக பிணைக்கப்பட்டிருக்கும் மனிதர்கள்... அவநம்பிக்கைகளால் பிரிந்து, நசிந்து கிடக்கும் மனிதம்.

நகர மையம் NARIKALA

அழகான சிறு நகர மையம். முடிந்தவற்றை விற்று காசாக்கிவிடத் துடிக்கும் குறு, சிறு தொழில் முனைவோர் பரபரப்பிற்கு நடுவே , ஏகமாக உயிர்த்திருந்தது நகர மையம் நரிக்காலா பகுதி. நெடும் வரிசைகளில் நின்று, கேபிள் கார் எனப்படும் கம்பிவட மகிழ்வூர்திகளில் பயணித்து, புகைப்படங்களில் ஈறுகள் தெரிய பற்கள் காட்டி, ஜார்ஜிய

பயணத்துணை ஆன்னா -வின் அண்மை அமர்தலால் உள்ளூர் வாசனைத்திரவிய மணம் உணர்ந்து ... MOTHER OF GEORGIA சிலையின் அருகடைந்தோம். குன்றின் மேல் இருபது மீட்டர் உயரத்தில், ஜார்ஜிய அன்னை, ஜார்ஜிய தேச உடையில் ஒரு கையில் வாள், மறு கையில் ஒயின் கலயம் ஏந்தியவாறு, எழுபதுகளில் திரைப்படங்களில் சாவித்திரியின் விரிந்து பரந்த இடையை நினைவூட்டி நின்றிருந்தார். KARTLIS DEDA எனப்பெயர் கொண்ட ஜார்ஜிய அன்னையின் சிலை 1958-ல் தேசத்தின் 1500 -ஆவது ஆண்டின் நிறைவு விழா கொண்டாட்டத்தின் நாளில் நிறுவப்பட்டது. இடக்கையில் நகர விருந்தினரை வரவேற்க ஒயின் எனும் திராட்சை ரசமும், வலது கையில் எதிரிகளை வீழ்த்த போர்வாளும் தாங்கிய பொலிவுடன், அழகான உடையமைப்புடன் நிமிர்ந்து நின்றிருக்கும் அன்னையை கண்டு நடந்து குன்றிரங்கி நடந்து வந்தோம்.

வீதியெங்கிலும் உலர்பழங்களும், உணவு வகைகளும் வாசம் வீசிக்கொண்டிருக்க, நண்பகல் பன்னிரண்டரை மணி வெயில், இதமான குளிர் காற்றுடன் திபிலிஸி இயங்கிக்கொண்டிருந்தது. ஆன்னா ஒரு தாயின் ஆதுரத்துடன் ‘ பசிக்கிறதா?’ எனக் கேட்டவாறே ஒரு ரோட்டோர ஒட்டலைக் காட்டி விரல் நீட்ட, நேற்றிரவு பசியாறிய ரெட் சில்லீஸ் உணவகத்தின் சோறும், சாம்பாரும் எங்கள் அனைவரின் நினைவுகளின் நாவிலும் சுரக்க, ஒற்றைக்குரலில் மறுதலித்தோம். ‘Ok let us visit sulphur bath and water falls’ என்றவாறு நடந்த ஆன்னாவின் வழி நடந்தோம்.

சறுக்கி விழுந்த சல்ஃபர் பாத்

அந்தப்பகுதியெங்கும் ஷங்கர் படப் பாடல் காட்சிகள் போல நீலமும் , ஊதாவும், பச்சையும் ‘பளிச்’ வண்ண சுவர்கள். நீர் வழிந்தோடும் பாசி பிடித்த பாறைகளைக் கடக்க சின்னச்சின்ன

பாலங்கள். வினோதமான வடிவமைப்பில் சிறு குடில்கள். அதனுள் கந்தக நீர்க்குளியல் எனப்படும் சல்ஃபர் பாத் அனுபவம் பெற அழைக்கும் ஆரணங்குகள். திபிலிசி என்று பெயரில் ‘கததப்பு , வெம்மை ’ என்ற பொருள் கூடிய நகரின் பிரத்தியேக பிராப்திகளில் ஒன்று இத்தகைய இயற்கை கந்தக நீர்ச்சுனைகள். 40 முதல் 50 டிகிரி கதகதப்பில் சுரக்கும் நீரால் தனித்தனியறைகளில் ஈரிழைத்துண்டு கட்டிய மேனியுடன் ஏகாந்தமாக ஆவி பறக்க குளித்து வரலாம். 700 முதல் 3500 இந்திய ரூபாய் வரை செலவாகும். முதுகு தேய்த்து, உடல் நீவி, விரல்களில் சொடுக்கெடுத்து, வலி தீர்க்க, ஆணோ, பெண்ணோ துணை வேண்டுமெனில் தனிக் கட்டணம்.

அரை டவுசர் அணிந்த தொப்பை சரிந்த ஐரோப்பியர்கள் சிலர் கருப்புத்திட்டுகள் நிறைந்த, வெளுத்த உடம்பில் வெயில் மினுமினுக்க கந்தகக்குளியலுக்கான காசு படிய மெல்லிய குரலில் பேரம் பேசிக்கொண்டிருந்தனர். மெல்ல பாலத்தைக்கடந்து நடந்தோம். தொலைவில் ஒரு சிற்றருவி முப்பதடி உயரத்தில் இருந்து இரண்டு, மூன்று திரிகளாக காற்றின் திசையில் அசைந்தவாறு சன்னமாக விழுந்துகொண்டிருந்தது. புத்தம் புதிய மணமக்கள் சற்று உயரமான இடத்தில் நிற்க, அவர்களை சூழ்ந்து

இருபது பேர் கொண்ட உறவும், நட்பும், கருப்பு அங்கியணிந்த இரண்டு பாதிரிகளும் , கர்த்தருக்கு ஸ்தோத்திரம் சொல்லி ஜார்ஜிய மொழியில்

‘ரோசாப்பூ வாசமலர்கள் நாம் இப்போ

நேசமணாளர் மேல் தூவிடுவோம்....’

- என்ற தொனியில் பாடிக்கொண்டிருந்தனர். செயற்கையாக புன்னகைத்தவாறும், இமைகளை படபடத்தவாறும், வெள்ளை அருவி

நுரை போல பொங்கிப் பெருகிய பால் வெண்ணிற ஆடையிலும் மணமகள் நின்றிருந்தாள். மணமகன் 'இங்கிவளை யான் பெறவே என்ன தவம் செய்து விட்டேன்??' என அவளது ஒவ்வொரு சலனத்துக்கும் தனது கவனத்தை அக்கறையாக காண்பித்தவாறே, நிரந்தரப்புன்னகை தரித்தவனாக நின்றிருந்தான். ஜார்ஜியப்பாடல் நிறைவடைந்து, கர்த்தரின் அருளாசி மணமக்களுக்கு முற்றிலும் கிடைக்கும் வரை காத்திருந்து அவர்களை வாழ்த்தி, புகைப்படங்கள் எடுத்துக்கொண்டோம். ஜார்ஜிய குடும்பத்தின் அலமாரியில், புகைப்பட ஆல்பத்தில், இந்திய முகங்களாக நீடு நிலைத்து தலைமுறைகள் காணும் பெரும்பேறு பெற்ற அரிய கணங்களை எண்ணி இறும்பூது எய்த முற்பட்ட போது ... 'அப்பா இங்கே வாங்க...' அரவிந்தின் குரல் கேட்டது.

அருவியின் நீர் தெறித்து பளபளக்கும் பாறையின் மேல் நின்றுகொண்டு என்னை அழைத்தான். பின்னணியில் சாதுவாக அருவி அசைந்து கொண்டிருக்க, சொற்ப மக்களே இருந்த இடத்தில் இருந்து என்னை அழைக்க, மணமக்களிடம் கைகுலுக்கி விடைபெற்று மகனை நோக்கி நடந்தேன்.

'பூவினும் மெல்லிய பூங்கொடி ...
பொன்னிறம் காட்டும் பைங்கிளி ...'

--என்ற பாடல் ஏனோ மனதில் தோன்ற திரும்பி மணமக்களைப் பார்த்தேன். பதிவான புகைப்படங்களை டிஜிட்டல் திரையில் பார்த்து சிரித்து கிண்டல் செய்து கொண்டிருந்தார்கள். அருவி நீர் சற்று இதமாக முகத்தில் தெறிக்க, பாறைகளின் காலூன்றி நடந்தேன். நீர் நிறைந்த பிரதேசத்தின் பிரத்தியேக பாசி மணம் சூழ, அருவியை சமீபித்த கணத்தில், skechers shoe க்களின் ரப்பர் பாதப்பகுதி, பாறைப்பாசியுடன்

இழைந்து வழுக்கி இடரச் செய்து எனது ஆறடி உயர உடலின் மொத்த எடையை இடது கணுக்காலில் இறக்கி முதுகு பாசிப்பாறையில் பட வீழ்ந்தேன்.

சுற்றிலும் எழுந்த கூக்குரல், கைப்பற்றி எழுப்பிய விஸ்வேஸ்வரன் மற்றும், வேற்று தேச முகங்கள்... பாசிப்பச்சையில் நிறம் மாறிய எனது வெள்ளை உடை, அழுக்காகி ஈரமான ஜீன்ஸ்... திரும்பிப்பார்த்து கவலைப்பட்ட மணமக்கள், உங்களை யாரு அங்கே போகச் சொன்னது ?? என அந்த நேரத்திலும் என்னை தொலைவில் இருந்து முறைத்த மனைவி... 'my goodness...' என தலையில் கைவைத்து நின்ற ஆன்னா.... தொலைவில் உயரத்தில் சிலையாய் அரைக்கண் மூடி நின்றுகொண்டிருந்த ஜார்ஜிய தாய்.

7

நான் வீழ்வேனென்று...:

கந்தக அருவியில் கால்வழுக்கி வீழ்ந்த குமாரனாகி, திபிலிசி நரிக்காலா நகர்ப் பகுதியில் நடந்து நூற்றுக்கணக்கான கண்கள் மொய்க்க.... இருபுறமும் தோள் பற்றி மகிழ்வுந்தை நோக்கி மெல்ல நடந்தேன். இடது காலை ஊன்றி நடக்க இயலவில்லை. மகிழ்வுந்தின் சீட்டில் ஈரம் படிய உட்கார்ந்து கொள்ள ... திபிலிசி தெருக்களில் கருநிற பென்ஸ் ஊர்ந்து செல்லத்தொடங்கிய போது, இடது கால் முழுவதும் வலி, வேதனை உச்சமானது... வெளியே சாலையோரத்தில், 'CHATEAU MUKHRANI & Dry white' ஜார்ஜியன் திராட்சை ஒயின் பருகச்சொல்லி ஒரு வழுக்கைத்தலை மனிதர் பெரும் பதாகைகளில் பரிந்துரைத்தபடி இருக்க... ஒற்றை மிடறு ஒயின் கூட சுவைக்காமல் கால் கட்டுடன் அமீரகம் திரும்ப வேண்டி இருக்கும் அவலத்தை நினைத்தபடி ...'சீச் சீ ஒயின் புளிக்கும்' என முணுமுணுத்துக்கொண்டேன்.

‘வலிக்குதா???’ டாக்டர்ட்ட போகலாம் ’ மனைவி முன்னால் அமர்ந்திருந்த ஆன்னாவிடம் நாங்கள் தங்குமிடமருகே மருத்துவமனை இருக்கும் தகவல் சேகரித்து துரிதப்படுத்த, தங்குமிடம் திபிலோட்டல் நோக்கி விரைந்தோம்.

கட்டிலில் இரண்டு தலையணைகளுக்கு மேல், உயர்த்தி வைத்த இடது காலில் வலி தெறித்துக்கொண்டு இருந்தது. எலும்பு முறிவு இல்லை, கடும் சுளுக்கு என ரஷிய தேச மருத்துவர் சோதித்து பார்த்துவிட்டு, சில மாத்திரைகளையும், களிம்பும் தந்து ரத்த ஓட்டம் தடைபடும் அளவுக்கு துணிக்கட்டு (sprain bandage) போட்டு விட்டதால், ஆபத்தின் விளிம்பில் நின்று தப்பித்திருந்தேன். வந்த இடத்தில் சரியாக நடக்கக்கூட தெரியாத ஒரு அந்தகனாக மனைவியிடம் அவப்பெயர் வாங்கி, எதிர்வினையேதும் ஆற்ற இயலாத கையறு (காலறு ??) நிலையில், உக்ரைன் தேச கம்பி வாத்தியக்கருவிகள் தயாரிப்பு குறித்த நீண்ட நிகழ்ச்சியை தொலைக்காட்சியில் பார்த்தவண்ணம் படுத்துக்கிடந்தேன்.

இந்த நிலையில், மறு நாள் குடோரி மற்றும் கஸ்பெகி மலை வாசப் பிரதேசங்களுக்கு எவ்விதம் செல்லப்போகிறோம் என்ற கலக்கத்தில் ஒன்பது மணிக்கெல்லாம் கண்கள் கிறங்க உறங்கிப்போனேன்.

காபி மணத்துடன் கண்விழித்தபோது, காலை எட்டு மணி. கட்டில் விட்டு இறங்கி, சற்று கெந்திய வண்ணம் நடக்க முடிந்தது சற்று சந்தோஷமளித்தது. உடன் வந்த விஸ்வேஸ்வரன் குடும்ப சகிதம் எங்கள் அறைக்கு வந்து, உடல் நலம் விசாரித்து, சிரமம் எனில் காஸ்பெகி பயணம் ரத்து செய்து விடலாமா? என்றார். பயணிப்பதில் சங்கடங்கள் ஏதும் இல்லை, நடந்து செல்லும் போது மட்டும் துணை வேண்டும் என்றேன். முகம் மலர ஆமோதித்து, அனைவருமே மெதுவாக நடக்கலாம் என்று சொல்லி, கிளம்ப வேகமாக சென்றார்.

ஹோட்டல் கீழ்த்தளத்தில் காலை உணவு தயார் நிலையில் இருக்க, மனைவியின் துணையுடன் மெல்ல படியிறங்கி உணவு முடித்து, வாகனம் வரக்காத்திருந்தோம். ஆன்னா முழுக்கால் சாராய் அணிந்து வழக்கம் போல் கழுவாத முகமும், கட்டாத சிகையுமாக பத்தரை மணிக்கு வந்து,

'ARE YOU OK NOW ?? YOU CAN WALK SLOWLY ... RIGHT ?'

ஜின்வாலி நீர்த்தேக்கம், குடோரி பசுமைப்பள்ளத்தாக்கு, கஸ்பெகி சிகரம், ஜெர்கெட்டி மடாலயம் ... ஆகிய ஸ்தலங்கள் காண இரண்டரை மணி நேரப்பயணம் துவங்கியது.

பத்தொன்பது வயது ஆன்னாவின் அரைகுறை ஆங்கிலமும், தெளிவற்ற வரலாற்று அறிவும், குழந்தைத்தன்மையில் மறைந்து போனது. வழியெங்கும் சிரிப்பும், கிண்டலும், வழுக்கி விழுந்த கணத்தின் காட்சியையும் விளக்கிச் சொல்லி சென்றதில் கால் வலி மறந்து வயிறு வலித்தது.

அராக்வி நதி - ஜின்வாலி நீர்த்தேக்கம்

ஜார்ஜியாவின் முக்கிய நதிகளில் ஒன்றான அராக்வி நதி, பல கிளை நதிகளுடன் 112 கி.மீ தொலைவு ஓடி ஏறத்தாழ 2700 சதுர கி.மீ நிலத்தை வளப்படுத்தி, கௌகாஸஸ் (காகசீய) மலைத்தொடரின் மடியில் ஜின்வாலி நீர்த்தேக்கமாக விரிந்து கிடந்தது. நூற்றி முப்பது மெகாவாட் மின் உற்பத்திக்கான அணை. தேசத்தின் மொத்த மின்னுற்பத்தியில் எண்பத்தொரு விழுக்காடு ஹைடெல் பவர் எனப்படும் புனல் மின்நிலையங்களை சார்ந்திருப்பதை சாட்சியாக ஜின்வாலி கண்ணெதிரே விரிந்திருந்தது. சாலையோரத்தில் வாகனத்தை நிறுத்திவிட்டு மெல்ல நடந்து ஜின்வாலியை, கம்பிவேலிகளுக்கு அருகே சென்று ரசித்தோம். அடர்த்தியான பசுங்காடுகள் நிறைந்த

மலைத்தொடர்கள் மடியேந்திய நீர்த்தேக்கம் ஒரு மயக்கத்தை அளித்துக்கொண்டிருந்தது. மலையும், வனமும், வானும்...கடலும் காணக்காண மயக்கம் தருவன. புரியாத பன்மொழிகள் மொழி பேசியபடி, ரஷிய, ஐரோப்பிய முகங்கள் கொண்ட மக்கள் இயங்கிக்கொண்டிருந்தனர்.

உடையிலும், உதட்டிலும் சற்றே அலட்சியம் காட்டும் ரஷிய தேசத்து மனிதர்கள், மாக்சிம் கார்க்கியின் பாவெல்லாகவும், தஸ்தயெவ்ஸ்கியின் கரமசோவ் சகோதரர்களாகவும், அன்டன் செகாவின் கதை மாந்தர்களாகவும் கண்ணில் தெரிந்தனர். ஒரு சித்தாந்தத்தின் தோற்றுவாய் பகுதியில், தோழர் லெனினின் மறைவுக்குப்பின் சோவியத் யூனியனை வல்லரசாக நிறுவிய ஜோசப் ஸ்டாலின் எனும் ஜார்ஜியக்காரரின் மண்ணில் கால் பதித்து நிற்பது ஒரு நீண்ட வரலாற்றின் தொடர்ச்சியாகத் தோன்றியது.

அநானூரி கோட்டை:

அராக்வி நதியில் இருந்து சற்று தொலைவில், பதின்மூன்றாம் நூற்றாண்டு காலத்து அநானூரி கோட்டை நீண்ட மதில்சுவருடன் தனது புராதனத்தை மௌனமாக சொல்லிய வண்ணம் நின்றுகொண்டிருந்தது. பலநூறு போர்களின் இழப்பினையும், வெற்றியையும், கூச்சல்களையும், அழுகுரல்களையும் கொண்ட கோட்டைச்சுவர்களின் அருகே, ஐரோப்பிய, ரஷிய படைவீரர்களின் உடை, போர் உபகரணங்கள் அணிந்து புகைப்படங்கள் எடுத்துக்கொள்ள வகை செய்யப்பட்டிருந்தது.

உடலில் கவசமும், கேடயமும் கொண்டு முகத்தில் வன்மம் கூட்டி புகைப்படம் பிடித்துக்கொண்ட மக்கள் கூட்டத்தின் பெரும்பான்மையினர் வழுக்கைத்தலையும், கண்ணாடியணிந்த

முகமுமாக ... சில நூற்றாண்டுகள் பின்னோக்கி பயணிக்க முயன்றுகொண்டிருந்தனர். செம்மறியாட்டு வெண்மயிர் தொப்பியணிந்து, சங்கிலிக் கவசமணிந்த போர்வீரனாக புகைப்படங்களில் என்னை பதிந்துகொண்டு மனைவியின் கைப்பற்றி நடக்கும் போர்வீரனாக ஒரு கால் தாங்கி, மெல்ல நடந்தேன். எண்ணூறாண்டு பழமையான கோட்டை தனது கண்களால் எளிய மக்களின் சுவாரஸ்யங்களை கண்டு கண்சிமிட்டிக்கொண்டிருந்தது.

கஸ்பெகி எனும் ஸ்டீன்ட்ஸ்மின்டா:

ஸ்டீன்ட்ஸ்மின்டா என கிறிஸ்தவ சந்நியாசி ஸ்டீபன் பேரைக்கொண்டு அழைக்கப்படும் 1740 மீட்டர் உயரத்தில் நாட்டின் வட கிழக்கில், மலைத்தொடர்களுக்கு நடுவே, பள்ளத்தாக்காக சரிந்து பனிபோர்த்திக்கிடக்கிறது கஸ்பெகி. பத்தொன்பதாம் நூற்றாண்டில் ரஷிய ஆக்கிரமிப்பில் கஸ்பெகி என பெயர் மாற்றம் கண்டு, தற்போது ஜார்ஜிய தேசத்தில் ஸ்டீன்ட்ஸ்மின்டா என அழைக்கப்படும் ரஷிய எல்லையை ஒட்டிய மலை நகரம். ஆண்டின் பெரும்பான்மையான மாதங்களில் உறைபனி போர்த்தி ஜீரோ டிகிரிக்கு குறைவான குளிரில் ஜில்லிட்டு இருக்கும் பகுதி ஜூன் , ஜூலை, ஆகஸ்ட் மாதங்களில் மெல்ல சராசரி பத்து டிகிரியை (செல்சியஸ்) தொடுகிறது. குதிரைச்சவாரி, பாராகிளைடிங் எனப்படும் பள்ளத்தாக்குகளில் மேல் பறந்து செல்லுதல்... போன்ற சாகசங்கள் செய்து பார்க்க பொருத்தமான இடம்.

கடந்து செல்லும் மேகங்கள் அரைமணிக்கொரு முறை நீர்தெளித்து செல்கின்றன. குதிரைகள் அடிக்கொரு முறை வயிற்றை சிலிர்த்த வண்ணம் புல்வெளிகளில் மேய்ந்து கொண்டிருக்கின்றன. தற்காலிக கூடாரம் அமைத்து சிலர் ஏகாந்தமாக தங்கிச் செல்கின்றனர். தமது தேச இயற்கையின் உச்ச அழகை நிரூபணம் செய்யும் இடத்திற்கு உங்களை

அழைத்து வந்திருக்கிறோம் என்ற பெருமிதத்தில் பயணத்துணைவர்கள் திளைத்திருந்தனர். கடுமையான காற்று குளிரக்குளிர வீசிக்கொண்டிருந்தது. அனுமதியின்றி உடைகளை விலக்கி உட்புகுந்து, உறவாடிச் செல்லும் காற்றும், மென்சூரிய கதகதப்பும், நனைந்த புல்வெளியும், தொலை தூர குதிரை கனைப்பொலியும், தொடர்பு எல்லைகளுக்கு அப்பால் வந்துவிட்டதை திரையில் காட்டி கோடாக சிரித்த அலைபேசியும்.... ஒரு வாரம் இங்கே இருக்கலாம் என எண்ண வைத்தன.

8

ஜெர்கெட்டி மடாலயம்

கஸ்பெகியில் இருந்து ரஷிய எல்லையை ஒட்டி ஒன்றரை மணி நேர கடும் மலைப்பயணத்தில் 2170 மீட்டர் உயரத்தில் ஜெர்கெட்டி மடாலயம். பதினான்காம் நூற்றாண்டில் நிர்மாணிக்கப்பட்டு, ரஷிய ஆதிக்க நாட்களின் போர்க்காலங்களில் கிருத்துவ மத சந்நியாசிகளை பாதுகாப்பாக தங்க வைக்கும் அப்போஸ்த ஆச்சார மடாலயம். வேறொரு வாகனத்தில் ஏறத்தாழ 150 அமெரிக்க டாலர் கொடுத்து, அடிவயிறு கலங்க அதல பாதாள பள்ளத்தாக்குகளி ன் விளிம்பில், வழுக்குப்பாறைகளும், மழையினால் குழைந்த சேறும் சகதியுமாக இருக்கும் மோசமான மலைப்பாதையில், எதிர் வரும் வாகனங்களுக்கு இடம்கொடுத்தது.... ஒரு திகில் பயணம். பயண முடிவில் மலைகள் சூழ்ந்த, தொலைவில் சிக்ஹோரி நதி கோடாக தெரிய, அணிந்திருந்த உடைகளைத்தாண்டி குளிர் எலும்புகளை குசலம் விசாரித்துக்கொண்டிருந்தது. காணவேண்டிய ஒரு ஸ்தலம் என்று சொல்லி கடந்து போய்விட இயலாத ஒரு சொர்க்கம். இத்தனைக்

கூட்டமாக மக்கள் இருக்கும் நண்பகல் நேரத்திலும் ஒரு ஏகாந்த நிலையை உணர முடிந்தது. சில நூற்றாண்டுகள் முன்னர், பாதுகாப்பு கருதி தனிமையில் இந்த இடத்தில் வாழ்ந்திருந்த சந்நியாசிகள்... மலைகள் சூழ்ந்த, புல்வெளிப்பரப்பில் அவர்களின் ஏகாந்த கணங்கள்.... நதியின் ஈரம் தொட்டு வீசும் குளிர் காற்று கதைகள் பல சுமந்து சுழன்றுகொண்டிருந்தது. மடாலயத்தைச் சுற்றி நிற்கும் கற்பாளங்களால் எழுப்பப்பட்ட சுவரும், அடர்த்தியான தாடி, முறுக்கிய மீசை, கனன்று ஒளிரும் தீர்க்கமான கண்கள் கொண்ட கிருத்தவ சந்நியாசிகளும், முரட்டு மணம் வீசும் மலர்களும் நிறைந்த தேவாலயம், கண்கள் சொருக இணைந்து ஒலித்த ஸ்தோத்திரப்பாடல்... முற்றிலும் வேறொரு அனுபவத்தில் நம்மை அமிழ்த்தி இருந்தன.

கருப்பு சால்வை முக்காடாக போர்த்தி, மினுமினுக்கும் ரஷிய, ஆசிய, ஐரோப்பிய முகத்தில் விவாதங்களுக்கு அப்பாற்பட்ட ஒரு நம்பிக்கை கண்களில் கசிந்து கொண்டிருந்தது. கை விரல்களை கோர்த்துக்கொண்டு இறைவழிபாட்டில் கரைந்து விட்ட ஆன்னாவின் சுருள் முடிக்கற்றை முக்காடுத்துணியைத்தாண்டி நெற்றியில் மெல்ல அசைந்து ஆடிக்கொண்டிருந்தது.

வழமை போல, மடாலயலயத்தின் பின்னணியில் சாட்சியாக, தொட்டால் சில்லிடும் கற்பாறைகள் மேல் சாய்ந்து, புன்னகையுடன் சில புகைப்படங்கள் எடுத்துக்கொண்டோம். வாகன சாரதி தொலைவில் இருந்து நேரமாவதாக பாவனை செய்து கையசைத்தார். மடாலயக்குன்றில் இருந்து மெல்ல இறங்கி வந்து வாகனத்தில் அமர்ந்தோம். மறுபடி ஒருமணிநேர திகில் பயணம். உலகெங்கிலும் பல இடங்களில், இத்தகைய அருமையான சுற்றுலாத்தலங்களில் இப்படி பராமரிப்பற்ற, புனரமைக்கப்படவேண்டிய சாலைகள் பல இருக்கத்தான் செய்கின்றன. சுற்றுலாத்துறையை பெரிதும்

நம்பியிருக்கும் ஜார்ஜிய தேசம் விரைவில் இத்தகைய குறைகளை நிவர்த்தி செய்ய வேண்டும் என்பதை தங்கியிருந்த விடுதியின் பொது ஆலோசனைப் புத்தகத்தில் பதிய வேண்டும் என எண்ணிக்கொண்டோம்.

கஸ்பெகி வந்தடை.ந்து, வாகனம் மாற்றி பயணம் துவங்குகையில் ஏறத்தாழ மூன்று மணி. செல்லும் வழியில் குடோரியில் பசியாறலாம் எனவும், தற்போதைக்கு கொஞ்சம் பழங்கள் வாங்கிக்கொள்ளலாம் என்ற ஆன்னாவின் ஆலோசனையை கேட்டுக்கொண்டோம்.

நான்கு மணியளவில் குடோரியின் உணவகம் ஒன்றில் மேசையை நிறைத்தோம். சிக்கன் மற்றும் சில வெண்ணை, பாலாடை சேர்த்த கச்சப்பூரி வகைகளை ஆன்னாவின் பரிந்துரையின் பேரில் ஆர்டர் செய்தோம். சற்று நேரத்தில் மிகுந்த மணதுடன் எங்களுக்கான உணவு பரிமாறப்பட்டன. தொடர்ந்து, வறுபட்ட வராகத் துண்டங்கள், ரொட்டிக்கலவையுடன் ஆன்னாவுக்கான உணவாக வந்து ஆவி பறந்து கொண்டிருந்தது. 'சுவை முயன்று பார்க்கலாமே' என ஆன்னா அழைப்பு விடுக்க, அர்விந்த் மட்டும் என் முகம் பார்த்தான். பழக்கமில்லை மொத்த தேசமும் மென்று தீர்க்கும் உணவை ஒரு முறை சுவைத்தலில் பிழையேதும் இல்லை என்றேன். உனது உணவு, உனது உரிமை- உபாதைகள் இன்றி உடல் ஏற்கும் பட்சத்தில்.

தங்குமிடம் வந்தடைந்து சேர்கையில் மாலை ஆறரை மணி. மறுநாள் துபாய் திரும்ப, நண்பகல் பன்னிரண்டரை மணி விமானம். விருந்தினர் பொது ஆலோசனைப் பதிவேட்டில், நினைவாக கஸ்பெகி, சாலை மேம்பாடு குறித்த அவசியம் குறித்து எழுதினேன். வேறு சிலரும் அதே விஷயம் குறித்து எழுதியிருந்தனர்.

அசதியான நிலையில் கால் வலி கொஞ்சம் நினைவுக்கு வந்தது...

சுடுநீர் குளியலுக்குப்பின் சற்று ஓய்வெடுத்து பத்துமணிக்கு அருகில் சர்தார் நடத்திக்கொண்டிருக்கும் 'TASTE OF INDIA ' உணவகம் சென்றோம். சப்பாத்தியும், சோறும் குழம்பும் ஐந்து விரல்களின் இடுக்குகளிலும், சிக்கி மணக்க மணக்க சாப்பிட்டு முடித்தோம். துபாய் வாழ் சர்தார் அடிக்கடி வந்து செல்லுமாறு எங்களை வாழ்த்தி அவரது தொழில் தகவல் அட்டை கொடுத்து, வெளுத்த தாடிக்குள், பான் கறை படிந்த பற்களால் சிரித்து கைகுலுக்கினார்.

மெல்ல நடைபோட்டு, தங்குமிடம் அடைந்து, பஞ்சுப்பொதி படுக்கைகளில் சாய்ந்த கணத்தில் உறக்கம் உடன் வந்து தழுவிக்கொண்டது. பசும் புல்வெளிகளும், பறக்கும் PARA GLIDE-ம், துரத்தும் ரஷிய படையும், சங்கிலிக்கவசத்துடன், கைகளில் கேடையமேந்தி ஓடும் எங்களைத் தடுத்து, வறுத்த பன்றிக்கறி சாப்பிட வலுக்கட்டாயமாக அழைக்கும் தொப்பியணிந்த ஆன்னாவும், அராக்வி நதியில் குளித்தெழுந்து வரும் தாடி நனைத்த அங்கியணிந்த சந்நியாசிகளும்.... கலந்து கட்டிய விநோத சம்பவக்கோர்வையாக கனவுகளில் தொடர திடுக்கிட்டு எழுந்து அமர்ந்தேன். விளக்கணைக்காமல் உறங்கிவிட்டிருப்பது புரிந்தது. தொலைக்காட்சி பழைய சோவியத்தின் அரசியல் நிகழ்வுகளை கருப்பு வெள்ளையில் காட்டிக்கொண்டு இருந்தன. NIKITA KHRUSHCHEV புன்னகைத்தவாறே மெல்ல நடந்து கொண்டிருந்தார். மணி நள்ளிரவு பன்னிரண்டரை... எழுந்து வந்து தொலைக்காட்சியையும், விளக்கையும் அணைத்தேன்.

ஜன்னல் திரைச்சீலைகள் காற்றில் அசைந்து கொண்டிருந்தன. மின்மினியாக தொலைவில் மலைமுகடுகளில் நகர்கிற வாகனங்கள். பின் வீட்டு தோட்டத்தில் உணவுப்பாத்திரங்கள் இறைந்து கிடைக்கும் திறந்த வெளி உணவு மேசை. அதை ஒரு சிறுமியுடன் சுத்தம் செய்து கொண்டிருக்கும் முதிய பெண்மணி...

உலகின் அனைத்து நாடுகளும், நகரங்களும், கிராமங்களும், தெருக்களும், இல்லங்களும்... பெண்களுக்கான வாழ்வியல் நியமங்களை எழுதப்படாத சட்டங்களாக்கி வைத்திருப்பது புரிந்தது. சற்று நேரம் புரண்டு படுத்தவாறு இருந்து உறக்கம் உள்ளிழுத்துக்கொண்டது.

GOODBYE GEORGIA

பத்தரை மணி வாகனத்திற்காக காத்திருந்த நேரத்தில், திராட்சை ஒயின் குடுவைகள் சில வாங்கி பாதுகாப்பாக பெட்டிகளில் மடித்த துணிகளின் இடையில் பொதிந்து கொண்டோம். அறைகளை காலி செய்து ஹோட்டல் வரவேற்பறையில் கார் வரக் காத்திருந்தோம். எந்த தாமதமும் இன்றி சின்னஞ்சிறிய விமானநிலையம் அடைந்து, சம்பிரதாயங்கள் முடிந்து, கொஞ்சம் உணவருந்தி, FLY DUBAI விமான அறிவிப்பிற்காக வெளியேற்ற வாசல்களில் காத்துக் கொண்டிருந்தோம்.

ஒரு நதி போல தனது நெடும் பயணத்தை ஜார்ஜிய தலைநகர் திபிலிசி தொடர்ந்து கொண்டிருக்க, கால் நனைத்த அனுபவத்துடன், காற்றில் பறக்க ஆயத்தமாக இருந்தோம்.

"COVER THE EARTH BEFORE IT COVERS YOU ..."

---Dagobert D. Runes

முடியுமா?

'முடியும்... அவ்வளவா வெயிட் இல்லை... தூக்க முடியும்' - கைப்பை கனம் பற்றி மனைவி சொல்ல,

விமானம் எங்களைத் தன்னில் அமர்த்திக்கொள்ள, தயார் நிலையில் உள்ளதாக அறிவிப்பு ஒலித்தது.

DURING THE PONTIFICATE OF
AND THE NOBLE PATRONAGE OF
FOR THE BENEFIT OF ALL FAITHFUL AND VISITING PILGRIMS
LET US PRAY TO THE ALMIGHTY WITH A GRATEFUL HEART
TO GRANT DIVINE GRACE AND BOUNTY TO THE BENEFACTOR
AND BLESS HIS FAMILY

மெல்லச் சிறகசைத்து....

நினைவில்நிறைந்தகாடு
ஆப்ரிக்க அனுபவம்

"The biggest jungle in this world is nothing but the human mind"

C. Jay

'நினைவில் காடுள்ள மிருகத்தை எளிதாகப் பழக்க முடியாது'

கவிஞர் கே.சச்சிதானந்தன்

1

மாட்டுச்சாணத்தால் மெழுகி விட்டது போன்ற மணம் ஊரெங்கும் வீசிக்கொண்டேயிருக்க, இடையிடையே திரிந்த பசும்பால் வீச்சம்.

நைரோபியில் பகல் இரண்டு மணி வெயில் நசநசத்துக் கொண்டிருக்க, சாலையோரப் புல்வெளிகளில் மண்ணின் மைந்தர்கள் ஆங்காங்கே , புழுதி படிய படுத்துறங்கிக்கொண்டிருந்தனர். அபரிமிதமான சத்தத்துடன் கனரக வாகனங்கள் சாலையின் போக்குவரத்து நெரிசலில் அங்குலம் அங்குலமாக நகர்ந்து கொண்டிருக்க, வீதிகளின் கடைவாசலில், பேருந்தின் டயர்களை பாதி புதைத்து நாற்காலிகளாக்கி அதன் நிறத்திலேயே மனிதர்கள் அமர்ந்து கொண்டிருந்தனர்.அதீத அங்க பரிமாணம் கொண்ட எளிய மக்கள்,

சற்று அந்நியமாக எங்களைப்பார்த்து பளிச்செனமின்னும் பற்களுடன், ஈறுகள் தெரிய நேசம் பரிமாறி, நடந்தனர்.

‘அடுத்த ஜங்க்ஷன் வரை போக்குவரத்து நெருக்கடி இருக்கும். அங்கிருந்து பத்து நிமிட நேரத்தில் தங்குமிடத்தை அடைந்து விடலாம்‘ -அலெக்ஸ் வாகனத்தை ஒட்டியவாறே, என்னருகே இருந்த ஜன்னல் கண்ணாடியை சற்று உயர்த்தி ஓட்டைப்பல் தெரிய சிரித்தான்.

‘புழுதி அடிக்கிறது..‘. எனச் சொல்லி நான் சம்மதிக்க, ஆப்ரிக்க ஆங்கிலத்தில்…‘ சார், இன்றிலிருந்து இன்னும் ஆறு நாட்கள் நீங்கள் இங்கிருந்து திரும்பும் வரை இந்தப் புழுதியும், மண்ணும், கால்நடை மணமும்… உங்கள் உடனிருக்கும், நானும் இருப்பேன். நான் கார் ஜன்னல் கண்ணாடியை உயர்த்தியது புழுதியில் இருந்து காப்பாற்றுவதற்கல்ல… உங்கள் கையில் உயர்த்தி வைத்து பார்த்துக்கொண்டு வரும் உங்கள் ஐ போனை காப்பாற்றுவதற்காக,…‘ --என்றவுடன் புரிந்தது. அனிச்சையாக ஐ ஃபோனை பத்திரப்படுத்திக் கொண்டேன். நாசித்துவாரங்களில் புழுதியும், புகையும் நிரந்தரமாக நிறைத்திட, அதிரடி ஆப்ரிக்க இசையதிர்வுடன் இருசக்கர வாகனங்கள் விரைந்து கொண்டிருந்தன.

நகரெங்கும் ஒரு மென்குளிர்காற்று வீசிக்கொண்டிருந்தது.

பின்னிருக்கையில்அரைத்தூக்கத்தில் அமர்ந்து கொண்டிருந்த மனைவியும், மகனும். வாகன ஜன்னல் வழியே கைகளில் அரைடஜன் மோரீஸ் வாழைப்பழம் ஏந்தி எங்களிடம் விற்க முனைந்த சிறுவனிடம், உள்ளூர் மொழியில் பேசித் தடுத்துக்கொண்டிருந்த அலெக்ஸ். ஐந்து நிமிடத்துக்கோர் முறை அனிச்சையாக ஐபோனை தொட்டுப்பார்த்து கவனமாக இருந்த நான்.

சட்டென ஒரு திருப்பத்தில், வானளாவிய கட்டடங்கள், வனப்பான

பசுமைப்பூங்காக்கள், அங்கொன்றும் இங்கொன்றுமாகஐரோப்பிய முகங்கள். பெரு வணிக வளாகங்கள், ஆடம்பர வாகனங்கள் ... நைரோபியின் முகம் மாறியது.

‘அதோ...அது தான் உங்களது இன்றைய இருப்பிடம்,IBIS STYLES hotel ... ’ -அலெக்ஸ் கைநீட்டி காட்ட, பலவண்ணங்களில் உயர்ந்து நின்ற கட்டடம். அந்த இடத்தின் பெயர் வெஸ்ட் லாண்ட்ஸ். ஒரு கிலோ மீட்டர் முன் வரை சாக்கடை நீரும், புழுதியும், புகையும், இரும்புக்கழிவுகளுமாக இருந்த வேஸ்ட் லாண்ட் இப்போது சடாரென வெஸ்ட் லாண்ட் ஆன அற்புத மாற்றம், உலகின் பெரும்பாலான நகரங்களில் காணக்கிடைக்கிறது.

எங்களது வாகனம் ஹோட்டல் அடைந்து இரண்டு வாயில்களில், ஆழ் சோதனைக்கு உட்படுத்தப்பட்டு, எங்களது உடைமைகள் ஸ்கேனிங் செய்யப்பட்டு, உடைகளும்,உடல்களும் அத்தனை ஒளிவருடிச் சோதனைக்கும் உள்ளாகி, நாங்கள்ஹோட்டல் வரவேற்பறை நண்ணியபொழுதுபிற்பகல் 3.20.சிறிய உருவமும், பின்னிப் பிணைத்த சடையுமாக வரவேற்பறை மங்கை கென்யா எங்களை வரவேற்பதாகச் சொன்னாள். ‘பெரும் சோதனைக்கு பின் வரவேற்றமைக்கு மகிழ்கிறோம் லிலியன் ...’ என நான் பெயர் சொல்லி நன்றியுரைத்தமைக்கு கொஞ்சம் நாணி முகம் சிவக்க இயலாமல், தனதுசட்டையில் குத்தியிருந்த, பெயர் பொறித்த badge&ஐ சரிசெய்தவாறே ‘TEN TWENTYFIVE ’ என கைகளில் இரண்டு அறை நுழைவு அட்டைகளைக் கொடுத்து,சிரித்தாள்.

பயணத்துணைவன் அலெக்ஸ் எங்களருகில் வந்து விடைபெற்றுக்கொண்டு, வெளியே சென்றால் ஆறரை மணிக்குள் அறைக்கு திரும்பிவிடுமாறு அறிவுறுத்தி, கைக்குலுக்கி விடைபெற்றான். அசைந்து விலகிய வாகனத்தின் முன்னும் பின்னும்

'TRAVEL WILD' என்ற பெயரின் ஊடே சித்திரமாக ஆப்ரிக்க யானை காட்டுப்புதரில் நடந்து கொண்டிருந்தது.

'தரைத் தளத்தில் உணவகமும், மது அருந்தகமும் ...' இருப்பதாக உபரித்தகவலை எங்கள் பின்னல் லிலியன் ஒலித்த போது, நாங்கள் எங்கள் உடைமைகளுடன் பத்தாம் தளம் செல்ல மின்தூக்கி வரக்காத்திருந்தோம். நட்சத்திர விடுதியின் சுவர்களெங்கும், சிறுத்தைகளும், ஒட்டகச்சிவிங்கிகளும், வரிக்குதிரைகளும், சிங்கமும் ... வண்ணங்களாக முறைத்துக்கொண்டு நின்றிருந்தன.

'கென்யா' - கிழக்கு ஆப்பிரிக்காவின் வளமான பிரதேசம்.

உகாண்டா,தான்சானியா,தெற்கு சூடான், எத்தியோப்பிய தேசங்களால் சூழப்பட்ட, தென் கிழக்கில் இந்தியப் பெருங்கடல் அலையடிக்கும் ஒரு தேசம். கி.மு 500 -ல் தெற்கு சூடான் பகுதியில் இருந்து புலம் பெயர்ந்து குடியேறிய நிலோதிக் -ஆப்ரிக்க மொழி பேசும் மக்கள் வாழ்ந்ததாகத் தொடங்கிய வரலாறு.வரலாற்று தொன்மம் பேசும் நாடுகளுக்கு பயணிப்பதில் உள்ள ஆர்வம் பொதுவாக, சுற்றிப்பார்த்து, கேளிக்கைகளில் சுகம் காணும் வகையான நாடுகளுக்கு பயணிப்பதில் இருப்பதில்லை என்பதால்,கென்யா போன்ற தேசங்கள் எனது பட்டியலில் முன்வரிசையில் விடுபட்டிருந்தது.

சில மாதங்களுக்கு முன்னர், நண்பர் வெங்கடேஷ் (தங்கமீன்கள், பேரன்பு -சாதனா வின் தந்தை) குடும்பத்துடன் கென்யா சென்று திரும்பிய அனுபவங்களை நேரில் பகிர்ந்து கொண்டதன் விளைவாக 'கென்யா' முன்வரிசைக்கு நகர்ந்தது.சகோதரி ஜெஸ்ஸிவிக்டர்மிகச் சமீபத்தில் நான்கு நாள் பயணமாக கென்யாசென்று வந்ததகவலைச் சொல்லி, பயண ஏற்பாடுகள் செய்த ஷீத்தல் எனும் பயண ஏற்பாட்டு நிறுவனத் தோழியை அறிமுகம் செய்துவைக்க, அன்றிலிருந்து தினம்

கானகக்கனவுகள். ஜூலை முதல் அக்டோபர் மாதம் வரை, கென்யா காடுகளில் வனவிலங்குகளின் புலம் பெயர்வுக்கான காலம். லட்சக்கணக்கான காட்டெருமைகள், வரிக்குதிரைகள் வறண்டு போன தான்சானியா செரங்காட்டி சரணாலயத்தில் இருந்து, நீர் நிறைந்த மாரா நதி ஓடும் கென்யா மசாய் மாரா காட்டுப்பகுதிக்கு, சாரி சாரியாக நடந்து கடக்கும். ஏறத்தாழ இருபது லட்சம் விலங்குகளின், 1800 கிலோமீட்டர்நடைப் புலம் பெயர்வு நிகழும் காலம். உலகெங்கிலும் இருந்து லட்ச லட்சம் பயணிகள் கென்யா வந்திறங்கி, கானகம் காண களமிறங்கும் காலநேரம் என்பதால், விமானப் பயணக்கட்டணமும், சுற்றுலாக் கட்டணமும் கொஞ்சம் கண்களை இருள வைத்தன.

அபுதாபியைச் சேர்ந்த ஷீத்தலின்ஆதரவால், ஓரளவுக்கு தாங்கும் செலவில் ஆறு நாட்கள் பயணமாக, எங்கள் ஆப்பிரிக்க பயணம் நிச்சயமானது. துபாயில் இருந்து ஏறத்தாழ ஐந்தரை மணி நேரப் பயணம், ஒரு மணி நேர கால வித்தியாசம். கரன்சியாக shillings... நூறு இந்திய ரூபாய்க்கு, 145 கென்ய ஷில்லிங். ஆயிரம் ஷில்லிங் கொடுத்தால் அரைவயிறு நிறைய உணவு கிடைக்கிற தேசம். அமெரிக்க டாலர்கள் எங்கும் செலாவணியாகிறது. பத்து டாலர்களுக்கு, ஆயிரம் ஷில்லிங் மதிப்பு வைத்து புழங்குகிறார்கள்.

இந்தியர்களுக்கு, நுழைவுரிமை அனுமதியை கென்யா சென்று இறங்கிய பின் விமான நிலையத்திலேயே பெற்றுக்கொள்ளலாம் என்ற தகவல் கொஞ்சம் ஆறுதலாக இருந்தது.விமானத்தில் ஏறி இருக்கையில் அமர்ந்த கணத்தில், கென்யா தேசம் தனது கரங்களைக் கூப்பி வரவேற்றது. ஓரிரு ஐரோப்பிய, ஆசிய முகங்களைத்தவிர சுற்றிச் சூழ அனைத்தும் ஆப்பிரிக்க முகங்கள். தெறிக்கும் வண்ண , வண்ண உடைகள், உரத்த குரலில் சம்பாஷணைகள்.வெடிச் சிரிப்பொலிகள். இருக்கைகளின் வலைப்பைகளில் விவரஅட்டைகளில்

ஒட்டகச்சிவிங்கிகள் கண்ணடித்து மசாய் மாரா .. காடுகளுக்கு வரவேற்றுக்கொண்டிருந்தன.

விமான பணிப்பெண்கள் விமானத்தின் அவசர காலத்தரையிறக்கம், குறித்த விவரங்களை செயற்கைப்புன்னகை தரித்து, ஆடைகளின் மடிப்புக் கலையாமல், அதீத அபிநயத்துடன் விளக்க முற்பட்டுக் கொண்டிருந்தனர். அடுத்த வரிசையில் அமர்ந்திருந்த சீனாக்காரர் ஒரே சமயத்தில், தனது இருக்கையின் சாய்மான வசதிகளை சோதித்துக் கொண்டும், பின்வரிசை ஐரோப்பியரின் பொறுமையை சோதித்துக் கொண்டும் இருந்தார்.

விமானம் மெல்ல ஓட்டமெடுத்து, புவியீர்ப்பை புறக்கணித்து எழும்பியது. இப்படி பறக்க வாய்க்கும் ஒவ்வொரு முறையும், பதின்வயதுகளில் வாசித்து வியந்த பாலகுமாரனின் ‘ பயணிகள் கவனிக்கவும்‘ புத்தகத்தின் விமான நிலையம் குறித்த , விமானகட்டுமானம், அசைவுகள் குறித்த விவரணைகள் மனதில் விரிவது அழகானதோர் உணர்வு.

தம்பி தேவா சுப்பையா எழுதிய ‘யாரோ எழுதிய கதை’ சிறுகதைத் தொகுப்பு நூலை வாசிக்கத்தொடங்கி ஒரு மணி நேரத்தில் முடித்தேன். பதினோரு சிறுகதைகள், எண்பத்தேழு பக்கங்கள். ஆரம்ப எழுத்தாளனுக்குரிய அத்தனை ஆர்வக்கோளாறுடனும், இருந்த கதைகள் எனினும் சுவாரஸ்யம் குறையாமல் வாசகனிடம் நட்பு பாவத்துடன் பேசிய சிறுகதைகள்.

பயணத்தின் நெடுவழியில் புத்தகங்கள் துணை வருவதும், நெடுவழி அனுபவங்கள் புத்தகமாவதும் ஓர் அழகான அறிவுச் சுழற்சி.

மெலிதான இரைச்சலுடன் ,அறிவிப்புகள், சீட் பெல்ட் அணிந்து கொள்ளும் படி அறிவுறுத்தல்கள், கழிவறைகளுக்கான நீண்ட

வரிசைகள், உணவு விளம்பல்கள், அழைப்பொலி சிணுங்கல்கள், கிலியூட்டும் தகவல்கள்... எத்தனை அடி உயரத்தில் பறக்கிறோம், வெளியே நிலவும்குளிர் நிலவரம். என பழகிப்போன அயர்ச்சியான பயணத்தில் அழன்று, கண்ணயர்ந்து ... 'சீட்ஸ் அப் ரைட் ப்ளீஸ்...' என்ற கீச்சுக்குரல் செவியோரம் ஒலிக்க, விழித்துக்கொண்டேன்.

அடுத்த சில நிமிடங்களில் நைரோபியில் விமானம் இறங்கவிருப்பதாகவும், இருபத்து நான்கு டிகிரி வெப்பநிலையில் சற்று மேக மூட்டமாக இருப்பதாகவும், தங்களுடன் தொடர்ந்து பறக்க அழைத்தும், இணைந்து பறந்த அனுபவத்துக்கு நன்றி கூறியும், கேப்டன் தமது சிற்றுரையை முடித்துக்கொண்டார். சிக்கனமான இருக்கைகளில், தமது சிற்றுடைகளின் உபாதைகளை நளினமாக மறைத்துக்கொண்டு பணிப்பெண்கள் அமர்ந்து கொண்டனர்.ஜன்னலுக்கு வெளியே நைரோபி நகரின் கட்டடங்களும், மரங்களும் மேகம் போர்த்தி, சாலைகளில் வாகனங்கள் மந்தகதியில் நகர்ந்த வண்ணம் இருக்க, விமானம் சிறு குலுக்கலுடன் தரை மேவி, இரைச்சலுடன் வேகம் பிடித்தது.

"...வெண்ணிற மேகம் வான்தொட்டிலை விட்டு

ஓடுவதென்ன மலையை மூடுவதென்ன

முகில்தானோ துகில்தானோ

சந்தனக் காடிருக்கு தேன் சிந்திட கூடிருக்கு

தேன் வேண்டுமா நான் வேண்டுமா

நீ எனைக் கைகளில் அள்ள - நான்

அந்த ஆனந்தம் என் சொல்ல...

நதியோரம் நாணல் ஒன்று நாணம் கொண்டு..."

நேற்று பண்பலையில் கேட்ட எண்பதுகளின் பாடல் மனதில் ஒலித்தது. இரைச்சலுடன் வேகம் பிடித்தது. விமான ஓடுதளத்தின் இருமருங்கிலும் தொலைவில் அடர்ந்து உயர்ந்தபுற்கள் அசைந்து கொண்டிருந்தன. நேரம் நண்பகல் 1.40 மணி. மாலை ஐந்து மணி வெளிச்சம். சின்னஞ் சிறிய எளிமையான விமான நிலையம். விசா படிவங்களை நிரப்பி வரிசையில் நின்று, தலைக்கு ஐம்பது டாலர் செலுத்தி, பாஸ்போர்ட்டில் நுழைவுரிமை அனுமதி பதிந்து, உடைமைகள் சேகரம் செய்து வெளியே வந்தோம்.

பத்து வயதில் கோடைவிடுமுறைக்கு சென்று தங்கும் தமிழகத்தின் தென் மூலை நெல்லையில் புறநகர் கிராமம் ‘அத்திமேடு’... சாணி மெழுகிய தரையும், வீட்டின் பின்புறத்தில் மாடுகள் கட்டிய தொழுவமுமாக இருக்கும் எனது தந்தையின் பிறந்த வீடு. கடலூரில் இருந்து 500 கிலோமீட்டர் ரயில் பயண அயற்சிக்குப்பின் அத்திமேடு வீடு நுழையும் கணத்தில் நாசியில் படரும் அதே மணம்.காலங்கள் கடந்து, உணர்வுகளை, நினைவுகளை இலகுவாக கடத்துவது, மணமும் ,சுவையும், இசையும் ....

‘நதியோரம் நாணல் ஒன்று நாணம் கொண்டு
நாட்டியம் ஆடுது மெல்ல - நான்
அந்த ஆனந்தம் என் சொல்ல...’

கைகளில் ‘sasikumar sankaravadivelu’ கிறுக்கெழுத்தில் காகிதமொன்றில் எழுதி வைத்துக்கொண்டு காத்திருந்தவர், முடிந்தவரை ஒல்லியாக கிள்ள சதையின்றி குச்சி போல நின்று கொண்டிருந்தார். கையசைத்தோம்.

கைகுலுக்கி "I am ALEX ... Your guide & driver ...’ எங்கள் ஆப்ரிக்கா உங்களை வரவேற்கிறது’’.

கால்சராய் இடுப்பில் நிற்காத ஒரு இளைத்த மனிதனை பின்தொடர்ந்து வாகன நிறுத்தத்திற்கு நடை போட்டோம். சிங்கம், சிறுத்தைகளை அதன் வாழ்விடத்தில் எங்களுக்கு அறிமுகம் செய்யப்போகிற அலெக்ஸ் தனது வாகனம் நிறுத்தியிருந்த இடத்தை மறந்து, தலையை சொறிந்து நின்றுகொண்டிருந்த நேரம்பிற்பகல் 2.40.

2

மின் தூக்கி எங்களைச் சுமந்து சென்று, பத்தாம் தளத்தில் இறங்கச் சொன்னது. 1025எண் அறை நறுவிசான மணத்துடன், மூன்று கட்டில், ஒரு கெட்டில், சிறு குளிர்பதனப்பெட்டியுடன், வட மூலையில் மேற்கத்திய மோஸ்தரில் கழிப்பறையும்,குளியலறையும்.

பண்டல் பண்டலாக, திசுக் காகிதச் சுருள்.

'நீரின்றி அமையாது உலகு'

- என இரண்டாயிரம் ஆண்டுகளாக உறக்கச் சொல்லிக் கொண்டிருக்கும் சமூகத்திற்கு,

'நீ டிஷ்யு -வால் துடைத்துப்பழகு'

என ஐரோப்பிய, ஆப்ரிக்க, சீன தேசங்கள் சொல்லிக் கொண்டிருக்கின்றன. பயணங்களின் போது எதிர்ப்படும் சவால்களில் முக்கியமானதும், சங்கடமானதும் இந்த 'பின் நவீனத்துவத்தை' எதிர் கொள்வதே. காலியான மினரல் வாட்டர் போத்தல்கள் இந்த சங்கடத்தை சற்று சிரமத்துடன் போக்க கைக்கொடுக்கும். காலி போத்தலும், பக்கெட், குவளையும்வேண்டுமென அவசர உதவி கோரி காரிடரில், காத்திருந்து பேரிடர் தணிக்கும் அனுபவம் அநேகமாக அத்தனை நட்சத்திர விடுதிகளிலும் நிகழ்வது தான்.

சற்று ஆசுவாசம் கொண்ட அரைமணிநேரத்தில், தரைத்தளம் சென்று, மாலை 3.50 மணிக்கு பீட்ஸா மற்றும் சாண்ட்விச் கடித்து பசியாறி, மாலை நேரம் அருகில் இருக்கும் மால் (பெரு வணிக வளாகம்) மற்றும் இந்தியர்கள் குடியிருப்பு பகுதிக்கு செல்லலாம் என விசாரித்தோம்.

விருந்தினர்களின் உள்ளூர் வாகன வசதிகளை கவனித்து, ஏற்பாடு செய்து தரும் பயண முகவர் கேத்தரின் எங்களது தேவைகளை ஒருவாறாகப் புரிந்து கொண்டு, இந்தியர்கள் வசிக்கும் பகுதி?? குறித்து குழம்ப, அலெக்ஸின் .தொடர்பு எண் கொடுத்தேன்.

அலெக்ஸை தொடர்பு கொண்டு பேசியதில் ‘பார்க் லேண்ட்’ பகுதியென அறிந்து கொண்டு கிளம்ப ஆயத்தமானோம். எங்களுக்கான மகிழ்வுந்து அரைமணி நேரத்துக்குள் வாசலில் நிற்குமென கேத்தரின் உறுதியளித்து, குலுக்கிய கைகளில் நட்சத்திர வரவேற்பறையின் குளிர்ச்சி.

பத்தாம்தள அறையின், ஜன்னல் வழியே நைரோபி மென்மழைத் தூறலின் நனைந்து கிடந்தது. மரங்களில் பறவைகளின் வினோத கூவல்கள். தொலையில் வாகன நெரிசல் ... புரியாத கென்ய மொழியில் அடுத்த அறை தொலைக் காட்சியிலிருந்து ஒலிக்கும் விளம்பரப்பாடல்.

‘நகைகளும், விலையுயர்ந்த திறன்பேசிகளும், அதிகப்பணமும் , ஆடம்பரமும் ஆப்ரிக்க நாடுகளில் ஆபத்தை வரவேற்பவைகள். ஆறரை மணிக்கு மேல் அறியாத இடங்களில் அலைந்து திரியாமல், தங்குமிடம் அடைந்து, மாலை வேளைகளை மதுக்குப்பிகளுடன் கழிப்பது பாதுகாப்பானது’

என அடிக்கடி ஆப்ரிக்கப் பயணம் மேற்கொள்ளும் நந்து, மோகன்ராஜ் போன்ற நண்பர்கள் தமது மூக்குக்கண்ணாடிகளை

துடைத்தவாறு, சீரியஸான முகத்துடன் அறிவுறுத்தியிருப்பது நினைவுக்கு வந்தது.

மோதிரங்கள், கழுத்து செயின், மாங்கல்யம் உட்பட, ஆபரணங்களை அகற்றி பாதுகாப்பாக பெட்டகத்தில் வைத்து விட்டு, நைரோபி வளம் காண வலம் செல்ல ஆயத்தமானோம். அறையைப் பூட்டி வெளியே செல்ல, ஆளுயரக் கண்ணாடி எங்கள் மூவரின் முழு உருவம் காட்டியது.

சுஜாதா ஒரு கதையில்- 'நகைகளை கழற்றி வைத்துவிட்டுத் தலைக்கு எண்ணெய் தேய்த்துக்கொண்ட மாமியின் தோற்றம்சேணம் கழற்றிய குதிரையை நியாபகப்படுத்தியது' என எழுதியிருந்தது நினைவுக்கு வந்தது.

சிரித்துக்கொண்டேன். 'என்ன? ஏன் சிரிக்கிறீங்க?'

'சுஜாதா...'- என்றேன்.

'யாரு உங்க கூட படிச்ச பொண்ணா?'

திருமணமாகி இருபத்தோராண்டுகள் கடந்தும், '...யாருள்ளி நோக்கினீர் என்று' கேட்கும் மனைவிகளாலும், விகல்பமில்லாது விடை சொல்லும் கணவர்களாலும், செல்லுமிடமெல்லாம் மழைப் பொழிகிறது.

"Sir would you like to take umbrellas with you?"- லிலியன் கைகளில் இரண்டு குடைகள் கொண்டு நீட்ட பெற்றுக்கொண்டு, வாகனத்திற்கு எங்களை அழைத்துச்சென்றார் ட்ரைவர் 'ஜாஸ்பர்'.

'முதலில் இந்தியர்கள் வாழும் பார்க்லாண்ட் பகுதி, அடுத்து சாரிட்சென்டர், அங்கு சிம் கார்டு வாங்கிக்கொண்டு ஹோட்டல்

திரும்பலாம். வண்டிக்கு பார்க்கிங் கிடைத்தால் எங்களுடன் மாலுக்கு வர இயலுமா?'

சரி என்று சம்மதித்த ஜாஸ்பர் மிகத் தாழ்ந்த குரலில், 'இங்கு எத்தனை நாள் தங்கப்போகிறீர்கள்?'

'நைரோபியில் இன்றிரவு மட்டும். நாளை விடியற்காலை மசாய் மாரா கிளம்பி அடுத்த நான்கு நாட்கள் சபாரி, மற்றும் நைவாஷா லேக். ஆறாம்நாள் நேராக நைரோபி விமானநிலையத்தில் இருந்து திரும்ப துபாய்'

' நீங்கள் இந்தியாவிலிருந்து வரவில்லையா?' - ஜாஸ்பரின் குரலிலும் மென்மையான சிரிப்பிலும் நடிகர் பார்த்திபன் சாயல்.

'இந்தியர்கள் தான் ... தென்னிந்தியர்கள் ... வசிப்பது துபாயில்'

'இந்தியர்கள் பெருந்தனக்காரர்கள்... இங்கிருக்கும் பல தொழில்களில் முன்னணி வகிக்கிறார்கள். நாம் போகும் பார்க்லாண்ட் பகுதியின் தெருக்கள் பலவும் இந்தியர்களுக்கு சொந்தமானது. மிகப்பெரிய கோயிலும், திருமண மண்டபமும், பிரத்தியேக இந்தியப்பள்ளியும் கொண்டிருக்கிறார்கள்...

ஹிந்தி மொழி பேசும் இந்தியர்கள் இங்கு அதிகம். எங்களில் பலர் அவர்களின் நிறுவனங்களில் பணி செய்கிறோம். இங்குள்ள அரசியல் நிகழ்வுகளின் பின்னணியில் இந்தியர்களின் வலிமையான கரங்கள் இருக்கின்றன...' ஜாஸ்பரின் குரல் குளிரூட்டப்பட்ட வாகனத்தின் நிசப்தத்தில் தெளிவாக ஒலித்தது.விமான நிலையத்தில் இருந்து தங்குமிடம் வருகையில், சாலையில் 'ஹரிப்ரியா' 'ஸ்ரீ கிருஷ்ணா' 'ஷங்கர்நாராயண்' எனபெயரிடப்பட்ட நான்கைந்து அசோக் லெய்லான்ட் கனரக வாகனங்கள் கடந்து சென்றதாக மகன் சொல்லியது

சரிதான்.

லக்ஷ்மிநாராயண் சாலை …' நாங்கள் பயணித்துக்கொண்டிருப்பது சர்வ நிச்சயமாக கிழக்கு ஆப்பிரிக்காவின், கென்யா தேசத்தின் நைரோபி நகரம் தானா ? என்ற சந்தேகம் வலுத்தது. சென்னை அடையாறு காந்தி நகர், பெசன்ட் நகர் பகுதியின் தோற்றம்.

சாலையின் இருபுறமும், மரங்கள் அடர்ந்த சுவாமி நாராயண் ரோடு எங்களை வரவேற்றது. "Gated Community' எனப்படும் பாதுகாப்பான வசிப்பிடங்கள். அடுக்ககக் குடியிருப்புகள்.வாசலில் பிரம்மாண்ட கான்கிரீட் வளைவுகள். வாகனத்தை ஓரமாக நிறுத்துவதற்குள் பஜனை பாடும் குரலொலியும், டிரம்ஸ் போன்ற வாத்தியங்களின் அதிர்வொலியும் கேட்க, இறங்கி நடந்தோம். உச்சந்தலையில் குடுமி வளர்த்த தடிமனான கண்ணாடியணிந்த சிறுவன் எங்களை அந்நியமாக பார்த்தபடி கடந்து போனான்.

'Hi good evening…' பதில் "good evening' வாய்க்குள்ளாக முனகியபடி அடுத்த கேள்விக்கு இடம்தராமல் ஓட்டமும் நடையுமாக விரைந்தான்.தொலைவில் பத்துப் பதினைந்து பேர் எங்களை உற்று நோக்கியவாறு இசைக்கருவிகளை இசைத்தவண்ணம் நின்றுகொண்டிருந்தனர். உடைகளும், அதீத சிவப்பு நிற மேனியும், ஒப்பனையும், மொழியும் … பார்வையும் வடக்கிந்தியர்கள் என்பதை தெளிவாகச் சொன்னது. முகத்தில் சிநேகபாவத்தை வலிந்து வரவழைத்துக்கொண்டு, ஒரு நடுத்தர வயது மனிதரைப்பார்த்து புன்னகைத்தேன். 'யாரிவன் ' என்ற பாவத்தில் பார்த்த பார்வையில், பொருட்படுத்தாமல் நடந்து கடந்தோம்.

முதுகின் பின்னால் பார்வைகள் துளைப்பதை உணர முடிந்தது. மெல்ல நடந்து பூங்காவின் நடுவே மாடம், குதிரையில் பயணிக்கும்

கடவுள் சிலை... பதினாறு படிகள் கடந்து மேலேறி செல்லும் விதத்தில் சத்சங்க மண்டபம், ஆயிரத்துக்கு மேல் மக்கள் அமர்ந்து வழிபாடு நடத்தக்கூடிய பிரம்மாண்ட மண்டபம். சுவர்கள் எங்கும் கிருஷ்ணர், விநாயக கடவுளர்களின் பிரதிமைகளும், சித்திரங்களும். ஒவ்வொரு அங்குலத்திலும் செல்வசெழிப்பு தெரிந்தது. படிகளில் அமர்ந்திருந்த பல சிறுவர்கள் காதுகளில் கடுக்கண் அணிந்தும், குடுமி போன்ற தலை முடி வளர்த்தும், ஆங்கிலோ இந்தியில் பேசிக்கொண்டிருந்தனர்.

எனது இடம், எனது வாழ்க்கை, எனது வழிபாடு என்ற த்வனி அவர்களின் உடல் மொழியில் சற்று முதிர்ச்சியின்றி அப்பட்டமாகத் தெரிந்தது.

'நண்பர்களே... அந்நிய தேசத்தில், அந்நிய கண்டத்தில் பிரித்தானிய காலனியாக கென்யா இருந்த காலத்தில் இந்தியாவில் இருந்து புலம் பெயர்ந்து வந்து இருநூறாண்டுகளுக்கு மேலாக இந்த மண்ணில் குடியிருந்து, பரஸ்பரம் செழிப்பெய்தி, வழிபாடும், வளமும், சத்சங்கமும், சதுர்புஜ கடவுளும் புடைசூழ வாழும் உங்களைப் பார்த்து, ஒரு ஸ்நேகப்புன்னகை கொடுத்து, கைக் குலுக்கிநலம் விசாரிக்கும் நிமித்தமே இங்கு வந்திருக்கிறோம்... எங்களால் உங்களுக்கு இடையூறு ஏதுமில்லை. உங்கள் வாழ்வும், உங்கள் வளமும், உங்கள் நலமும் தொடரட்டும்.'

--என மனதில் தோன்றியதை, எனது முக பாவத்தால் மகனும், மனைவியும் புரிந்து கொண்டனர்.சற்று இருட்டிக்கொண்டு இருந்த பொன்மாலைப் பொழுது.தென்றல் காற்று மலர்களிடம் கதைபேசி சுகந்தம் பரப்பிக்கொண்டிருந்தது.இந்திய அடுக்ககங்களின் ஜன்னலில் இருந்து வீசிய மாலை நேர உணவின் மணம்... ஆலூ பைங்கனோ? மட்டரோ? பனீர் டிக்கா மசாலாவோ?...

வாசல் வளைவை நெருங்கிக்கொண்டிருந்தோம்.

தட.. தடவென ... காலடிச் சத்தம், நுழைவு வாயிலில் வரும்போது கண்ணாடியணிந்து குடுமி வைத்த சிறுவன் எங்களைநோக்கி ஓடி வந்து கொண்டிருந்தான். நாங்கள் பார்த்த உடன் அவன் ஓட்டத்தின் வேகம் மட்டுப்பட எங்களிடம் நெருங்கி வந்து நின்றான்.

மூச்சிரைத்தது...

'என்ன' வென்று ஆங்கிலத்தில் கேட்க முனைந்த நொடியில்...

'அங்கிள்... நீங்கோதமிலா? நீங்கோ பேசும் பொது கேட்டேன் அண்ணா பேரு அர்விந்த் ரைட்?? ...எங்க மாம் தமில்... டாட் குஜராத்தி... என்கு குஞ்சம் தமில் திரியும் ... இந்தாங்கோ ஸ்வாமி பிரசாதம். எம் பேரு ராதாகிருஷ்ணா... bye ,uncle bye ,Aunty bye அர்விந்த்...அம்மா தேடிண்டு இருப்பா...'

தட தட ஓட்டம் ... விளக்கொளியில் ராதாகிருஷ்ணா குடுமி சதிராட்டம் போட்டு குதித்துக்கொண்டிருந்தது. எளிய தமிழ்ப்பிள்ளை கொடுத்த பிரசாதம் சிறிய பிளாஸ்டிக் டப்பாவில் அன்பின் பூந்தித் துணுக்குகளாக நிறைந்திருந்தது. அவன் ஓடியதிசையை பார்த்து நின்றோம். தமிழ்பேசும் ராதாகிருஷ்ணா... ஆப்ரிக்க தேசத்தில் பிறந்து வளர்ந்த ராதாகிருஷ்ணா... தான் ஆடாவிட்டாலும், தசை ஆடியிருக்கிறது. தமிழ்த்தசை!! என்றேனும் மறுபடியும் சந்திக்கலாம் மகனே. நைரோபி இரவின் குளிர் அனுமதியின்றி நகரை ஆக்கிரமித்துக் கொண்டிருக்க, சாரிட்சென்டருக்கு சென்றுகொண்டிருந்தோம்.

ஜாஸ்பர் எங்களது கோவில் அனுபவங்களை கேட்டறிந்து கொண்டார். கண்டங்கள் கடந்து வந்தும், கடவுள் தேடும் கடுமையான பக்தனாக நானும், எனது குடும்பமும் அவர் நினைவுகளில் நிலைத்து விடக்கூடும் நகைமுரண் எனக்கு சுவாரஸ்யமாக இருந்தது.

சாரிட்சென்டர்முன்வாயிலில் வாகனம் நிறுத்த இடம் கிடைத்து விட, ஜாஸ்பர் மகிழ்ச்சியுடன் எங்களுடன் இணைந்து கொண்டார். Safaricom கென்யா தொலை பேசி சேவை நிறுவன மையத்தில் நாற்பது நிமிடங்கள் காத்திருந்து, சிம் கார்டு வாங்கி பொருத்தி, உயிர்ப்பித்துக்கொண்டு, CARREFOUR -ல் தலைக்கு எண்ணெய், வாழைப்பழம் வாங்கி, துரிதகதியில் எட்டுமணியளவில் IBIS STYLE ஹோட்டல் அடைந்தோம். ஜாஸ்பருக்கு நன்றி சொல்லி அறையை அடைந்து, இரவு உணவு சொல்லி வரவழைத்து, அறையிலேயே சாப்பிட்டு, பேசிக்கொண்டிருந்தபோது, பொருத்தியிருந்த ஸ்பிலிட் ஏர் கண்டிஷனர் - பெயரளவில் மட்டுமே சப்தம் செய்துகொண்டிருந்தது புரிந்தது. அரைமணி முயன்றும், வரவேற்பறை போனை யாரும் எடுக்காமல், இரண்டு முறை அலைந்து, புகாரளிக்க நேர்ந்தது.

விடியற் காலை ஐந்து மணிக்கு எழுந்து குளித்துக் கிளம்பி ஆறரைக்கு உணவு முடித்து, ஏழு மணிக்கு பயணத்தை துவங்கினால், நண்பகல் உணவுக்கு 2.30 மணிக்கு 'சியான்னா ஸ்பிரிங்ஸ் - ரிஸார்ட்ஸ்' சென்றடையலாம் என அலெக்ஸ் சொல்லிச் சென்றதால், சீக்கிரம் உறங்க முனைந்தோம். மழை காரணமாக ஜன்னலையும் திறந்து வைக்க இயலாமல், வெக்கையில் தவித்துக்கொண்டே விளக்குகள் அணைத்து உறங்க முயன்று, கண்கள் செருகிய நேரம் அழைப்பு மணி அகாலமாக ஒலித்தது. 'AC REPAIR'

பதினோரு மணிக்குத் தொடங்கி, பதினோரு நாற்பதுக்கு நிறைவடைந்த பணியில் மூவர் அறையினை ஆக்கிரமித்து, பக்கெட், குவளை , ஸ்குரூ டிரைவர், ஸ்பானர் என இத்தியாதி உபகரணங்களை உபயோகித்துக்கொண்டு சப்தமெழுப்பிய நேரத்தில் அர்விந்த் உறங்கி விட்டிருந்தான். மனைவி உட்கார்ந்த வண்ணம் உறங்க முயன்று கொண்டிருக்க, நான் இரண்டு நாட்களுக்கு முன்னர் பாதியில் நிறுத்திய

‘ஆதவன் தீட்சண்யாவின் - மொழியில் நந்தஜோதி பீம்தாஸின்’ நேர்க்காணலைத் தொடர்ந்தேன்.

"Sir AC now is working fine...’ வியர்வையில் நின்று முகம் துடைத்துக்கொள்ளும் இளைஞனிடம் தாமதம் குறித்து கோபித்துக்கொள்ள முடியவில்லை. குளிர் பதனப்பெட்டியில் இருந்து coke எடுத்து மூவருக்கும் கொடுத்து நன்றிசொல்லி, கதைவடைத்து படுக்கையில் சரிந்தேன். நாற்பத்தேழாண்டு வாழ்வில் முதன்முறையாக, ஆசிய கண்டம் கடந்து கழிக்கும் ஓரிரவு.

ஆப்பிரிக்க தேச பழங்குடி இனத்தின் மொழிகளுக்கும், தமிழ் மொழிக்கும் உள்ள ஆச்சர்யமான ஒற்றுமைகள் குறித்து வாசித்த, அறிந்த தகவல்கள் மனதில் அலையடித்துக்கொண்டு கிடந்தன.

வெளியே மழை சற்று வலுத்து அடித்துப் பெய்து கொண்டிருந்தது.

சிறுவன் ராதாகிருஷ்ணா, உறங்கியிருக்கக்கூடும். நாளை ஆகஸ்ட் 7ம் தேதி புதன்கிழமை , பள்ளிக்கூடம் செல்ல தயாராக இருப்பான். அவன் கொடுத்த பிரசாதம் ஜன்னல் திரைசீலைக்கு கீழே டப்பாவில் பத்திரமாக இருந்தது. மெல்ல எழுந்து, நடந்து, டப்பாவைத் திறந்து பூந்தித் துணுக்குகளை வாயிலிட்டுக் கொண்டேன்.இனிப்புச் சுவை, இந்த இரவை முழுமையாக நிறைத்தது போல உணர முடிந்தது.

தண்ணீர் குடித்து விட்டு படுத்தேன்.ஏ சி அதீதமாக வேலை செய்வதாகத் தோன்றியது. குளிராக இருந்தது. கழுத்து வரை போர்த்திக்கொண்டு படுத்தது தெரியும்.

விடியற் காலை அலாரம் ஒலித்தது. 5.30 மணி.

3

வெளியே தொலைவில் மேகங்களுக்கு இடையே சின்னதாக ஒளிக்கீற்று.

நேற்றிரவு தொடங்கிய மழை இன்னும் தொடர்ந்து கொண்டிருந்தது.சுடுநீர் ஸ்விட்சை தட்டி விட்டு, கட்டிலில் வந்தமர்ந்த நேரத்தில், ரிசெப்ஷனில் இருந்து துயில் எழுப்ப அழைப்பு. 'நன்றி துயிலெழுந்து,கால் மணியாகிறது' எனத் தொடர்பைத் துண்டித்து, நீராடச் சென்றேன்.

ஹோட்டல் தரைத்தளத்தில், ஆம்லெட், சாசேஜ், அவித்த கடலை, காப்பச்சீனோ வாசம் கலந்துகட்டி அடித்துக்கொண்டிருந்தது. ஒரு நட்சத்திர விடுதியின் காலைப்பொழுதின் பிரத்தியேக மணம். தண்ணீர் கண்டுமாதங்களாகி, கலைந்து வெளுத்த தலை முடியுடன், அரை நிஜாரில் ஐரோப்பியர்கள் சர்க்கரைப்பாகும், தேனும் இழைகிற தட்டு கையில் ஏந்தி, 'பான் கேக்' மற்றும் ' ஆம்லெட்' வேண்டி வரிசையில் நின்று கொண்டிருந்தனர். காப்பி மட்டும் அருந்திவிட்டு, ஹோட்டலுக்கு வெளியில் தற்காலிக பந்தல் அமைத்து, மசாய் இனப் பூர்வகுடிகளின் கைவினைப் பொருட்கள் வியாபாரம் செய்யத் தயாராகிக் கொண்டிருக்கும் சிலரை வேடிக்கைப் பார்த்தவண்ணம் நின்று கொண்டு இருந்தேன். வழமைபோல வெளிநாட்டு பயணங்களின் போது, சூரியன்எழும்முன்எழுந்துகடன்முடித்து, அந்தநகரத்தின் அதிகாலை சுவாரஸ்யங்களை, மக்களின் இயல்பானகாலை வேளையினைக் காணத்தயாராகி, சிறுதொலைவு நடந்துதிரும்பவந்து, மனைவி, மகனின்வருகைக்கென, காலை உணவுக்கென காத்திருந்தேன்.

"How are you boss ??'- அலெக்ஸ் தோளைத் தொட்டு,

வேறுவசதியான வாகனம் கொண்டு வந்திருப்பதை காட்டியவாறே, 7.30 மணிக்கு கிளம்பலாம் என்றான். அரைமணி நேரத்தில் உணவு முடித்து, எங்களது உடைமைகளை வண்டியில் ஏற்றி, நீண்டதொரு ஏழு மணிநேரப்பயணத்திற்குதயாரானோம். மொத்த நைரோபியும் பதினேழுடிகிரியில் குளிர்ந்து கிடந்தது. குளிரூட்டப்படும் வசதியில்லாத வாகனம்.வாகனத்தின் கூரைப்பகுதி திறந்து மூடும் வசதி கொண்ட கானக உலாவிற்கு ஏதுவானதாக இருந்தது. வரவேற்பறை பணியாளர்கள் மற்றும், பாதுகாவலர்களிடம் விடைபெற்று வாகனத்தில் அமர்ந்தோம்.

மறுபடியும் நுழைவுவாயில் சம்பிரதாய சோதனைகள், பிரம்மாண்டமான இரும்புக்கதவு திறந்து, இயந்திரத்துப்பாக்கி ஏந்திய இரண்டு பாதுகாவலர்கள் சம்மதத்துடன் எங்களின் வாகனம் மழைச்சாரலில் நனைந்த தார்ச்சாலையில் ஓடத்தொடங்கியது.

‘இது நைரோபியின், ஏன் ? கென்யாவின் வளமான பகுதி என்றுகூடசொல்லலாம்.

தொழில் அதிபர்கள் வாழ்கிற பகுதி’ - அலெக்ஸ் சொல்ல, தனி வீடுகள் , மற்றும், பல அடுக்கு மாடிக்குடியிருப்புகள், அழகழகான பால்கனி வசதிகளுடன் தென்பட்டன.

‘நகரின் இந்தப்பகுதியில் இரு படுக்கையறை வசதி கொண்ட வீடு எத்தனை வாடகையிருக்கும்?’ எனக்கேட்டேன்

அலெக்ஸ் சிரித்துக்கொண்டு ,‘மன்னிக்கவேண்டும் பாஸ் … என்தகுதிக்கு எட்டாத, அவசியமில்லாதவற்றை அறிந்து கொண்டு ஏக்கம் கொள்வதில் சம்மதமில்லை …’

வாகன ஓட்டிகள் தேர்ச்சாரதிகள்போல, வாழ்க்கையின்

சாராம்சத்தினை போகிறபோக்கில் சொல்லிவிடுகிறார்கள்.அல்லது, சொல்லமுயற்சிக்கிறார்கள்.

‘‘’’கிட்டாதாயின் வெட்டென மற!!’’’’

குளிர்காற்று, மேகம்மூடியவானம், புல்வெளிகள், அடர்த்தியான பசுமைப் பிரதேசங்கள், நிதானமானவேகத்தில்செல்லும்வாகனம் ... கண்கள்சுழற்றிக்கொண்டுதூக்கம்வந்தது.

நெடிதுயர்ந்த மரங்கள் சூழ்ந்த வீடுகள், நிறுத்தி வைக்கப்பட்டிருந்த வாகனங்கள். பள்ளிப் பேருந்துகள், மழைக்கோட்டு அணிந்தபடி இருசக்கர வாகனத்தில் விரையும் மனிதர்கள்.மரத்தடியில் பசுமையான காய்கறிகள் விற்றுக்கொண்டிருக்கும் பெண்கள்.

‘ஜாம்போ’என ஸ்வாஹிலி- கென்யன் மொழியில் வரவேற்று வாழைப்பழம் வாங்கச் சொல்லும் சிறுவர்கள். தெற்கு பைபாஸ் சாலை வழியே எங்கள் வாகனம் NGONG வனச்சரகத்தின் வழியே நிதானமாக சென்றுகொண்டிருந்தது.

அலெக்ஸ் ‘பெரிய பெட்டிநிறையதண்ணீர் பாட்டில்கள் ... இருக்கின்றன. உங்கள் உபயோகத்துக்காக...’ என்று சொல்லி மலைப்பாதை என்பதால் சற்று நிதானமாகவே செல்லலாம் எனச் சொல்லி தொப்பியை சரிசெய்து கொள்ள, அர்விந்த் ‘ஹகுன மட்டாட்டா’ என்று சொன்னான். ஆச்சர்யத்துடன், அட்டகாசமாக சிரித்த அலெக்ஸ் ... வியந்து விழித்த நானும், மனைவியும்.கென்யா மொழியில் கதைக்கும் அளவு அரைநாளில் விற்பன்னத்துவம் அடைந்த மகனை எண்ணி புளகாங்கிதம் அடைந்தேன்.

‘சிம்பா... யு ஆர் தி லயன் கிங்...’ என அலெக்ஸ் அர்விந்தை சொல்ல, இருவரும் ராகமாக "HAKUNA ... MATATTAA...’ஒரே சுருதியில் பாட,

அது மிகச்சமீபத்தில் பார்த்த ‘தி லயன் கிங்’படத்தில் வரும் பாடல் என்பது புரிந்து போனது.

பெரியவர்கள், இளைஞர்கள் உலகில் இருந்துஉதிர்க்கப்படும் இத்தகைய தருணங்கள் நமக்கு வயதாகிக்கொண்டிருப்பதை காதோரம் சொல்லிச் சிரிக்கின்றன.

அதிகபோக்கு வரத்தில்லாத சாலைகள் விரிந்திருந்தபரப்பில் ஏகாந்தமாக, எங்கள் வாகனம் விரைந்து செல்ல முயன்று கொண்டிருந்தது.

ஏறத்தாழ ஆறு லட்சம் சதுர கிலோமீட்டர் பரப்பளவு விரிந்து கிடைக்கும் உலகின் நாற்பத்து எட்டாவது பெரிய தேசத்தின் குறுக்கும் நெடுக்குமாக ரயில் இருப்புப் பாதைகள் போடப்பட்டிருக்கின்றன. ஐம்பது லட்சம்ச துரகிலோ மீட்டர் பரப்பளவுக்கும் அதிகமாக இருந்த அன்றைய ஒருங்கிணைந்த இந்தியாவில் இனி ஒன்றுமில்லை... இடத்தைக் காலி செய்து விட்டு நகரலாம் என, வெள்ளைக்கார பிரித்தானிய சாம்ராஜ்யம் நினைக்கத்தொடங்கிய பத்தொன்பதாம் நூற்றாண்டின் இறுதியில், கென்யாவில் ‘கிழக்காப்ரிக்க ப்ரொடக்டரேட்’ என்ற பெயரில்கால் பாதித்திருக்கிறது.

ஓமானிய சுல்தான்கள் கட்டுப்பாட்டில் இருந்த கிழக்கு ஆப்ரிக்காவை பாதுகாக்கிறேன் என்ற பெயரில் அழையா விருந்தாளியாக வந்து,, 1895-ல் கென்யா காலனியை நிறுவி தமது ஆதிக்கத்தை மெல்ல பரப்பியது.

காலனி அதிகாரத்தின் கரங்கள் இறுகத்தொடங்கிய இருபதாம் நூற்றாண்டின் ஆரம்ப வருடங்களில்,1905-ல் மும்பாஸாவில் இருந்து நைரோபிக்கு கென்யா தலைநகரை மாற்றியது பிரிட்டீஷ் அரசு. 1896-ல் இந்திய வம்சாவளியினர் சிறு தொழில் முனைவோர்களாக சக

காலனிய நாடான கென்ய மண்ணில் வந்திறங்கி, தமது ஆங்கிலப் புலமை மற்றும், தொழில் விற்பன்னத்துவத் துணைக் கொண்டு வேர்ப்பிடிக்கத் துவங்கினர்.

மெல்லமெல்ல கென்யாவின் வளங்களை ஆக்கிரமித்து தமது நாட்டிற்கு ஏற்றுமதி செய்த பிரிட்டீஷ் அரசு, முதல் உலகப்போருக்குப்பின் 1919 -ல் ஐரோப்பியர்களை அழைத்து வந்து கென்யா தேசத்தில் குடியேற செய்து, இனக்கலப்பு செய்து மொத்த தேசத்தையும் தமதாக்க முனைந்தது.

1952-ல் பிரிட்டீஷ் காலனிய ஆதிக்கத்துக்கு எதிராக 'மாவ் மாவ் கிளர்ச்சி' தொடங்கியது. அதிகார மையத்தை அதிரடியாகத் தாக்கி, கொடுமையான முறையில் கொன்றுகுவிக்கும் மண்ணின் மைந்தர்களின் எழுச்சி அரசாங்கத்தை கொஞ்சம் நிலைகுலையச் செய்தது. பல வழிகளிலும் மாவ் மாவ் இயக்கத்தை ஒடுக்கிய அரசாங்கம் தொடர்ந்து ஏழு வருட காலத்துக்கு அவசரச் சட்டம் இயற்றி கட்டுக்குள் கொண்டு வந்தாலும், சற்று அச்சம் கொண்டது.

12 டிசம்பர் 1963-ல் சுதந்தரம் பெற்ற கென்யா, குடியரசாக 12 டிசம்பர் 1964 -ல் அறிவித்து 'ஜோமோ கென்யாட்டோ' வை நம்பிக்கையுடன் தமது முதல் ஜனாதிபதியாக்கியது. நாட்டை முன்னேற்றியது போக இருந்தஉபரிநேரத்தில், கென்யாட்டோ குடும்பம் ஊழல், அதீத சொத்து சேர்ப்பு என தனது பங்கைத் தொடக்கி வைத்தது வரலாற்றின் விநோதமுரண். கடலோரப்பகுதிகளை வளைத்துப் போட்டு, நட்சத்திரவிடுதிகளை பினாமிகள் பெயரில் பெருக்க உழைத்து,கென்யாட்டோ 1973 வரை தமது மறைவு வரை பதவியில் நிலைத்தார்.

கென்யமக்கள் தங்களது பரந்தமனத்தால், நைரோபியின்

பன்னாட்டு விமான முனையத்திற்கு, 'ஜோமோ கென்யாட்டா விமான நிலையம்' எனப்பெயரிட்டு உலகமக்களை உச்சரிக்கவைத்துள்ளனர்.

தொலைவில்மலையின் மடியின்மடிப்புகள் அடர்வனத்துடன் கண்களின் முன் விரிந்து கொண்டிருக்க, அந்தஆகஸ்ட்மாதத்தின் ஆறாம்தேதி மெல்ல கரைந்துகொண்டிருந்ததது .நைரோபியில் இருந்து கிளம்பி சற்றேறக் குறைய இரண்டுமணி நேரத்தில், ரிப்ட்பள்ளத்தாக்கின் அழகைக்காண வியூபாயிண்ட்-ல் நிறுத்தினோம். மலைப்பாதையின் வழியேபோடப்பட்டிருந்த சாலையும் வளைவுகளும், பசும்பள்ளத் தாக்குகளும் மூணார், ஊட்டி, கொடைக்கானலை நினைவுபடுத்தின. இருபது வாகனங்கள் இடுக்கான பகுதியில் நிறுத்தப்பட்டு இருந்தன, மசாய் மாரா காணப் போகும் பல தேச மக்கள் தங்கள் பயணத்தின் இடையே மலை வெளிப்பள்ளத்தாக்கினை தமது புகைப்படக் கருவிகளிலும், திறன்பேசிகளிலும் காட்சிகளாக்கிக் கொண்டிருந்தனர். சிலர் இயற்கையின் அவசர அழைப்பின் அவஸ்தையைத் தணிக்க அங்கிருந்த கைவினைப்பொருள் கடைக்காரரிடம் கழிப்பறை இருக்குமிடம் விசாரித்து சென்றனர்.

ஆவிபறக்கும்,தேநீர் அருந்தியபடியே வாகன ஓட்டுனர்கள் தமக்குள் கிண்டலடித்துச் சிரித்து, தமது பயணிகளிடம் கைவினைப் பொருட்கள் அங்காடிக்கு சென்று வரும்படி கேட்டுக் கொண்டிருந்தனர்.கைவினைப்பொருள் அங்காடியில், அநியாய விலைக்கு பாயும் சிறுத்தை, பதுங்கும் சிங்கம், பழங்குடி ஆப்ரிக்க மனிதர்களின் மர பொம்மைகளைகாட்டி விற்பனைப் பிரதிநிதிகள், சுற்றுலாப் பயணிகளின் அமெரிக்க டாலர்களுக்கு குறிவைத்துக் கொண்டிருந்தனர். 'அடுத்தநிறுத்தத்தில்நல்லகாப்பிஅருந்தலாம்' எனஅலெக்ஸ்சொல்லியவாறு, வாகனத்துக்குளஎங்களைஅழைக்க, காப்பிதாகத்துடன் பயணத்தைக் தொடர்ந்தோம். அடுத்த ஒன்றரை

மணிநேரத்துக்கு மலைப்பாதைவழியே தொடர்பயணம்.

நகூரு என்ற இடத்தில் வாகனத்தை நிறுத்தி DORMAN காப்பியருந்தி, பணியாளர்களிடம் உரையாடி புகைப்படங்கள் எடுத்து, தொடர்பு எண் வாங்கிக்கொண்டு புலனம் வழியே அனுப்பி வைப்பதாக உறுதியளித்து நெடும் பயணம் தொடர்ந்தோம். வழியெல்லாம் வனமாக, வளமாக இதுவரை இருந்த நிலப்பரப்பு, வெக்கையும், புழுதியும் கொண்ட காய்ந்த சமவெளியாக மாறிப்போனது.

ஆப்ரிக்க மண்ணின் பூர்வகுடிகளான மசாய் இனமக்கள் நடமாட்டம் தென்பட்டது.வெற்றுடம்பில் பளிச்செசென கண்களைப் பறிக்கும் சிவப்பு வண்ண போர்வைகளை போர்த்தி, கையில் நீண்ட குச்சியுடன், ஏறத்தாழ மொட்டைத்தலையுடன், கை கால்களில் மணிகள், காட்டு விலங்குகளின் பற்கள் என ஆபரணம் அணிந்து முரட்டு செருப்பணிந்து நடந்து கொண்டிருக்கும் மசாய்கள் ஆப்ரிக்க தேசத்தின் மைந்தர்கள். விலங்குகளை அச்சுறுத்த பளீர் வண்ண உடைகள் அணிந்து சிறு குடிசைகளில் தற்காலிகமாக வாழ்ந்து, கால்நடைகள் மேய்த்து, இடம் பெயர்ந்து வாழ்கிற மசாய் மக்கள், மசாய் இன சிறு பிள்ளைகள் சாலையில் வாகனங்கள் விரைந்து கடக்கையில் கையசைத்து வரவேற்றனர்.1960கள் வரை சிங்கத்துடன் சண்டையிட்டு வென்று சிங்கத்தை கொல்லும் வீரமுடையவனுக்கே பெண் கொடுக்க முன்வருவர். மணமாக குறைந்த பட்ச தகுதியாக சிங்கத்தை கொல்லுதல் எனும் சடங்கு, பிற்காலத்தில் சிங்கத்தின் எண்ணிக்கை குறைவானதாலும், சிங்கத்தைக்காட்டிலும் அதிக சிரமத்தை பெண்களே ஆண்களுக்குத் தரவல்லவர்கள் எனும் அனுபவப் பாடத்தினாலும் சிங்கங்கள் பிழைத்துக்கிடக்கின்றன.

மசாய் மாரா செல்லும் வழியின் நூறு கிலோமீட்டர் தொலைவு முன்னிருந்தே வளர்ந்து நிமிர்ந்த ஒரிய கள்ளிச்செடிகளும், மசாய் இன

மக்களின் வாழ்விடக் குடில்களும், கால்நடைக் கொட்டில்களும், நீர் சுமந்து நடக்கும் மசாய் இனப்பெண்களும், இரு சக்கர வாகனத்தில் விரைகின்ற மசாய் மனிதர்களும் காணக்கிடைக்கின்றனர். காட்சிக்களின் மாற்றத்தில் கானகத்திற்கான முன்னறிவிப்பு தொடர்ந்துகொண்டிருந்தன.

மசாய் மாரா அடைவதற்கான சாலைநிர்மாணிப்புப் பணிகள் பெருமளவுக்கு நடந்து கொண்டு இருப்பதால் ஏறத்தாழ நாற்பது கிலோமீட்டர் தொலைவு, மணிக்கு இருபது கிலோமீட்டர் வேகத்தில் கல்லும், பாறைகளும், மேடும், குழியுமான சாலையில்... ஜன்னல் கண்ணாடிகளை உயர்த்தினால் புழுக்கமும், தாழ்த்தினால், புழுதிக்காற்றும் சூழ்ந்து கொள்ள வாகன குலுக்கலில் தடுமாறும் குரலில், 'அலெக்ஸ் ... நமது தங்குமிடம் siana springs சேர எத்தனை மணி நேரம் பிடிக்கும்?'

அலெக்ஸ் உரக்க, அட்டகாசமாய் சிரித்தவாறே, "Welcome to AFRICA ... For next three days we will be in the real african land... wild, dust & soil...'

ஆரம்பமே அதிரடி.. நாசித்துவாரங்கள் வறண்டு, கண்ணிமைகள் புழுதிப்படலம் பூசிக்கிடந்தன.

கை விரல்கள் காய்ந்து, தொண்டை வறண்டு தண்ணீர் குடிக்க வாகனக் குலுக்கல் கொஞ்சம் மட்டுப்பட கால் மணி நேரமாக காத்திருந்த நேரத்தில்...

'Arvindh ... see there ... ' என அலெக்ஸ்விரல்நீட்டிய திசையில் ஏழெட்டு வரிக்குதிரைகள். இரண்டு ஒட்டகச்சிவிங்கிகள்...'

வந்தே விட்டது...

கண்டோம் கானகத்தை.

4

‘உங்களுக்கான விடுதி ‘M 20’‘ காட்டின் நடுவே, மின் வேலி அமைத்து டெண்ட்அமைப்பில் முரட்டுத்துணிகளால் ஆன குடில்கள். வாசல் திறப்புகள், ஜன்னல் திறப்புகள் அடைத்தபடியே இருக்கட்டும். குரங்குகளும், கீரிகளும், மான்களும் நடமாடியபடி இருக்கும். காலை 5 மணி முதல், இரவு 11 மணி வரை மின்சாரம் இருக்கும். இரவு முழுதும் கானகத்தின் அடர்த்தியான இருளையும், அமைதியையும் நீங்கள் உணரவேண்டி இந்த மின்சாரத்தடை. இணைய இணைப்புகள், உணவகத்திலும், மது அருந்தகத்திலும் கிடைக்கும்.

இரவு பாதுகாப்பு ரோந்து பணியாளர்கள் காவலில் இருப்பார்கள்.காலை 6.30 மணி மதியம் 12.30 மணி முதல், இரவு 7.30 மணி முதல் உணவுத்தயார் நிலையில் இருக்கும். அநேகமாக காலைவேளைகளில் நீங்கள் 7.00 மணிக்கு கிளம்பி மாலை 6 மணிக்கு திரும்புவீர்கள். மதிய உணவை உங்களின் டிரைவரிடம் கொடுத்துவிடுவோம். உடைகள் சலவை செய்யும் வசதிகளுக்கு, அவசரத்தேவைகளுக்கு இந்த எண்-ஐத் தொடர்பு கொள்ளலாம்.

‘ENJOY YOUR PLEASANT MEMORABLE STAY IN SIANA SPRINGS RESORT’

முகம் துடைத்து, வரவேற்பு பானம் அருந்தி முடித்தோம்.சியானா ஸ்பிரிங்ஸ் வரவேற்பு மங்கை சொல்லி முடித்த நேரத்தில், எங்களது உடைமைகளை இருவர் வந்து வாங்கிக்கொண்டு நடந்தனர்.

‘உணவருந்தி, சற்று நேரம் ஓய்வெடுத்து நான்கு மணிக்கு மாலை வேளை கானகப் பயணம் செல்லலாம்’- அலெக்ஸ் கைக்குலுக்கி நகர, உணவகத்தில் இருந்து கமழ்ந்து வந்த மணம் கடும்பசியை மேலும்

தூண்டியது. எங்களது தங்குமிடம் வாசலில் மான் மேய்கிற பட்டுப்புல் வெளியுடன் ரம்மியமான சூழலில் இருந்தது. குடிலுக்குள் குளிர்... வெற்றுக்கால்களை தரையில் பாவ இயலாத ஜில்லிப்பு. கம்பளங்களிலும் குளிர் உரைத்தது. ஜன்னல்கள் தடித்த கொசு வலைகளால் மூடப்பட்டு ZIP இட்டு அடைக்கப்பட்டு இருந்தன.முழுக்க முழுக்க மரங்களால் ஆன இருக்கைகள், மேசைகள்,கட்டில்கள் ... குளியலறை பைப்பில் தண்ணீர் உறைந்து போகுமளவு குளிர்ந்திருந்தது. சுற்றி அடர்ந்திருந்த மரங்களும், புதர்களும் அசைந்து இலை, கிளைகளின் அசைவை மொழிமாற்றம் செய்து ஒலியாக்கிக்கொண்டிருந்தன.கட்டில்களுக்கடியில் குனிந்து பார்த்தபடி 'அடர்ந்த காடாக இருப்பதால், பாம்புகள் நடமாட்டம் இருக்குமோ?' என சந்தேகம் கேட்க, பணியாளர் கொஞ்சம் தாராளமாக புன்னகைத்து, 'கீரிகள் நடமாடும் இடத்தில் பாம்புகள் நடமாட்டம் இருக்காது' என நல்ல ஆங்கிலத்தில் பதிலளித்தார். எனினும், ராமநாராயணன் படம் பார்த்து வளர்ந்த, அனகோண்டா பார்த்து பிரமித்த மனதுக்கு நம்பிக்கை வராமல், மேசையின் கீழும் குனிந்து பார்த்துக்கொண்டேன்.

அடர்ந்த கானகத்தில், கானகத்துள் மூன்று நாட்கள். அனுபவம் புதுமை. பசியுடன் சாப்பிட சென்றோம். நட்சத்திர காண்டினெண்டல் வகை உணவு வகைகள். பன்றிக்கறி, மாட்டுக்கறி , எருமைக்கறி, ஆடு, கோழி, கொஞ்சம் காய்கறிகள், நூடுல்ஸ், சோறு, பயறு வகைகள்,... உப்பு சப்பில்லாத உலகநாட்டினரனைவருக்கும் ஏற்ற குன்ஸான சுவையில் கடை விரித்திருந்தனர். கொஞ்சம் சாப்பிட்டு, பழச்சாறு குடித்து பசி தணித்தோம். எங்களது குடிலுக்கு வந்து அடுத்த பயணத்துக்கு ஆயத்தமாகி, படுக்கையில் புரண்டு கொஞ்சம் ஓய்வெடுக்க முயன்ற போது, அலெக்ஸின் அழைப்பு அலைபேசியில்.

பூட்டில்லாத குடிலை அடைத்து, வெளிவந்தோம்.தங்குமிடத்தில்

இருந்து, மசாய் மாரா ரிசர்வ் நுழைவு வாயிலை அடைய, குலுக்கலுடன்ஒரு மணிநேரப்பயணம்.ஓடிவந்த, மசாய்பழங்குடி மக்கள் வாகனத்தை சூழ்ந்து கொண்டனர். மாசாய் இனப்பெண்கள் வாகனத்தை சூழ்ந்து கொண்டு, ஜன்னல் கண்ணாடிகளை அதிரத்தட்டி, கைவினைப் பொருட்கள் வாங்கிக்கொள்ள வற்புறுத்தினர். வாங்காதபட்சத்தில், பத்து அமெரிக்கன்டாலர் தரும்படிகைநீட்டினார். மாசாய் இனச்சிறுவர்கள் ‘LUNCH BOX’ கேட்டு வாகனத்தை தட்டினார்கள்.

வாயிலில் நுழைவு சம்பிரதாயங்களை முடித்துக் கொண்டு வந்த அலெக்ஸ்,

‘‘நமதுநாட்டிற்குவந்தவிருந்தினர்களைஇப்படிநடத்துதல்சரியல்ல. மூன்றுநாட்கள் தொடர்ந்து இங்குவருவார்கள். நாளையோ, மறுநாளோநிதானமாகஇந்தப்பொருட்களைவாங்குவார்கள்’’- எனஆங்கிலத்திலும், ஸ்வாஹிலிமொழியிலும்ஆற்றுப்படுத்தினான். அரைமனத்துடன் விலகி முழுமனதுடன் ‘ஜாம்போ’என வரவேற்று வேறு வாகனம்பார்க்கச்சென்றனர்.

எங்கள் சுற்றுலா வாகனத்தின் கூரையைத் திறந்து வைத்து, என்னை எழுந்து நின்று பார்ப்பதற்கு ஏதுவாய் பின்வரிசையில் அமர்ந்து கொள்ளும்படி அலெக்ஸ் சொல்ல, நான் பின்னால் அமர்ந்தேன்.

உலகெங்கும் இருந்து மக்கள் வந்து குவியும் வனம். ஆயிரத்து ஐநூறு கிலோமீட்டர் பரப்பில் விரிந்து கிடைக்கும் வனம். தொண்ணூறு விழுக்காடு அடர்த்தியான புல்வெளி, புதர்கள், ஒற்றை மரங்கள் என சமவெளி. ஆங்காங்கே சிறு குன்றுகள்... குளங்கள். குடைவிரித்தாற்போன்ற ACACIA மரங்கள்.1961-ல் திறக்கப்பட்ட ரிஸர்வ்ட் வனச் சரகம். பிற கால்நடை மேய்ச்சலுக்கு அனுமதியின்றி,

புறவேலிகள் அமைத்து, பாதுகாக்கப்பட்ட வனம். ஐநூறு சதுரகிலோமீட்டர் பரப்பில் துவங்கப்பட்டது. மாரா மற்றும் தாலெக் நதிகள் வளம் செய்யும் வனப்பகுதி.

நுழைவு வாயிலில் இருந்து அரை கிலோமீட்டர் தொலைவு செல்வதற்குள் ஓரிடத்தில் சுற்றுலா வாகனங்கள் வரிசைகட்டி நின்று மிக நிதானமாக நகர்ந்து கொண்டிருந்தன. வாகனத்தின் உள்ளே பொருத்தப்பட்டிருந்த வாக்கி டாக்கி ஒலிபெருக்கி தொடர்ந்து கானகப் பயணத்தில் இருக்கும் பிற வாகன ஓட்டிகளின் ஸ்வாஹிலி மொழி சம்பாஷணைகளை ஒலித்துக்கொண்டே இருந்தது. விதவிதமான குரல்கள், ஏற்ற இறக்கங்கள், சிரிப்பொலிகள் ... அத்தனையும், தான் கண்ட விலங்கினை பிறரும்காண, இடம் பொருள் சுட்டி அழைக்கும் தகவல் பகிர்வு உரையாடல்கள்.

எங்களது இடப்பக்கம் ஒரு சிறுத்தைப்புலி வேறுபக்கம் பார்த்தபடி அமர்ந்து கொண்டிருந்தது.அவ்வப்போது காது மடல்களை அசைத்தவண்ணம் இருந்த சிறுத்தைப்புலியை அத்தனை வாகனத்தில் இருந்த சுற்றுலாப் பயணிகளும் புகைப்படமெடுத்தும், வீடியோ பதிவு செய்தும் சுவாரஸ்யம் சேர்த்தனர்.

மெல்ல முகம் திருப்பி வாகன வரிசையைக்கண்ட சிறுத்தை ‘அடப்போங்கப்பா ...உங்களுக்கு அன்னாடம் இதே வேலையாப் போச்சு ...’ என அசுவாரஸ்யம் காட்டி முகம் திருப்பிக்கொண்டது.

சற்றும் குறைவில்லாமல் காட்டெருமைகளும், இம்பாலா (impala), காஸில்ஸ் (gazelles) போன்ற antelope வகை மான்களும், வரிக்குதிரைகளும், wild beast எனப்படும்,ஆப்ரிக்கஎருதுகள் ஒட்டகச்சிவிங்கிகள் என போகிற வழியெங்கும் விலங்குகள்.

‘You know about BIG FIVE ...???’அலெக்ஸ் கேட்க, அர்விந்த்

-'சிங்கம்,சிறுத்தை (LEOPARD), யானை, ஆப்ரிக்க காட்டெருமை, காண்டாமிருகம்'

'இந்த ஐந்தையும் நாளைக்குள் காண முயல்வோம்' அலெக்ஸ்.

'சிறுத்தை பார்த்து விட்டோம்.' என நான் கணக்கை துவக்கினேன்.

'நாம் பார்த்தது CHEETAH. அதற்கு பிக் பைவில் இடமில்லை. 'LEOPARD" எனப்படும் வேறுவகை சிறிய சிறுத்தைப்புலி. காண்பது அரிது. மரங்களின் மேல் ஏறி கிளைகளில் வாழும். மான், மாடு போன்ற மிருகங்களை வேட்டையாடி, தனது உடல் எடையைக்காட்டிலும் இரண்டு மடங்கு அதிகமான விலங்குகளை இழுத்துக்கொண்டு மரக்கிளைகளில் இடையே ஹேங்கரில் துணி மாட்டுவது போல மாட்டி வைத்து, தின்று உறங்கி வாழும். மிக வேகமாக ஓடக்கூடிய விலங்கு. காண்பது மிகக் கடினம்... அடர்ந்த மரத்தின் கிளைகளில் உறங்கும் நேரத்தில் காணக்கிடைத்தால் நமது அதிஷ்டம் ...' என அலெக்ஸ் விளக்கிய நேரத்தில். 'சிம்பா' குறித்த அறிவிப்பு வாக்கி டாக்கி ஒலிபெருக்கியில்.

சிம்பா எனில் சிங்கம் எனப் பொருள்படும் என்பது லயன் கிங் திரைப்படத்தால் ஓரளவு மனதில் பதிந்திருந்தது. எங்களது வாகனம் தடைகளைக்கடந்து விரைந்து குறுக்கு நெடுக்கில் பாய்ந்து, சிங்கம் காண சீறிச் சென்று அவ்விடத்தை அடைந்த போது முப்பது வாகனங்களும், முன்னூறு மக்களும் சூழ நிற்க, வெட்ட வெளியில், வெயில் தணிந்த மாலையில் காட்டின்ராஜா, தனது இணையுடன் வம்ச விருத்திக்கான ஆரம்பப்பணியில் ஈடுபட்டிருந்தது.

மூன்று நான்கு சிங்கங்கள் சூழ அமர்ந்திருந்தன. சங்கோஜம் ஏதுமின்றி தனது காரியத்தில் கவனம் காட்டிய காட்டு ராஜனை,' ''காட்டுப்பய... ஒரு பெரிய மனுசன் செய்யிற காரியமா இது?'' என

பிறசிங்கங்களும், பறவைகளும் மைண்ட் வாய்ஸில் சொல்லிச் சென்றன.

அதையும் அசூயையின்றி தமது கருவிகளில் பதிவு செய்து தனக்கு ஆறறிவு என்பதை மனிதக்கூட்டம் நிரூபணம் செய்யத் தவறியது. விலங்குகளுக்கு காமம் ஒரு உடலியல் தேவை. (biological need), மனிதர்களுக்கு காமம் மனம்சார் விழைவு (psychological urge) .ஆண்சிங்கம்மெல்ல நடந்து புதர் வெளியை வலம்வந்து படுத்துக்கொண்டது. சற்றுத் தொலைவில் சிங்கங்கள் குறித்தயாதொரு பயமும் இன்றி இம்பாலாவகை மான்கூட்டம் சுதந்தரமாக புல்மேய்ந்து கொண்டிருந்தது.

உணவும் கூட விலங்குகளின் உடலியல் தேவையேயன்றி, மனம்சார் விழைவல்ல என்பது விளங்கியது.பசிக்காத நேரத்தில் விலங்குகள் வேட்டையாடுவதில்லை.அடுத்த வேளைக்கு சேமித்து வைக்க குளிர்பதனப்பெட்டி நாடுவதில்லை. தமது வாரிசுகளுக்கு சேர்த்து வைப்பதில்லை. காட்டுக்கு ராஜா நான் தான் என சொன்னதுமில்லை. விலங்குகள் பற்றிய கதைக்களனைத்தும் மனிதன் தமது இயல்புகளை அவற்றின் மேலேற்றி தமது கற்பனைகளால் கட்டமைத்தது.

சிங்கங்கள் இயல்பான கம்பீரத்துடன் இருந்தாலும், மூர்க்கத்தை தொலைத்து நெடுநாளாகியதாகவே தோன்றுகிறது.மெல்ல நடப்பது, நின்று அகலமாய் வாய் திறந்து கொட்டாவி விடுவது, வாலை மெல்ல சுழற்றி, வீசும் காற்றுக்கு முகம் காட்டி பிடரி மயிர் அசைப்பது, புதர் அருகில் அமர்ந்து அரைத்தூக்க பாவத்தில் கண்களை மூடித் திறப்பது... என இயல்பாக உலவும் சிங்கங்கள் மனிதர்களுக்கான காட்சிப்பொருளாக ஆகிப்போனதில் ஏனோ சம்மதமில்லை.

ஆறு மணியாகி இருந்தாலும், நான்கு மணி வெளிச்சம் புல்தரைகளில் பட்டுத்தெறித்துக்கொண்டிருந்தது. வாக்கி டாக்கி ஒலி வித வித தொனியில் கரகரத்துக்கொண்டு இருக்க, தொலைவில் மூன்று யானைகள், இரண்டு குட்டிகளுடன் நடந்து கொண்டிருந்தன. யானையின் பாதி உயரத்தில் இரண்டு நெருப்புக்கோழிகள் வேகமாக ஓடிக்கொண்டிருந்தன.

'புலிகள் பார்க்க முடியுமா?' என மனைவி கேட்க, 'No tigers here in Masai Marச்'

''மசாய்மாராவில் மட்டுமல்ல, இந்தியகிர் ரிசர்வ்வனத்தை தவிரவேறெங்கும் சிங்கமும், புலியும் ஒரே இடத்தில் வசிப்பதேயில்லை. இரண்டுமில்லியன் ஆண்டுகளுக்கு முன்ஆசிய நிலப்பரப்பில், பரிணாமமாற்ற மடைந்து, மஞ்சள் உடலில், கறுப்புத் தீற்றல் தோன்றி பெரியவகை பூனையினமாக வளர்ந்தது. சிறுத்தை போன்ற இனங்கள்கிளைத்துதோன்றியஆப்ரிக்கமண்ணில், ஏனோ இன்னும் பதில்கிடைக்காத அறிவியல் கேள்வியாக புலிகள்மட்டும் தோன்றவே இல்லை. கூட்டமாக வாழும்சமூகவிலங்காக, புல்வெளிகளில் வாழும் சிங்கத்திற்கும், ஏகாந்தமாக வாழும்பு லிகளுக்கும் வாழ்வியல் கூறுகள் வேறு. சிங்கம் - புலிஎனபோகிற போக்கில் இணைத்துசொல்வது பள்ளிக்கால கற்பிதமேயன்றி, யதார்த்தம்பேசும் சொல்லாடலல்ல' என நானறிந்த தகவலைச் சொன்னேன்.

'ஆப்ரிக்காவின் உயிரியல் பூங்காக்களில் கூடபுலிகளைக் காண்பது அரிதுதான்' -என தலையசைத்துஆமோதித்தான் அலெக்ஸ். பேசிக் கொண்டேசட்டென வண்டியைத் திருப்பி, வேகமாகபுதர்களுக் கிடையிடையேபாய்ந்து விரைந்தான். 'சிறுத்தை ஒன்றுமானை வேட்டையாடஇருக்கிறதாம்...தகவல்வந்திருக்கிறது...' என

வாக்கிடாக்கியைக் காட்டினான்.

நூறு மீட்டர் தொலைவில், மறுபடி வாகனங்கள் நெரிசல். இருபத்தைந்தடி தொலைவில், சிறுத்தை (cheetah) ஒன்று அடித்துப்போட்டு குற்றுயிரில் கால்களை சன்னமாக அசைத்துக்கொண்டிருக்கும் மான்குட்டியின் அருகில் வெறுமே அமர்ந்துகொண்டு இருந்தது. அருகில் ஒரு சிறுத்தை உலவிக்கொண்டிருந்தது.

கொஞ்ச நேர சுவாரஸ்யத்துக்கு பார்த்து விட்டு, இளமஞ்சள் வெயிலில் தொலைவில் மேய்ந்து கொண்டிருக்கும் வரிக்குதிரைகளை, ஒட்டகச்சிவிங்கிகளை வண்டியை நிறுத்தி பத்து நிமிடங்கள் அமைதியாக பார்த்திருந்தோம். தலைக்கு மேல் திறந்திருந்த வண்டியின் கூரை வழியே சிறுத்தைகள் பாய்ந்து வண்டிக்குள் வரும் ஆபத்தினை சதா நேரமும் எதிர்பார்த்து பயத்துடன் இருந்தது சற்று அசூயையாக இருந்தது.

‘அலெக்ஸ் , மேற்கூரையை அடைத்து விடலாமா?

‘விலங்குகள் அப்படியொன்றும் உள்ளே வந்து விடாது’ எனக் கண்ணடித்து சிரித்தான்.

தலை முடியெல்லாம் புழுதிப்படலமாக, வாகனத்தின் சகல இடங்களிலும் மண் பூசியிருந்தது. வருவது போல தும்மல் வந்து வராமல் தணிந்துகொண்டிருந்தது.

ஆறரைமணி... கிளம்பினோம்.

வாயும், வயிறும் நல்லதொரு டிகாஷன் காபிக்காக தவித்தது. ஒன்றரை மணிநேர அயர்ச்சியான, பயணத்துக்குப் பின் சியானா ஸ்பிரிங்ஸ் ரிசார்ட்ஸ் அழகான ஒளியில் மின்னிக்கொண்டிருந்தது.

உணவுக்கூடத்தில் மசாய் இனமக்கள் நடனமாடிக்கொண்டிருந்தனர்.

ஐரோப்பியர்கள், அராபியர்கள், இந்தியர்கள், ஆப்பிரிக்கர்கள் சூழ நின்று கைத்தட்டிக்கொண்டிருந்தனர். CAMP FIRE கொழுந்து விட்டெரிய, சுற்றிலும் மக்கள் அமர்ந்து பாட்டு பாடி, கிட்டார் இசைத்து, பீர்குடித்துக்கொண்டு முன்னிரவு நேரத்தை அனுபவித்துக் கொண்டிருந்தனர். மணி8.00.

திறந்த வெளியில் பார்பக்யூ சிக்கன் கனன்று கொண்டு வாசம் வீசிக்கொண்டிருந்தது.

அவசரமாக குடிலை அடைந்து, வெந்நீரில் குளித்து உடை மாற்றி 9.00 மணிக்கு உணவுக்கூடம் அடைந்தோம். இரவு உணவு சற்று கார சாரமாக இருந்தது. கொண்டாட்ட மனநிலையில் மக்கள் குதூகலித்துக்கொண்டிருந்தனர். ஒரு ஆப்ரிக்க இளைஞன் கேம்ப் பயர் சூழலில் கிட்டார் வாசித்து கைத்தட்டல் பெற்றுக்கொண்டிருந்தான்.

மது அருந்தகத்தின் பணி மங்கையர் அருகே வந்து ஆப்ரிக்காவின் பிரத்தியேக சுவை உள்ள, பீர் மற்றும் காக்டைல் சுவைக்கும் ஆர்வம் உள்ளதா என இசையின் சத்தம் காரணமாக அருகே வந்து காதோரம் கேட்டனர். மனைவியும், மகனும் பார்பக்யூ கோழிக்கால் பெற நீண்ட , வரிசையில் நின்றிருந்த நேரம்....

இசை உச்சம் பெற்றுக்கொண்டிருந்தது. அடர் கானகம். உற்சாகக் கூக்குரல். கரவொலி. சில மெல்லிய நடன அசைவுகள்.' List out the differences between Indian & African elephants" சிறு வயதில் கடலூர் புனித வளனார் மேல்நிலைப்பள்ளியில் வரலாறு புவியியல் தேர்வில் எதிர்கொண்ட இது போன்ற கேள்வியைத்தவிர, ஆப்ரிக்க தேசத்துக்கும் எனக்கும் என்ன உறவு?

ஆயினும் அந்நியமாக தோன்றாத உணர்வு. எதோ எனது சொந்த ஊருக்கு வந்திருப்பது போன்ற ஒரு பிரம்மை. மணமும், ஒரு வித உள்ளுணர்வும் வித்தியாசப்படுத்தி காட்டவே இல்லை.ஒரு ஸ்பெயின் குடும்பம் வெகு உற்சாகத்துடன் நடனமாடிக்கொண்டிருந்தது. முகமெல்லாம் மலர்ச்சியுடன், சுருள் முடி முகம் மறைக்க ஒரு இருபது வயது தேவதை கண்கள் மூடி பாடிக்கொண்டிருந்தாள். குரல் வளைந்து வளைந்து ஸ்வர சஞ்சாரம் செய்து கொண்டிருந்தது. குளிர் காற்றும், தூரத்து இருட்டும், அசையும் மரங்களும், எங்கள் மத்தியில் எரிந்து நடனமாடும் நெருப்பும் வேறோர் உலகத்தைக் காட்டியது.

பத்தரை மணி ஆனது தெரியாமல் குளிரில் அமர்ந்து கொண்டிருந்தோம்.

இன்னும் அரைமணிநேரத்தில் மின்சாரம் துண்டிக்கப்பட்டு, இருள் சூழும். குடில்களுக்கு சென்று மெழுகு வத்திகள் ஏற்றிவைத்துக் கொள்ளும் படி அறிவிப்பு வர, கையசைத்து விடைபெற்று, குடிலைநோக்கி நடந்தோம்.

உடைமாற்றி, வாசல், ஜன்னல்கள் அடைத்து, கொசுவலைத் திரைச்சீலைகளைஅடைப்புகளை உறுதி செய்து, மெழுகுவத்தி ஏற்றி, கட்டில்களில் தஞ்சமடைந்த சில நிமிடங்களில், விளக்குகள் அணைந்தன.

வாழ்வில் இது வரை அனுபவித்திராத அடர்த்தியான நிசப்தம்.

நிசப்தத்திற்குள் இப்படி ஒரு இரைச்சல் இருப்பதை இது வரையில் உணர்ந்ததில்லை. புரண்டு படுக்கையில் மரக்கட்டில்நெகிழும் சப்தம் முதற்கொண்டு சகலமும் கலவரமூட்டியது. போர்வையின் சரசரப்பொலி பிரம்மாண்டமாக ஒலித்தது. எழுந்து தண்ணீர்குடித்து படுத்துக்கொண்டேன். இங்கு தங்க முடிவு செய்தது தவறோ ? இத்தனை

வீர சாகசம் நமக்கு எதற்கு? ஏதேனும் ஒரு விடுதியில் இரவைக்கழித்து சுகமாக உறங்குவதை விட்டு விட்டு, இதென்ன வேண்டாத வேலை ?

'இன்னுமா தூங்கலை ?' மனைவியின் குரல். பதில் சொல்லாமல் தூங்கி விட்டதாக நடித்தேன். கொஞ்ச நேரத்தில் இரு கட்டில்களில் இருந்தும் சன்னமான மூச்சு சத்தம்.

சிறுத்தை பொம்மைகளாக சமைந்து , ஒட்டகச்சிவிங்கியுடன் அமர்ந்திருந்தது, 'லன்ச் பாக்ஸ்' கேட்டபடி சிங்கங்கள் ஓடிவர, பத்து டாலர்கேட்டுகைநீட்டி எனது கைகளை சுரண்டிய மசாய் இனப் பெண்கள்.

சட்டென்று திடுக்கிட்டு விழித்துக்கொண்டேன்.

மெழுகு வத்தி ஒளியில் என்கையை தொட்டு எழுப்பிக் கொண்டிருந்த மனைவி.

' ஏ.. என்னப்பா??'

'கொஞ்ச நேரமா வெளிய எதோ சத்தம் ...'

'ச்சே ...ஒண்ணுமில்லை. ஒண்ணுமில்லை போய்த் தூங்கு...'

சொன்ன கணத்தில்,

பெரு மூச்சு சப்தத்துடன் எங்கள் குடிலின் இடப்பக்க கம்பத்தில் எதோ முட்டும் ஒலி ... முரட்டுத்துணியின் சலசலப்பு ...

கட்டிலை விட்டு இறங்கி ஜன்னல் பக்கம் நடந்தேன். மறுபடியும் ஒரு பெருமூச்சு ..தொடர்ந்துவேகமாக முட்டும் ஒலி ...

குடிலின் கம்பத்துடன்சேர்ந்து எனதுகுலையும் நடுங்கியது

5

விடியல் ஐந்தரை மணிக்கு, குடில் வாசலில் செக்யூரிட்டியின் குரல்... 'ஹபாரி சாசுபோஹி' (good morning) கேட்டு விழித்து, 'அஸாந்தே' - நன்றி சொல்லி எழுந்தேன்.

அவசரத்துக்கு உதவ ஆறேழு ஸ்வாஹிலி வார்த்தைகள் தெரிந்து வைத்திருந்ததால், அவ்வப்போது அடித்து விட்டுக்கொண்டிருந்தேன்.

வணக்கம், நன்றி, உதவி, உணவு, நாளை, நேற்று, இன்று, தண்ணீர்... போன்ற அடிப்படை வார்த்தை பிரயோகங்களை அறிந்து கொண்டு குறித்துக் கொள்வது பெரும்பான்மை பயணங்களில் பயனளித்திருக்கிறது. நேற்று நள்ளிரவிலும், மொத்தக் குடிலும் குலுங்கி குலை நடுங்கிய போது அவசரத்துக்கு ஸ்வாஹிலி 'நிசைடியே' மறந்து, ஆங்கிலத்தில் 'help ... help ...' எனப் பெருங்குரல் கொடுக்க ஆயத்தமானேன். சற்று நகர்ந்து குடிலின் கொசுவலை ஜன்னல் வழியே உற்றுப்பார்த்ததில், வெளியே நிலவு வெளிச்சத்தில் இரண்டு கண்கள் ஒளிர்ந்து கொண்டிருந்தன. அதற்குள் விழித்திருந்த மகன், அடுத்த ஜன்னல் வழியே பார்த்து, 'மான்... ப்பா... பெரிய மான்' குடிலுக்குள் கசிந்து கொண்டிருந்த மெழுகுவத்தி வெளிச்சத்தைக்காட்டிலும், வெளியே நிலவொளி பிரகாசித்துக்கொண்டு இருந்ததால், துலக்கமாக தெரிந்தது.

எங்களது குடிலுக்கும், உணவுக்கூட சுவருக்கும் இடையே இருந்த இடுக்கான பகுதியில் மண்டிக்கிடந்த புதர்களில் மேய்ந்த வண்ணம் நீண்ட கொம்புடன், நிலைத்த பார்வையுடன் நின்றுகொண்டிருந்தது. அலைபேசி டார்ச் வெளிச்சம் அடித்துப்பார்த்ததில், சலனப்பட்டு சடுதியில் ஓடிக்கடந்தது.

சிலவினாடிகளின் கலவரம், பதட்டம், ஒருவாறாக அச்சம் தணிந்து பத்து நிமிட உரையாடலுக்குப்பின், இரவு ரோந்துப்பணியாளரின் விசில் கேட்ட பின் உறங்க முடிந்தது.

நள்ளிரவில்அவசரப்பட்டு, குரல் எழுப்பியிருந்தால் மானுக்கு பயந்த மானுடனாகசுய பிகடனப்படுத்தி, மானம் போயிருக்கும். இனி இங்குதங்கவிருக்கும் இரவுகளில் மான்களும், இன்னபிற விலங்குகளும் அகாலத்தில் உலவாமல், உறக்கத்தில் ஆழ்ந்து விடியலில் எழ கானக தேவதைகள் துணை நிற்க வேண்டும்.

வெளியே வித விதமான பறவைகளின் கூவல்கள் கேட்டுக்கொண்டிருந்தது.

குழாய்களில் குளிப்பதற்கு இதமான வெந்நீர் வந்தது. சற்று வேகமாக குளித்து முடித்து, அன்றைய நாளின் நீண்ட பயணத்துக்கு ஆயத்தமானேன். அதற்குள் மனைவியும் மகனும், எழுந்து பல்துலக்கிக்கொண்டு இருக்க, 'சீக்கிரம்' 7.30 மணிக்குள் கிளம்ப வேண்டும். தொப்பி மற்றும், மாஸ்க் எடுத்து வைத்துக்கொள்ளுங்கள்'

விடியல் காணும் அனுபவம் அற்புதமானது. கடற்கரையில் விடியல் காண்பது சுகமெனில், இந்தப் பிரத்தியேககானகக் குடில் சூழலில், விடியற்காலை காட்சிகள் ரம்மியமாக இருந்தன. மெல்ல விலகும் பனி, புல்தரைகளில், மரஇலைகளில், வெளிச்சப்பாய் விரிக்கும் சூரிய ஒளி, கூட்டம் கூட்டமாக பறந்துகடக்கும் பறவைகள். வினோத ஒலியெழுப்பும் பல்வேறு பறவைகள், புதர்களுக்குள் இருந்து மெல்ல முகங்காட்டி மறையும் முயல்கள், ஒருவிதபதட்டத்துடனும், சிலிர்ப்புடனும் மேய்கின்றமான் குட்டிகள். தொலைவில் துப்புரவுப்பணியைத் துவக்கி விட்ட சகோதரனின் பிரம்புத் துடைப்பத்தின் தீற்றல் ஒலி. ஸ்வெட்டர் அணிந்த யாரோ இருவர்

நடுங்கும் குரலில் பேசியவாறே குளிருக்கு இதமாக கைகளை இறுக்கிக்கட்டிக்கொண்டு நடந்து கொண்டிருந்தனர். எண்பது வயது மதிக்கத்தக்க வடக்கிந்திய தம்பதி, ஆவிபறக்கும் காப்பிக்கோப்பையை கையில் பிடித்துக்கொண்டு அமர்ந்திருந்தனர்.

உணவுக்கூடத்தில் இருந்து காப்பியின் கடும் டிகாஷன் மணம் வீசிக்கொண்டிருந்தது.

கடந்து செல்லும் மூவரில் இருவர் ‘ஜாம்போ’ என்றும், ஒருவர் புன்னகைத்தும் நேசம்பகிர்ந்தனர். உணவுக்கூடத்தின் பணியாளர்கள் துரிதகதியில் இயங்கிக்கொண்டுஇருந்தனர்.

கென்ய ‘dorman’ இன்ஸ்டன்ட் காப்பியின் சுவை பழகி, பிடித்திருந்தது. காய்ச்சிய பசும்பாலை கலந்து, குறைந்த சர்க்கரை துண்டங்கள் சேர்த்து, சற்று கசப்பும், துவர்ப்புமாக காப்பியை கைகொள்ளாத சூட்டில், வாய்கொள்ளும் அதிசயச் சூட்டில் பருகத்துவங்கினேன்.

இணைய சேவை உயிர்ப்பிக்கப்பட்டிருந்தது. நூற்றுக்கு மேலான புலனக் குறுந்தகவல்கள், முகநூல் நிலைத்தகவல்கள்.

அன்றைய பயணத்துக்கு ஆயத்தமாக மனைவி, மகன் வந்த பின்னர், காலைச் சிற்றுண்டியை, பெருண்டியாக துவம்சம் செய்துகொண்டிருந்த பலரின் நடுவே, சிக்கன் சாசேஜ், ரொட்டித்துண்டுகள் மற்றும் ஆம்லெட் கொண்டு பசியாறினோம்.

தயங்கி பக்கத்தில் வந்து நின்ற உணவுக்கூடப் பெண் பணியாளர், ‘சார், உங்களுக்கான மதிய உணவினை உங்கள் பயணத் துணைவரிடம் கொடுத்து விட்டேன். இந்த நாள் இனிய நாளாக, பயணம் சிறப்பாகஅமையவாழ்த்துகிறேன்’--எனப் பணிவுடன் சொல்லிப்

புன்னகைத்த நேரம், பின்னாலிருந்து அலெக்ஸ் ‘Are you ready aalvind???... (Arvindh)’

நேற்று மாலையில் கடந்த சாலையில், வாகனம் குதித்து, ஆடி சென்று மசாய் மாரா நுழைவு வாயிலடைந்தது. வித விதமான கானக உலா வாகனங்கள்... தொப்பி, கண்ணாடி முரட்டு அரைக்கால் சாராய், வெளுத்துக் கலைந்த முடியுடன் ஐரோப்பிய முகங்கள், இறுக்கமில்லா, தளர்ந்த உடையில் தாராளமான ஐரோப்பிய பெண்கள்... சிறுவர்கள், சிறுமிகள், எழுபது, எண்பது வயது சுருங்கித் தளர்ந்த மேனியுடன், அமர்ந்திருக்கும் முதியவர்கள்... மேற்கத்திய நாடுகள், ஐரோப்பியர்கள் உலகம் சுற்றப் பிறந்தவர்கள், மொத்த உலகையும் கண்களால் அள்ளிப்பருகும் வேட்கையும், அவசரமும்... அலாதியானது.

தனது வருமானம், தனது உலகம், தனது வாழ்க்கை...

நுழைவாயில் சம்பிரதாயங்கள் முடித்து, வாகனம் மசாய் மாராகாட்டிற்குள் நகரத்தொடங்கியது. இன்றைய நிகழ்ச்சி நிரலாக, பதினோரு மணி வரை கானக உலா, காட்டு வழியே பயணம் செய்து, தான்சானியா எல்லை அடைந்து, மாரா நதிக்கரை உலா, புதர்களின் நடுவே நண்பகல் உணவு ... சற்று நேர இளைப்பாறல், திரும்ப நீள் பயணத்துக்குப் பின்னர் தங்குமிடம்.

மறுபடியும் யானைகள், ஆயிரமாயிரம் ஆப்ரிக்க எருதுகள் (wild beast), வரிக்குதிரைகள், ஜோடியாக, கூட்டமாக சிங்கங்கள், வித விதமான மான்கள், காட்டெருமைகள், நெருப்புக்கோழிகள் ... BIG FIVE -ல் இரண்டு மட்டும் காணக்கிடைக்காமல், அலெக்ஸ் வாக்கி டாக்கி தகவல்கள் கேட்டுக்கொண்டிருந்தான். எங்களது பயணம் தொடங்கி, சற்று நேரத்துக்கெல்லாம் ஈக்கள் வண்டிக்குள் நுழைந்து எங்களை மொய்த்துக்கொண்டன.

காற்றடிக்கும் இடங்களில் குறைவாகவும், மற்ற நேரத்தில் மிக அதிகமாகவும் மொய்த்துக்கொண்டு, காதுகளை சுற்றி ரீங்காரம் செய்து பிராணனை வாங்கும் ஈக்களின் சப்தமும், மேல் அமரும் உறுத்தலும் இன்றைய தேய்வழக்கு சொல்படி, 'வேற லெவல்'.

சத்தியமாக S S ராஜமௌலி, கென்யா வந்திருந்து இந்த ஈக்களின் இடும்பை அனுபவித்த பின்னரே 'நான் ஈ' படம் எடுத்திருக்கக் கூடும். YELLOW FEVER தடுப்பூசி போட்டுக்கொண்டு வந்ததன் அவசியம் புரிந்தது. செவிகளில் ஈக்களின் கானம் பழகிப்போனது, லெமன்கிராஸ், லாவெண்டர், பெப்பர் மிண்ட்மணத்திற்கு ஈக்கள் வரவு மட்டுப்படும் எனபின்னர் சொன்னவர்கள் கிளம்புவதற்கு முன்னர் சொல்லியிருந்தால் "ஞர்" என்ற தொடர் B G M தவிர்த்திருக்கலாம்.

Leopard எனும் மரங்களில் வாழும் சிறுத்தை, மற்றும் காண்டாமிருகம் தேடி இரண்டு மணி நேரம் சுற்றியலைந்தோம். ஒரு வழியாக மரங்கள் அடர்ந்த சோலை வனத்தில், ஒரு மரத்தில் கிளையில் தொலைவில் காற்றாட உறங்கிக்கொண்டிருந்த leopard எனும் சிறுத்தைப்புலியை ஏறத்தாழ இருநூறு ஜோடிக்கண்களால் துழாவி, கண்டு கொண்டோம். அடுத்து, RHINO எனப்படும் காண்டாமிருகம் - பெரிய ஐந்தில் விடுபட்ட ஒன்று. தேடித், தேடிக்களைத்து, வழியில் மறுபடி ஆங்காங்கே சிங்கங்கள், எலும்புச்சிதறல்கள், நெருப்புக்கோழிகள்...வனம் பெயர்ந்து கொண்டிருந்த, ஆயிரமாயிரம் ஆப்ரிக்க எருதுகள்... எங்களுடன் பயணித்த வனத்தின் மணம், ஈக்கள்... காய்ந்து வறண்டு போயிருந்த முகம்,...

'அலெக்ஸ் காண்டாமிருகத்தை மிருகக்காட்சி சாலையில் பார்த்துக்கொள்கிறோம்...தான்சானியா எல்லையை நோக்கி நாம் நமது பயணத்தைத் தொடர்வோம்...' என்றேன்.

‘ஹகூன மட்டாட்டா’

ஒன்றரை மணி நேரப்பயணம்

தான்சானியா எல்லை ... நடுகல்லில் அம்புக்குறியிட்டு இந்தப்பக்கம் T அந்தப்பக்கம் K என

TANZANIYA, KENYA திசைகளை சிக்கனமாககுறித்து வைத்திருந்தனர்.வழக்கம் போல ஜோடி ஜோடியாக நடுகல் அருகே நின்று புகைப்படம் எடுத்துக்கொண்டனர். சற்று தொலைவு நடந்து புதர்களுக்கு பின்புறம் ஒதுங்கி ஆண்களும், மகளிரும் தனித்தனியே சென்றுஇயற்கை அழைப்பை தணித்த்துக்கொண்டனர்.

மாரா கென்யாவின் மேற்கு மலைத்தொடரின் மாவ் சரிவுப்பகுதியில் தோன்றி கென்யாவிலும், தான்சானியாவிலுமாக 395கிலோ மீட்டர் ஓடி விக்டோரியா குளத்தில் கலக்கும் நதி. நான்கு கிளை நதிகளுடன் கென்யாவில் அறுபத்தைந்து விழுக்காடும், தான்சனியாவில் முப்பத்தைந்து விழுக்காடும், ஆக மொத்த விழுக்காடும் காடுகளை, நனைந்து வளமாக்கி ஆண்டெல்லாம் செழித்தும், சுழித்தும், குறுகியும் ஓடும் ஆப்ரிக்கநதி. ஜூன் மாதம் முதல் அக்டோபர் மாதம் வரை விலங்குகளின் வனப்பெயர்வின் போது, ஆயிரக்கணக்கில் ஆப்ரிக்க எருதுகளையும், வரிக்குதிரைகளையும் காவு வாங்கும் ஆறு. மாரா நதியின் நீரில் நாளெல்லாம் உடல் நனைத்து உழன்றிருக்கும் பெரு முதலைகளுக்கும், நீர் யானைகளுக்கும், நீர்ச்சுழியில் மாட்டிக்கொண்டு எண்ணற்ற விலங்குகள் பலியாகும் காரணத்தால், மரண நதிஎனவும் மாரா நதிக்கு பெயர். ஓடை போல் அசைந்தோடி, பெரும்பாலும் தேங்கிக்கிடக்கும் நீர்நிலையில் பாறை போல திம்மென்று கிடக்கும் நீர்யானைகள் நிறைந்த மாராநதி தீரத்தில் துப்பாக்கி ஏந்திய வனக்காவலர் ஒருவரின் துணையுடன் நாங்கள், அரை கிலோமீட்டர்

தொலைவு கானகத்தில் நடந்து ஆற்றங்கரை அடைந்தோம். சேறும், சகதியும் நிறைந்து குழம்பிய கரைகளில் முதலைகள் சிரித்த முகச்சாயலுடன் அரைக்கண் திறந்து திளைத்துக்கொண்டிருந்தன. அருகே ஒற்றுமையுடன் நீர்க்குதிரை என ஆப்பிரிக்காவிலும், நீர் யானை என ஆசியாவிலும் பெயர் கொண்ட, Hippopotamus எனும் 3000கிலோ எடையுள்ள பிரம்மாண்டமான தாவரஉண்ணிகள் நீரில் நனைந்தபடி கிடந்தன. வழியெங்கும், மரங்களில், கிளைகளில் ஆப்ரிக்க எருதுகளின் எலும்புகள். சிறுத்தைப்புலிகளின் கைங்கர்யம்.

மும்பையில்பேங்க் ஆப் பரோடா வில் பணி புரிந்து, ஒய்வு பெற்று,இரண்டு மகள்களுக்கும் மணமுடித்து, உலகம் பார்க்கலாம் என உற்சாகம் கொண்ட ஒரு அறுபது வயது மகாராஷ்ட்ர தம்பதி எங்களுடன் இணைந்து அந்த நதியுலாவில்உடன் வந்தனர். வனக்காவலரிடம் வலிந்து சில பல கேள்விகளைக் கேட்டு தனது அதீத ஆர்வத்தை பதிவு செய்ய முனைப்பாக இருந்தார் ஆனந்த் ஜோஷி. ''இந்த முதலைகளுக்கு உணவு எப்படிக்கிடைக்கும்? எப்படி வாழும்? எப்படி பல்தேய்க்கும்? எப்படி குளிக்கும்?'என்பது போன்ற எலிமென்டரி கேள்விகள் எனக்கும், வனக்காவலருக்கும் எரிச்சலூட்டியது.

ஆற்றாங்கரையின் பாறை முகடுகளில் நின்று அத்தனை கேள்விகளைக் கேட்கும் ஆனந்த் ஜோஷியின் மனைவி ஷில்பா ஜோஷி... தமது நாற்பதாண்டு தாம்பத்தியத்தில் பழகிப்போன கணவரின் அச்சு பிச்சு கேள்விகளை ஜீரணித்து, முதலைகளின் முகபாவத்தை ரசித்தவண்ணம், என் மனைவியிடம் பேசிக்கொண்டிருந்தார்.பதின் வயதுகளில் வாசித்த பாலகுமாரனின் 'கரையோர முதலைகள்' நாவலில் முதலைகளுக்கு அசைந்து விழுங்கும் நாக்கு கிடையாதென்றும், நக்கைச் சுழற்றி

பல்லிடுக்குகளைச் சுத்தம் செய்ய இயலாத காரணத்தால், பெருந்தீனிக்கு பின்னர் தமது வாய்களை திறந்தவண்ணம் கரைகளில் கிடக்கும். தனது நாவால் மாமிசத்துணுக்கு களைசுத்தம் செய்ய முடியாத முதலைகளுக்கு, திறந்தவாய்க்குள் வந்தமரும் சிறுபறவைகளின் அலகுகள் 'டூத்பிக்' மற்றும் 'பிரஷ்' களாகஇருந்து, தானும்உண்டு, சுத்தமும்செய்துகாக்கின்றனஎன உயிரியல் பாடமெடுத்த எனது பதின்வயதுகால ஆசானின் நினைவுகளைத்தவிர்க்க இயலவில்லை.

வழியெங்கும் முகத்தில், உடலில், தலையில் வந்து அப்பிக்கொண்ட ஈக்கள் கூட்டம் உச்சக்கட்ட எரிச்சல் தந்தது. தேச, இன, மொழி பேதமின்றி ஈக்களுக்கு எதிராக கைகளை அசைத்து, தலைகளை அசைத்து மக்கள் மாரா நதிக்கரையில் மெல்லிய நடன அசைவுகளை நிகழ்த்திக்கொண்டிருந்தனர்.

திரும்ப வந்து வாகனங்களில் அமர்ந்து புதர்களைச்சுற்றிமுரட்டுத் துணிகள் விரித்து, நண்பகல் உணவு உண்ண ஆயத்தமானோம். அலெக்ஸ் எங்களுக்கான உணவுப்பொட்டலங்களை வழங்கிவிட்டு வாகனத்தில் அமர்ந்து தனது சாரதிச் சகாக்களுடன் பசியாற ஆயத்தமானான். மகாராஷ்டிரா தம்பதி எங்களுடன் சேர்ந்து சம்மணமிட்டு அமர முயன்று முடியாமல் பக்கவாட்டில் கால் மடித்து, சைவ உணவுகள் உட்கொள்ளத் துவங்கினர். சாண்ட்விச், வறுத்த இரண்டு கோழிக்கால்கள், ரொட்டித்துண்டுகள், பச்சை ஆப்பிள், பழச்சாறு, கேக் ... என சிறப்பான மதிய உணவு. ' டெலீ''ஈ ஈ..ஈ....ஈ''ஷியஸ்' என ஜோஷி பாராட்டியபடி ஈக்கள் மொய்த்த சைவ உணவைத்தின்றார்.மிகவும் சிரமப்பட்டு, ஈக்கள் தவிர்த்து மதிய உணவு முடித்தோம். கால் மணி நேர இளைப்பாறல் முடித்து, 3.00 மணியளவில் திரும்பினோம். மறுபடி மசாய் மாரா ... சியன்னா ஸ்பிரிங்க்ஸ் தங்குமிடம் நோக்கி. வழியாவும் வழக்கமான விலங்குகள்... புழுதிக்

காடுகள்... புல்வெளிகள்... தங்குமிடம் அடைந்த நேரம் மாலை 5.40 மணி.

அலெக்ஸ் மறுநாள் நிகழ்வாக, ஹாட் ஏர் பலூனில் பறந்து, விலங்குகள் காணச் செல்லலாமா? எனக்கேட்டபோது, பலூன் பயணத்தில் அப்படியொன்றும் விசேஷமில்லை எனவும், ஒரு ஆளுக்கு 250டாலர் (18000 இந்திய ரூபாய்) என்ற எனது நண்பர்களின் நினைவு வந்து மறுத்தேன்.

'நாளை இந்த மண்ணின் மைந்தர்களின் கிராமத்துக்கு சென்று, அவர்களின் வாழ்க்கை, வரலாறு, இன்னபிற சுவாரஸ்யங்கள் கண்டு வரலாம்' எனச் சொன்னேன்.

அதற்கான செலவினைக் கூற, சரியென சம்மதித்து, இறங்கி குடிலை நோக்கி நடந்தோம்.

அந்தச் சூழலில் சொல்லி மாளஇயலாத மாலைவேளை அழகு.

குடிலை அடைந்து குளித்து, குளிர்தாங்கும் உடையணிந்து கொண்டோம். மெல்ல நடந்து உணவுக்குடில் அடைந்தோம். ஒரு பத்து பேர் கொண்ட வடக்கிந்திய குடும்பம் எங்களைப் பார்த்து புன்னகைத்ததை தவிர்க்க விரும்பாமல் புன்னகைத்து சற்று தொலைவில் அமர்ந்தேன். TUSKER LAGER, PILSNER LAGER பீர் அருந்த அழைத்துக்கொண்டிருந்த பணியாளர்களின் அழைப்பை ஏற்று அவர்களை அணுகிய நேரத்தில், மனைவியும் மகனும் அந்த வட இந்திய குடும்பத்திடம் உரையாடலைத் தொடக்கி இருந்தார்கள். TUSKER LAGER பெரிய கோப்பையில் தனது நுரையாடலைத் துவங்கியிருந்தது.

ஒரு வணக்கத்தை வைத்து விட்டு, முகத்தை திருப்பி அமர்ந்து, தாகசாந்தி செய்தல் என்பது எழுபது வயது முதியவர்கள் கொண்ட கூட்டத்திற்கு செய்யும் அவமரியாதை என்றபொருள் ஏறக்குறைய

தொனிக்க அவ்வையின் ஆத்திசூடியில் வாசித்த நினைவு வந்தது. பக்கம் சென்று கைகுலுக்கி பெயர்சொல்லிஅறிமுகமானேன். குஜராத் அஹமதாபாத், சூரத் நகரங்களில் தொழில் முனைந்து செல்வம் சேர்த்த, பெரு முதலாளிகள் என்பது புரிந்தது. அவர்கள் கழுத்தில் தொங்கிய தடிமனான தங்கச்சங்கிலி மற்றும், ருத்திராட்ச மாலைகளால் அவர்களது புலம் புரிந்தது. நான்கு சகோதரிகள், நான்கு கணவன்மார்கள் ஐம்பத்தைந்து முதல் எழுபத்தைந்து வரை வயதுகளில் எட்டு பேர். நான்கு ஜோடிகள். இவர்களின் கூட்டுத்தொழிலின் மத்தியவயது பங்குதாரர் மற்றும் அவரதுஇளம் மனைவி என பத்து பேர். பேச்சிலும், தொனியிலும் கரன்சி மணம் கமழ்ந்தது. அரைமணி நேரப்பேச்சில் ஐம்பது நாடுகளில் பயணம் செய்த அனுபவமும், பொருளாதார புள்ளிவிவரங்களும், டீமானிட்டைசேஷனின்நல்விளைவுகளும், அதனால் இந்தியா அடைந்த சுபிட்சமும், அமீத்ஷாவின் வியூகமும்... அலைபாய்ந்தன. நான் அத்தனை சுவாரஸ்யம் காட்டாதது முகத்தில் தெரிய, ஐவரில் ஒருவர் 'அதெப்படி அன்றிலிருந்து இன்றுவரை தமிழ்நாடுமட்டும் தனிதிசையில்பயணிக்கிறது?'எனக்கேட்டதற்கு, பதிலாகஎன்னிடமிருந்து அழுத்தமானபுன்னகைவர, '''உங்களைப் போன்றோர்தான் தமிழ்நாட்டை மாற்றம் நோக்கி நகர்த்த வேண்டும்'' எனப் பொதுவாகச் சொல்லி வைத்தார்.'

அதெப்படிபெயர்கேட்டவுடன், காவியுடை போர்த்திகடுக்கண் மாட்டிவிட நீங்களே தீர்மானித்து விடுகிறீர்கள்? எனமனதில் எழுந்த கேள்வியை மட்டுப்படுத்திக் கொண்டேன்.,

எழுந்து கைகுலுக்கி, ''நீங்களனைவரும் நூறு வயது தாண்டியும் நல்வாழ்வுவாழ வேண்டும். அது வரை,தமிழகத்தில்அந்த மாற்றத்தைக் காணும் பாக்கியம் கிடைக்காதுஎனநம்புகிறேன்'' என்று பகடியுடன் சொல்லி, சிரித்தவாறு விடைபெற்றேன்.

அந்த அங்கதம் அவ்வளவாக ரசிக்கவில்லை என்பது அவர்களின் அமைதியிலிருந்து புரிந்தது.

'ஏம்ப்பா... அப்படி சொன்னீங்க??' அர்விந்த் கேட்க,

பல சொல்லக் காமுறுவர் மன்றமா சற்ற

சில சொல்லல் தேற்றா தவர்.

என்று குறள்சொல்லி நடந்து உணவுக்கூடம் அடைந்த வீரம்...

உணவருந்தி, ஆழ்ந்த உறக்கத்தில் இருக்கையில்...

விடியற்காலையில், வெகு அருகே பெருங்குரலில் ஒலித்த கர்ஜனை கேட்டு திடுக்கிட்டெழுந்த கணத்தில் காணாமல் போனது.

குடிலின்வெகு அருகாமையில் சிங்கத்தின் கர்ஜனை... நேற்றுகுடிலின்அருகேசுற்றியமானைத்தேடிசிங்கம்வந்துவிட்டதா? விடியற்காலைமணி4.35.அடர்த்தியானஇருட்டு. காட்டுப்பூக்களின் மணம். அமைதியானசூழல். மறுபடியும் இடியாக இன்னொரு கர்ஜனை. இம்முறை இன்னும் சற்று அருகாமையில்....

6

அத்தனை அமைதியான விடியற்காலை நேரத்தில் பலரின் கேள்விக்கு, இரைதேடச்செல்லும் சிங்கத்தின் கர்ஜனை மூன்று கிலோமீட்டர் தொலைவுவரை கேட்குமென உணவுக்கூட பணியாளர்பதில் சொல்லிக் கொண்டிருந்தார். விடியற் காலை இரண்டுமுறை அருகாமையில் ஒலித்தகர்ஜனை, பின்னர் தேய்ந்து தொலைவுக்கு போய்விட்டபின் சற்று நிம்மதியாக உறங்கினோம். இன்று அதிகாலை நிகழ்ச்சி நிரலொன்றும் இல்லை என்பதனால், ஏழரை மணிக்கு எழுந்து சாவகாசமாக சாப்பிட வந்தோம்.

ஒன்பதரை மணிக்கு, மசாய்மக்கள் வாழும் கிராமத்துக்கு சென்று அவர்களின் வாழ்விடம், வாழும் முறைகள் பார்ப்பதாகத்திட்டம். உணவுக்குப்பின்னர், நாளைக்காலை கிளம்புவதற்குத்தயாராக உடைமைகளை சரிசெய்து, பெட்டிக்குள் வைத்துக்கொண்டோம்.

காலை 9.00 மணிக்கு ஆப்ரிக்க பூர்வகுடிகள் வசிக்கும் கிராமத்தை அடைந்தோம். எங்களைப் போல பல சுற்றுலாப் பயணிகள் மசாய் இன மக்கள் வசிக்கும் கிராமம் காண வந்திருந்தனர். ஒவ்வொரு சுற்றுலாப்பயணக் குழுவையும் ஒரு மசாய் இனத் தலைவன் தமது மக்களுடன் கூடி, பாட்டுப்பாடி, குதித்தாடி கொம்பு ஊதி ஒலியெழுப்பி வரவேற்றான்.

எங்களுக்கும் அவர்கள் அணிந்திருந்த சிவப்பு, நீலம் , மஞ்சள் வண்ணப் போர்வைகளை போர்த்தி, சிறப்பு செய்து, அவர்கள் குடியிருக்கும் வளாகத்துக்குள் அழைத்துச் சென்றான். நான்கு புறமும் அவர்களின் வீடுகள் சூழ, நடுவில் பெரிய மைதானம். அசலான கால்நடைகள் மணம், ஆட்டுப்புழுக்கை, சாணம், பாலின் மணம்... களிமண்ணால் கட்டப்பட்டு சாணி மெழுகிய தரையுடன், அடர்த்தியான காட்டு மரங்கள் கூரையாக வேய்ந்த வீடுகள். மிருகங்கள் உள்ளே நுழையாத வண்ணம் குறுகலான ஜன்னல்கள்.

அழைப்பை ஏற்று விரைந்து வந்து வரிசையில் நின்ற மசாய் பெண்மணிகள்,கணுக்காலுக்கு மேல் உயர்த்திக்கட்டிய புடவையும், கறுப்பு, மாநிறத்தில் ரவிக்கை இல்லாத பாரதிராஜா திரைப்பட நாயகிகள் போலத் தெரிந்தனர். கைகளைத்தட்டி ஒற்றைக்குரல் சிம்பனியில் தானெனன்னா ... தன்னன்னா ... ஹையோய்யோ....

தனனெனன்னா ... தன்னன்னா ... ஹையோய்யோ....

என மூன்று நிமிடங்கள்பாடி, பாதியில் விட்டு வந்த

மெல்லச் சிறகசைத்து.... 280

வேலைகளைத்தொடரச் சென்றனர்.

‘தினமும் காலை நெடுந்தூரம் நடந்து தண்ணீர் கொண்டு வருவது மற்றும், விறகுகள் சேகரித்து வருவது பெண்களின் வேலை. கால் நடை மேய்ப்பு, உணவுத்தேவைகளை பார்த்துக்கொள்வது எங்களின் வேலை. பிள்ளைகள் கல்விக்கான சிறியதொருபள்ளி காட்டியுள்ளோம். செயல்பட்டுக்கொண்டு இருக்கிறது. இன்னும் விரிவாக்கப்பணிகள் நடந்துகொண்டிருக்கின்றன. எங்களது இனத்திலிருந்து கற்றுத்தேர்ந்த சில ஆசிரியர்கள் உள்ளனர். ஜேம்ஸ்... எங்கள் பள்ளியின் துவக்கநிலைப்பள்ளியின் ஆசிரியன்.’ இனத்தலைவன் எங்களிடம் விளக்க, ஆசிரியர் ‘ஜேம்ஸ் ’ தடிமனான ஆங்கிலப்புத்தகம் கையில் வைத்துக்கொண்டு கவனமாக ஆங்கிலேய உச்சரிப்பில் பேச முயற்சித்துக் கொண்டிருந்தான்.

‘தொலைவில் தெரியும் பழுப்பு நிற கட்டிடத்தைக்காட்டி, அது தான் எங்கள் பள்ளி, அதன் விரிவாக்கப்பணிகளுக்காக, உங்களால் ஆன நன்கொடை அளியுங்கள்’ எனச் சொல்லி தனது கடனை செவ்வனே ஆற்றிபுகைப்படம் எடுத்து நகர்ந்தான்.

‘பிச்சைப்புகினும் கற்கை நன்றே’ என மசாய் இன மொழியிலும் யாரேனும் ஒரு கவிஞன் ‘வெற்றிவேற்கை’ எழுதி வைத்து விட்டு சென்றிருக்கக்கூடும்.

பத்து டாலர்களை நன்கொடையாக எங்களிடம்பெற்று நன்றி சொன்னான்.

‘1960கள் வரை... ஒரு வலுவான ஆண்சிங்கத்தை சின்னஞ்சிறு கத்தியைத்தவிர எந்த ஒரு பெரிய ஆயுதமும் இன்றி, கொன்று வீரத்தைநிரூபணம் செய்பவனுக்கே எங்களது இனத்தில் பெண்கொடுப்பார்கள்... பின்னாட்களில் சிங்கங்களின் எண்ணிக்கை

குறைந்து வருகின்ற காரணத்தாலும், மிருக வதை தவிர்க்கும் நல்லெண்ணத்தாலும் அந்த வழக்கம் கைவிடப்பட்டது'

என்று கடந்த பத்தாண்டுகளுக்கு முன் மணமான இனமானத் தலைவன் கையில் இருக்கும் நீண்ட கோலை தரையில் குத்தியவாறே விளக்கினான்.

'இப்போது... பெண்கொடுக்க ஏதேனும் விதி முறைகள், தகுதிகள் உள்ளனவா?'

'ஆம்... ஆண்கள் குறைந்த பட்சம் நூறு மாடுகள் சொந்தம் கொண்டிருக்க வேண்டும்'

நூற்றியொரு மாடுகளையும் சேர்த்து மேய்க்கும் வேலை பெண்களுடையது என அவன் சொல்லாமல் புரிந்தது.

'கோன்'- என்ற வார்த்தைக்கு தலைவன் என்ற பொருளும், கோல் தாங்கியவரை அதிகாரத்துக்குரியவராகக்கருதுவது நமது பழமையான வழக்கம். செங்கோல் ஏந்தும் மன்னனும், ஆநிரை மேய்க்கும் கண்ணனும், மேய்ப்பரான ஏசு கிருஸ்த்துவும், இந்து மத மடாதிபதிகளும் தண்டம் ஏந்தி தலைவன் தோற்றம் கொள்வதும்,தமிழில் மாடு என்ற பதத்தின் பொருளே செல்வம் என்பதும் நினைவில் வந்தது.இவையனைத்தும், ஆப்ரிக்க கண்டமும் , தமிழ்கூறும் நல்லுலகும்முன்னர் லெமூரியாகண்டமாக பெரும் நிலப்பரப்பாக இருந்ததற்கான சாட்சிகளாக இருக்கவும் கூடும்.

'மாட்டின் பாலைக் கறந்து, அதே மாட்டின் கழுத்து நரம்பில் துளையிட்டு வலிக்காமல் இரத்தம் சேகரித்து, குறித்ததொருவிகிதத்தில் பாலுடன் கலந்து நுரைக்க நுரைக்க, அருந்துவது எங்களது பானம். ஒரு முறை ரத்தம் சேகரிக்கப்பட்ட மாட்டிடம் அடுத்த இரண்டு

மாதங்களுக்கு ரத்தம் எடுக்கமாட்டோம். மற்றபடி பசும்பால், ஆட்டுப்பால், ஆடு, மாடு, பன்றிகளின் சுட்ட இறைச்சி இவைகள் எங்களது அன்றாட உணவுகள். இந்த காலத்திலும் எங்களது பாரம்பரியம் காக்கின்றோம். செயற்கை உணவு வழக்கம் எங்களிடம் இல்லை... நீங்கள் உண்ணுகின்ற விதமாக மசாலா, வாசனைப்பொருட்கள் கலந்து சமைக்கும் வழக்கமும் இல்லை'

என்றவாறே எங்களை அவர்களது குடிசைக்குள் அழைத்துச் சென்றான். இடுப்பு வரை குனிந்து உள்ளே சென்றோம். மறுபடியும் அதே மணம். இருட்டான எட்டு அடிக்கு எட்டு அடி பரப்பில் ஒரு படுக்கை அறை. தடுப்புச்சுவர் தாண்டி ஜன்னலுடன் சமையலறை. தரையில் அமர்ந்து சமைக்க விறகுஅடுப்பு. அலுமினியத்தட்டுகள், குவளைகள், கோப்பைகள்.அடுக்கி வைக்கப்பட்டிருந்த விறகுகள். சில நிமிடங்களுக்கு மேல் உள்ளே அமர்ந்திருக்க இயலாதபடி ஒரு நெடி. வெளியே வந்தோம். ஐந்து பிள்ளைகளுக்கு தாயான தனது இல்லாளைக் காட்டினான் மசாய் தலைவன். மலங்க மலங்க விழித்துக்கொண்டு 'ஜாம்போ' என்றவள், ஒருஜாடைக்கு இளைத்து கறுத்த, ஹாலிவுட் நடிகை கெர்ரி வாஷிங்டன் சாயலில் இருந்தாள்.

சூட்டுக் குச்சியைவைத்து நெருப்பை உருவாக்கும் வித்தையை காண்பித்து ... இதை வைத்துக்கொண்டு இருபது டாலர் கொடுங்கள் என்ற மசாய் குழுவிடம், குச்சியை திரும்பக்கொடுத்து,எங்கள்ஊர் துபாய் கோடை நாட்களில் நெருப்புக்கு அவசியமே இன்றி அனல் தகிக்கும் நகரம். குச்சி வித்தை உங்களிடமே இருக்கட்டும் என்றேன்.

''பராவாயில்லை. வைத்துக்கொள்ளுங்கள்...''என்றவவர்களிடம், நான்ஐந்து டாலர் கொடுக்க, குச்சியை மகன் வாங்கிக்கொண்டான்.

விற்பனைப் பிரதிநிதியாக, கைவினைப்பொருட்கள்

கடைவிரித்திருந்த இடத்துக்கு அழைத்துப் போக, இருபது நிமிடங்கள் சுற்றி வித விதமான மரப் பொம்மைகள்... ஜோடி மசாய் ஆண்,பெண், சிறுத்தை, ஒட்டகச்சிவிங்கி, சிங்கம், அமர்ந்திருக்கும் மசாய் வயோதிகர், நீர் சுரக்குடுவை... பேசித்தீர்த்து, பணம் கொடுத்து கைவினைப்பொருட்கள் வாங்கி வெளியே வந்தோம். தமது கையில் இருந்த ஒரு யானைத்தந்தம் வைத்த மாலையை இனத்தலைவன் பரிசளிக்க, நன்றிகூறினோம். .

டயர்செருப்பும், சட்டையில்லா உடலில் போர்த்திய பளிச் வண்ணப் போர்வையுமாக வலம்வரும் மசாய் இனம் அச்சு அசலான ஆப்ரிக்க பழங்குடிஇனம். கல்வியின் அவசியத்தை உணரத் தொடங்கியிருந்தாலும், தமது பழக்க வழக்கங்களைத் துறக்கமனமின்றி, வேட்டையும், வெக்கையும், கால்நடைக்குருதியும், பாலும், சுட்டமாமிசமும், சூட்டுக்குச்சியுமாக நாடோடிவாழ்க்கைவாழ்கிறார்கள். ஏழுபிள்ளைகள் பெற்றுஅத்தனைப் பிள்ளைகளையும்அவ்விதமேவளர்த்து, புழுதியும், மண்ணும், அழுக்கும், காடுமாக வாழ்ந்துமடிகிற மண்ணின்மைந்தர்கள். பெரும்பான்மையானநாடுகளில், நிலங்களில், மண்ணின் மைந்தர்களின் நிலை இவ்விதமே இருக்கிறது.

வந்தோர் வளைக்க வளைக்க வளைந்து, தனக்கான நிலத்தின் தலைநகரில் தன்னை இந்த உடை அணிந்து செல்ல அரசுஅனுமதிக்கிறதுஎன, தனது கழுத்து மாலையை சரி செய்தபடி பெருமையுடன் சொல்லிய மாசாய் இன மனிதனைப் பார்த்து வேதனையாக இருந்தது. பழையனவற்றை கழிக்காமல், விடாமல் பற்றிக்கொண்டு மாற மனமில்லாமல், மாறும் உலகுடன் பயணம் செய்ய முடியாமல், பின்தங்கிய மக்களின் கண்களில் ஒரு சோகம் இழைந்து கொண்டே இருக்கிறது. இந்த அத்துவான வெளியில்

தற்காலிக குடில்கள் அமைத்து, வெயிலும், மழையும், இடியும் , மின்னலும், வெள்ளமும்,காற்றும் தாங்கி, பெற்ற பிள்ளைகளில் பலவற்றை நோய்க்கு காவு கொடுத்து, ஐந்து டாலருக்கும் பத்து டாலருக்கும் கைநீட்டி, வரும் சுற்றுலாப் பயணிகளிடம் 'லன்ச் பாக்ஸ்' கேட்டு, மரக்கட்டைகளில், விலங்குகளையும், தங்களது உருவங்களையும் செதுக்கி, விரல்களும், மனங்களும்காய்த்துப் போய்வாழ்ந்து தீர்க்கும் மக்கள் குறித்து அரசு எந்த அக்கறையும் கொள்வதாகத் தெரியவே இல்லை. அமெரிக்க செவ்விந்தியர்கள், ஆஸ்திரேலிய அபாரிஜினல்ஸ்,ஈழத்தமிழர், அனாதையான அர்மீனியர்கள்... என,பெரும் சோகங்கள்உலகெங்கும் பேரரசியல் வணிகத்தின் வியூகமாக தொடந்து கொண்டே இருக்கிறது.வண்டியின் வாக்கி டாக்கி ஆன்டென்னா பழுது பார்க்க சென்றிருந்த அலெக்ஸ் வரும் வரை, மசாய் மக்கள் சூழ புகைப்படம் எடுத்துக்கொண்டோம். அன்புடன் விவரங்கள் சொல்லி பரிசளித்த இனத்தலைவனின் கையில் சில அமெரிக்கன் டாலர்களைக் கொடுத்து, விடைபெற்றோம்.

வாகனம் வரை வந்து வழியனுப்பி, கையசைத்த மக்களின் அன்பு அலாதியானது. தேச எல்லைகளைத்தாண்டி, கண்டங்களின் பிரிவைத்தாண்டி, மனிதர்களை ஏதோ ஒன்று இணைத்து வைக்க முயன்று கொண்டே இருக்கிறது. அது தான் நம்மைநெகிழச் செய்கிறது...பிறர் துன்பம் கண்டு கலங்கச் செய்கிறது... கண்களில் நீர் சுரக்கச்செய்கிறது... மனதை கனக்கச் செய்கிறது...

இது போன்ற கணத்தில் அது 'மனிதம்' என்று சாஸ்வதமாகபுரிந்து கொள்ள முடிகிறது.

வாகனம் வழக்கமான தட தடப்பில், புழுதியை கிளப்பியவாறு தங்குமிடம் விரைந்து கொண்டிருந்தது. நான்குநாட்களில் ஆப்ரிக்க மண்ணின் வாசம் பழகிப்போய் இருந்தது. அழுக்கும், புழுதியும்

படலமாக உடம்பில் மூடிக்கொண்ட பின்னும், இயல்பாக இருக்க பழகியிருந்தது.

'ஹகுன மட்டாட்டா...' என்னையறியாமல் வாய் முணுமுணுத்ததது

அலெக்ஸ் பரவசமாகி உரக்கச்சிரித்தான் 'யெஸ் ... யெஸ் ... ஹகுன மட்டாட்டா' குதூகலித்தான். பின்னால் அமர்ந்திருந்த மனைவியும், மகனும் சிரித்தது, முகத்தில் புழுதியைத் தவிர்க்க கட்டிக்கொண்டிருந்த கர்சீப்பின் மறைப்பிற்கு பின்னும் தெரிந்தது.

மணி 1.00 நண்பகல்

சியான்னா ஸ்பிரிங்ஸ் ... மழைத்தூறலில்... மனிதர்கள் ஆரவாரமற்றபுல்வெளியில் மானும் , குரங்குகளும் சுதந்தரமாக உலவிக்கொண்டு இருந்தன. இன்று இனி முழு நாளும் ஓய்வு தான் என்ற எண்ணமும், மெல்லிய மழைச் சாரலும், மனசுக்குள் குளிரடித்துக்கொண்டிருந்தது.

சியானா ஸ்பிரிங்ஸ் ... முழுக்க நடந்து திரிந்தோம். அடர்ந்துயர்ந்த மரங்கள், காற்றில் சிலு சிலுத்தவாறு அசைந்தாடிய மூங்கில்கள், தரையிறங்கி தத்தி நடந்த சினச் சின்ன வண்ணப் பறவைகள், அவையெழுப்பிய ஒலிகள்... நமது முன்னோர் எத்தகைய வாழ்வை வாழ்ந்திருப்பார்கள் என்பதை ஒரு சிறு துளியாக உணர்ந்தோம். ஒரு ஒழுங்கை மேற்கொண்டு வாழும் பறவைகள், பூச்சிகள், விலங்குகள், தாவரங்கள். ஒழுங்கை மீற அறிவியல் துணைத் தேடும் நாம்...

மதிப்பிற்குரிய எழுத்தாளர், பேச்சாளர், ஆவணப்பட இயக்குநர் பாரதி கிருஷ்ணகுமார் சொல்வார், 'மரத்துக்கும், செடிக்கும் ஓரறிவு... நத்தைக்கும், சங்குக்கும் ஈரறிவு... எறும்புக்கும், கரையானுக்கும் மூவறிவு... நண்டுக்கும் வண்டுக்கும் நாலறிவு... விலங்குக்கும் ,

பறவைக்கும் ஐந்தறிவு... மனிதனுக்கு மட்டும் ஆறறிவு... என மனிதனுக்கு மொழி கைவரப்பெற்றிருக்கும் ஒரே காரணத்தால் பல ஆண்டுகளாக சொல்லிக்கொண்டு இருக்கிறான். இன்னும் அதை ஒரு நாய் கூட ஆமோதிக்கவில்லை ...??!?!?'- என்பார்.

கானகமும், காட்சிகளும்அதை நினைவுபடுத்துகின்றன... உறுதிபடுத்துகின்றன.

பகல் உணவுக்குப்பின்னர் சற்று சாய்ந்து கதைகள் பேசி சிரித்து, ஓய்வெடுத்தோம்.

அந்தி மயங்கும் கேம்ப் ஃபயர் நேரத்தில், கிடார் வாசிக்கும் ஆப்ரிக்க இளைஞனிடம் ஸ்பானிஷ், ஆப்ரிக்க, அமெரிக்க சுற்றுலாப்பயணிகள், பீர் குடித்தவாறு, நேயர் விருப்பம் சொல்லி பாடல்களுக்கான இசையை வாசிக்கச் சொல்லி கேட்டிருந்தனர். பன்னாட்டு இசை ஞானம் இல்லாத நான் அமைதி காக்க, மகன் சில பாடல்களைச் சொல்லி கேட்டான். அரைமணி நேரத்துக்குப்பின், அந்த ஆப்ரிக்க இசைக்கலைஞன் என்னிடம் 'ஏதேனும் ஒரு பாடல் நீங்கள் சொல்லுங்கள் நான் வாசிக்கிறேன்' எனக்கேட்க, நான் சற்று குழப்பத்துடன். ''எனக்கு ஆங்கிலப்பாடல்கள் அத்தனை பரிச்சயமில்லை... என்னளவில் என்றும் வியப்புக்குரிய எங்கள் இசைக்கலைஞனின்,1980களின் சில கிடார் இசைப்பதிவுகளை ஒலிக்க விடுகிறேன்... முயன்று பாருங்கள் ' எனச் சொல்லிவிட்டு, 'என் இனியபொன் நிலாவே...'

'இளையநிலா பொழிகிறதே...' பாடலின் இரு இடையிசைக் கோர்வைகளையும் (interlude) எனது திறன் பேசியில் ஒலிக்க விட்டேன்.

'தயவு செய்து இன்னொரு முறை...' - சில குரல்கள்.

நெருப்பு கனன்று கொண்டிருக்கும் ஒளி ஒலியின் பின்னணியில் அந்த முன்னிரவு நேரத்தில், இருபத்தைந்து அயல் நாட்டவர் சூழ்ந்த இடத்தில், குளிர் காற்றில் தன்னைக் கரைத்துக் கொண்டிருந்த கானகத்தில், காற்றின் பக்கங்களில் கரைந்து கொண்டிருந்தது நமது பண்ணைபுரத்து பண்டிதனின் இசை.

அத்தனை பேரும் ஆஸம் ... கிரேட் ...என்றவாறு கரவொலி எழுப்ப, மௌன சாட்சியாக 'முகவரியை சரியாகத்தேடி வந்து, மேகங்களுக்கிடையே மறைந்தும், ஒளிர்ந்தும் கண்சிமிட்டிக் கொண்டிருந்தது இளையநிலா'

7

ஆஸ்டின் இயந்திரப்படகை உசுப்பி, உயிர்ப்பிக்க வைத்து 'நைவாஷா' (Naivasha lake) ஏரியில் நாங்கள் நகர ஆரம்பித்த நேரம் பகல் 1.30 மணி.

அழகான அம்சமான ஆங்கிலத்தில் படகோட்டி ஆஸ்டின்,' ஒரு மணி நேரம் நாம் இந்த ஏரியில் பயணம் செய்யப்போகிறோம். முதலைகள் இல்லாத ஏரி.ஏறத்தாழ 140 சதுர கிலோமீட்டர் அளவில் பரந்திருக்கும் இந்த ஏரி, எங்களது மொழியில் 'கடும் நீர் - rough water' எனப்பொருள்படும் நன்னீர் ஏரி. கரைகளில் ஹிப்போஸ் எனப்படும் (HIPPOPOTAMUS) நீர் யானைகள் நிறைந்திருக்கும். கென்யாவின் வளமான பகுதி 'நாகோரு கவுண்ட்டி' -யில் விரிந்து கிடைக்கும் இந்த ஏரியைச் சுற்றி பூந்தோட்டங்களும், வாசனை திரவிய தயாரிப்புத் தொழிற்சாலைகளும் நிறைந்துள்ளன. சுற்றுலாப்பயணிகள் விரும்பி வந்து குவியும் இடம்... மிக அழகான, மிக மிக ஆபத்தான இடம்...

இருபதடி தொலைவில் தலையும், கண்களும், முதுகும் பாறை போல் தெரிய நீரில் மிதந்து கொண்டு இருக்கும் நீர்யானைகளை பார்த்தவாறு

கேட்டோம் 'ஏன் மிக மிக ஆபத்தான இடம்??'

ஆஸ்டின் சற்று சீரியஸான முக பாவத்துடன்,' நீங்கள் பார்த்துக்கொண்டிருக்கும் ஹிப்போஸ் தான் அந்த ஆபத்துக்கு காரணம்...'

'தாவரங்களை உண்டு, நீரில் கிடைக்கும் இவைகளா ஆபத்தானவைகள்?' என ஆச்சர்யத்துடன் கேட்டோம்.

சட்டென்று படகின் விசையைக்கூட்டி ஆஸ்டின் நீர்யானைகள் கிடந்த திசைக்கு எதிர் திசையில் படகை செலுத்தினான். கடுமையான குரலில்,

'அதோ ஒரு ஹிப்போ நமக்கு பதினைந்தடி தொலைவில் நீருக்கடியில் மூழ்கி நம்மை நோக்கி நகர்ந்து வருகிறது... சில நொடிகளில் நான்கடி உயரத்துக்கு இப்போது நீரூற்றுபோல் வெளியே பீய்ச்சுவதைப் பாருங்கள்... ' எனச் சொல்லி சில நொடிகளில் எங்களது உடைகள் சாரலில் நனையுமளவு ஒரு நீரூற்று நீர்வெளியில் உயர்ந்தெழுந்து தெறித்தது.

ஆழ் நீர்நிலைகளைக் காணும் போதெல்லாம், எனது கற்பனை உச்சமடைந்து, அச்சம், பதட்டம் அதிகரிப்பது எனது லட்சணங்களில் ஒன்றென எனது மனைவி மட்டுமறிந்து, தேனிலவுக்குப் பின்னர் ஊரறியச்செய்த ரகசியம்.

'படகைதிருப்ப சொல்லிருவோமா? என கிண்டலாக கேட்டது உண்மை என எண்ணி, திகிலுடன் நீர்யானையின் திசையை பார்த்தவாறே... 'OK ' என்றேன் சீரியஸாக.துரத்தும் ஹிப்போ தந்த பீதியைத் தாண்டி மனைவியும் மகனும் சிரித்தார்கள். நான் கர்ம சிரத்தையாக, 'ஆஸ்டின் ... ஆஸ்டின்... இது இன்னும் எவ்வளவு தூரம்

நம்மைத் துரத்தும்???'

ஆஸ்டின் சற்று அமைதியாக' நாம் இப்போது இருபதடிகளுக்கும் அதிகமான ஆழமான பகுதிக்கு வந்து விட்டோம். இனி அவைகளால் வரஇயலாது. ஹிப்போக்கள் நீரில் துரத்தினால் ஆழமான பகுதிக்குப் போய்விடவேண்டும், அவைகளால் ஆழமான பகுதியில் நீந்த இயலாது. நிலத்தில் துரத்தினால், வளைந்துவளைந்துஓட வேண்டும். அவைகள் பின்தொடர இயலாமல் நின்றுவிடும். பகலெல்லாம் சூரிய ஒளியின் வெப்பம் தாங்க இயலாத புறத்தோல் கொண்ட நீர்யானைகள் நீரின் குளுமையில் தன்னை அமிழ்த்திக்கொண்டு ஒரு வித தியான நிலையில் இருக்கின்றன. சூரியன் அடைந்த பிறகு, ஆறு மணியளவில் பொறுமையாக நிலத்துக்கு வருகின்றன.ஆறு கிலோமீட்டர் தூரம் நடந்து இரவெல்லாம் நாற்பது கிலோ தாவர உணவு உண்ணுகிறது. விடியற்காலையில் நீர்நிலை அடைந்து நாளெல்லாம் அமிழ்ந்து கிடக்கிறது...

நீரிலோ, நிலத்திலோ, யாரேனும் அருகே வருகையில் தம்மைத் தாக்க வருவதாக கற்பிதம் செய்து கொண்டு, தாக்க முற்படுகிறது. மூவாயிரம் கிலோகிராம் எடை கொண்ட நீர்யானை ஒரு சிறு முட்டு முட்டினாலே, எண்பது கிலோ கிராம் எடை கொண்ட எளிய மனிதன் நிலை குலைகிறான், நிலை குலைகிறநொடியில், தனது மிகக்கூரிய பற்களால் மனிதனைத்துண்டாடி, மறுபடி துண்டாடி இரண்டு மூன்று துண்டுகளாக்கி, இனி தனக்கு ஆபத்தில்லை என்பதை உறுதிசெய்து விட்டு கடந்து செல்கிறது.

வெறும் தாவரம் உண்டு உயிர் வளர்க்கும் ஹிப்போஸ் இந்த நிலப்பரப்பில் சிங்கம், சிறுத்தைகளைக் காட்டிலும் ஆபத்தான மிருகம். கடந்த ஆண்டு ஒரு மாலை வேளையில் சொல்லச்சொல்ல கேட்காமல், நிலத்தில் நடந்துகொண்டிருந்த ஹிப்போவை அருகில் சென்று

புகைப்படம் எடுக்க முயன்ற ஒரு திபெத்திய சுற்றுலாப்பயணியை நான்கு துண்டாக சிதைத்து,பின்னர்சமாதானமாக புல் மேய்ந்து கொண்டிருந்தது. ஹிப்போக்கள் மிகஆபத்தானவை''

எனது பத்தாம் வகுப்பு கணக்கு ஆசிரியர் ' வீரராகவன் சார்' சொல்வது போல் ஒரு படு தத்தியான முகபாவம் கொண்ட இந்த விலங்கிற்குள் இத்தனை அழிச்சாட்டியமா? என வியப்பாக இருந்தது.

' ஹிப்போவின் ஒரு குடும்பத்தில் ஓர்ஆணே இருக்க முடியும்... பிறந்தது ஆண் ஹிப்போ எனும் பட்சத்தில் பெண் ஹிப்போ தனது ஆண் வாரிசை தொலைவில் வைத்தே குடும்பத்தலைவனுக்குத் தெரியாமல் வளர்க்கும். கண்ணில் தனது ஆண் வாரிசைக் கண்ட அடுத்த கணமே, பிள்ளையைக்கொன்று விடும் குரூரம் மிக்கது ஹிப்போக்களின் வாழ்வு முறை. தமது தோலின் மென்மைத்தன்மை நேரடி சூரிய ஒளியில் காய்ந்து, வெடித்துப்போகும். வெடித்துப் போன தோலுடன் நீரில் இறங்கினால் மீன் முதலிய நீர் வாழ் உயிரினங்கள் தோலின் வெடிப்புக்களை ஆய்ந்து, தின்று, அழுகி உயிரிழக்க நேரிடும் காரணத்தால்...நீரில் நிலை கொள்கிறது... மாலை வேளையில் உங்களது தங்குமிடங்களில் இருந்து நீண்ட தொலைவு நடந்து செல்லாதீர்கள். ஹிப்போஸ் தாக்கும் ஆபத்து இருக்கிறது ...'

என நீண்டதொரு உரையை ஆற்றி ஹிப்போஸ் பெருமைகளை சொன்ன ஆஸ்டின் , படகினை வெகு லாவகமாக ஒட்டி, பக்கவாட்டு கரைகளில் பரபரப்புடன் இயங்கும் மீன் வியாபார ஸ்தலங்களையும், எகிப்து முதலான பல்வேறு ஆப்ரிக்க நாடுகளில் இருந்து வரும் பறவைகளையும் , 1985-ல் வெளிவந்த ஹாலிவுட் படம் 'OUT OF AFRICA" திரைப்படம் இங்கு தான் படமாக்கப்பட்டது எனக் காட்டி விளக்கினாலும் மனது, ஹிப்போஸின் குரூர இயல்பில் வியந்து, பயந்து கிடந்தது.

மணி இரண்டரையைத்தாண்டிய போது, கரை .திரும்பினோம். வெகு கவனமாக நீர்யானைகளைத் தவிர்த்து வேற்று திசையில் படகை செலுத்த ஆஸ்டினிடம் அன்புடன் தணிந்த குரலில் சொன்னது, நீர் யானை உட்பட, அத்தனை பேருக்கும் கேட்டதாக எனது மனைவி சொல்ல, மகனும், ஆஸ்டினும் சேர்ந்து சிரித்தனர்.

கரைக்கு வந்த உடன், சேதாரம் ஏதுமில்லாமல் எங்களை ரட்சித்து காத்தமைக்கு ஆஸ்டினுக்கு நன்றி சொல்லி வாகனம் ஏறினோம். கையில் இருந்த வாழைப்பழங்களை சாப்பிட்டு தண்ணீர் அருந்தினோம். அடுத்த ஒரு மணி நேரம் தாங்கும்.

நங்கள் தங்கும் கொங்கோனி (KONGONI LODGE) நைவாஷா ஏரியின் கரையில் படகுத்துறைக்கு 40 கிலோமீட்டருக்கு அப்பால் இருந்தது.அநேகமாக 3.30 மணிக்கு சென்று சேர்வோம். 'ஏற்கனவே உங்களுக்காக உணவு எடுத்து வைக்கச் சொல்லி விட்டேன்'

அலெக்ஸ், உன்னை கானகத்து சிறு தெய்வங்களும், தேவதைகளும் காக்க வேண்டும்.

நேற்றிரவு சியானா ஸ்பிரிங்ஸ் தங்குமிடத்தில்,ஒரு சுற்றுலாப் பயணிக்கு உடல்நிலை மற்றும் சுவாசப்பிரச்சனை காரணமாக, மின்சார நிறுத்தம் இல்லாததால், எந்த சங்கடமும் இன்றி உறங்கி எழுந்த புத்துணர்ச்சி கொடுத்த தெளிவிலும், உற்சாகத்தில் இத்தனை நீண்ட பயணத்தையும், இத்தனை நேரப்பசியையும் தாங்கிக்கொள்ள முடிந்தது.மசாய் மாரா -வில் இருந்து நைவாஷா ஏரிக்கு எட்டரை மணியிலிருந்து ஒன்றரை மணி வரை ஐந்து மணி நேரப் பயணம். தேநீர்அருந்த இரண்டு இடைநிறுத்தங்கள். தற்போது, ஏதேனும் கிடைக்காதா என்ற தவிப்பில்,நாற்பது நிமிடப்பயணத்தில், கொங்கோனி தங்குமிடம் அடைந்தோம். வரவேற்பறை

சினிமாக்களில் பார்த்துப் பழகிய ஒரு கிராமத்து பண்ணையாரின் வீட்டு வரவேற்பறையை நினைவுபடுத்தியது. வரவேற்பு பானம் குளிரக்குளிர உயிர் வரை இனித்தது. சம்பிரதாயங்கள் முடித்து, ஒரு பெண் பணியாளர் முன்னூறு மீட்டர் தொலைவில் இருந்த ஒரு ஓடு வேய்ந்த காட்டேஜ்-க்கு அழைத்துச் சென்று கதவு திறந்து நன்றி சொல்லி, சீக்கிரம் உணவுக்கூடம் சென்று பகல் உணவு முடிக்கும்படி , செல்லும் வழியையும்காட்டினார்.

முப்பதடி நீளம் இருபதடி அகலம் இருந்த விஸ்தாரமான வரவேற்பறையின் சுவற்றில் பாடம் செய்யப்பட்ட மான்களின் தலை மற்றும் ஒரு வனத்தின் நீட்சியாக உணரவைக்கக் கூடிய முனைப்புகள் தென்பட்டன. பெட்டிகளை வைத்து விட்டு, காலணி மாட்டிக்கொண்டு, நீச்சல் குளம், புல்வெளி சூழ இருந்த உணவுக்கூடம் சென்று, 12.30 மணிக்கு தயாரான உணவை 4.00 மணிக்கு காய்ந்துகிடந்த பதத்தில், அகோரப்பசியில் மென்று முழுங்கி, பழச்சாறு அருந்தி நிறைவு செய்தோம்.

மேகமூட்டமாக இருட்டிக்கொண்டும், மழை தூறிக்கொண்டும் இருந்த மாலை வேளை. நடந்து செல்ல பாதைத் தடங்கள். இருபுறமும் பத்தடி வளர்ந்து நிற்கும் புதர்கள். சைக்கிள் ஓட்டிக்கொண்டும், விளையாடிக்கொண்டும் இருக்கும் சிறுவர்கள்.

மதுக்கூடத்தில் பொன்வண்ண திரவத்தில் ஐஸ்கட்டிகள் மிதக்க, அவ்வப்போது சுவைத்தும், புகைத்தும், தங்கள் பெருநிறுவனத்தின் வளர்ச்சி குறித்த உரையாடல்களை நிகழ்த்துவது போன்ற பாசாங்கில், நீச்சல் குளத்தில் நடமாடும் ஐரோப்பிய பெண்களின் தாராளத்தை அளந்து கொண்டிருக்கும் மூன்றுவடஇந்திய நாற்பதுகளின் ஹிந்தியில் ஊறிய ஆங்கிலம்...கேட்டுக்கொண்டும், பார்த்துக்கொண்டும், காட்டேஜ் அடைந்தோம். கதவினைப்பூட்டி, சற்று நேரம் ஓய்வெடுக்க

நினைத்து சோபாவில் சாய்ந்ததில் கண் சற்று மயங்கியது.

அரைமணி நேர உறக்கத்திற்குப்பின்னர், கதவு திறந்து வெளியே வந்து பார்க்கையில்எத்தனை தூரத்தில், தனியான இடத்தில் இருக்கிறோம் என்பது பிடிபட்டது. கொஞ்சம் மேடான நிலப்பகுதியில் எங்கள் காட்டேஜ் அமைந்திருக்க, கீழே சற்று தொலைவில் ஏரி நீரில் சாலை விளக்கொளியின் வெளிச்சப் புள்ளிகள் அடர்ந்த புதர்களுக்கப்பால் தெரிந்தன. அறையிலேயே காப்பி போட்டு குடித்து, முற்றத்தில் வந்து நின்ற நேரம், ‘சூரியன் அடைந்த பின்னர் ஆறு கிலோமீட்டர் தொலைவு வரை நடந்து செல்லும் நீர்யானைகள் ஒரே இரவில் நாற்பது கிலோகிராம் தாவரங்களை உண்ணுகின்றன...’என ஆஸ்டின் சொன்னது அசரீரி போல் ஒலித்தது. காணுமிடமெல்லாம் ஹிப்போஸின் வடிவங்களாகத் தெரிய, அசையும் புதர்களின் பின்னால் ஹிப்போக்கள் ஒளிந்து கொண்டு இருப்பது போல பிரம்மை.கடந்த ஆண்டு அருகே உள்ள ஒரு ஹோட்டலில்இரவு நேரத்தில் நீர்யானையை புகைப்படம் எடுக்க முயன்ற திபெத்தியருக்குநேர்ந்த கதியை நினைத்து கதி கலங்கியது. சுற்றி சூழமின் வேலிஅமைக்கப் பட்டுள்ளதா? எனக்கேட்டிருக்கவேண்டும். இரவுஉணவுக்கு செல்லும்போதுகேட்டுக்கொள்ளலாமா? மனது புரண்டு புரண்டு தவித்து க்கொண்டிருந்தது. மனைவியும், மகனும் தொலைக்காட்சியில் ஆப்ரிக்கயானைகள் பற்றிய ஆவணப்படத்தில் மூழ்கி இருந்தனர். எனது நினைவுகள் முழுக்கதெப்பத்தில் மிதக்கும் ஹிப்போஸ் நிறைந்திருந்தன.

வழக்கமான உணவு வகைகளுடன், பிரத்தியேக ஆப்ரிக்க வகை உணவுகளும் வைக்கப்பட்டிருந்தன. மூன்று வித சூப், பச்சைக் காய்கறிகள் சாலட் வகைகள், பழங்கள், இறைச்சி வகைகள், வித வித வண்ணங்களில் மூன்று வித சோறு, ஏதேனும் ஒரு தோற்றத்தில், பதத்தில்

பீன்ஸ், முட்டை, நண்டு, லோப்ஸ்டர்... என ஆயிரமிருந்தும், உதிர உதிர ஆந்திரப் பொன்னி அரிசிச் சோறு, வெங்காய சாம்பார், புதினா,கொத்துமல்லித் துவையல்,உருளைக்கிழங்கு வறுவலும், அப்பளமும்...நினைவில் வரிசைக் கட்டி நின்றன.

பயணங்களின் நிறைவு நாட்களில் தோன்றும் உணர்வு.

'இந்த கொங்கோனி லாட்ஜ் வளாகத்துக்குள் எந்த விலங்கும் வர முடியாதவண்ணம் பாதுகாப்பு ஏற்பாடுகள் செய்யப்பட்டுள்ளன ... கவலை வேண்டாம் ...' என சிரிப்பை அடக்கியபடி உணவாக உதவியாளர் உறுதியளித்து 'ஹகுன மட்டட்டா' என்கிறார்.

அக்கம்பக்கத்தில் அமர்ந்து உணவருந்திக்கொண்டிருந்தோர் பலரும் ,'ஹகுன மட்டாட்டா' எனக்கூறி மகிழ்ந்தனர்.

குளோப் ஜாமூன்கள்பெரிய பாத்திரத்தில் ஜீராவில் மிதந்து கொண்டிருந்தன.ஒன்றை எடுத்து எனது கோப்பையில் நிரப்பிக்கொண்டு திரும்பப் பார்த்தேன். குளோப் ஜாமூன்கள்ஒரு சாயலில் முதுகையும், முகத்தையும் மட்டும் காட்டி நீரில் அமிழ்ந்து கிடைக்கும் ஹிப்போஸ் போலவே தோன்றியது... ஒன்றரை மணி நேரம் சாவகாசமாக அமர்ந்து, கொஞ்சம் உண்டு, நிறைய கதைத்து, காட்டேஜ் திரும்பினோம். இருமுறை பூட்டியும், இழுத்து பார்த்தும், பாதுகாப்பு தான் என ஊர்ஜிதம் செய்துகொண்டு படுத்துறாங்கப் போனோம்.

கொசுவலை சூழ எங்களைப் புதைத்துக்கொண்ட கட்டிலில் படுத்த பத்துநிமிடங்களுக்குள் அசதியில் உறங்கிப்போனோம். ஆறரை மணிக்கு அலாரம் எழுப்பிவிட்டது. குளித்துக் கிளம்பி, இருவரையும் எழுப்பி கிளம்பச் சொல்லி , இளம் வெய்யில் உறைக்க நடந்தேன் உணவுக்கூடத்தை நோக்கி, கென்ய DORMAN இன்ஸ்டன்ட் காப்பி குடிக்க... 'இன்று தியாகத்திருநாள்' என்பது நினைவுக்கு வந்தது. பெரிய

ஒரு குவளையில் காப்பி நிறைத்துக்கொண்டு, சூடான கசப்பும் இனிப்பும் கலந்த சுவையை அனுபவித்துக்கொண்டு, இஸ்லாமிய நண்பர்களுக்கு தியாகத்திருநாள் வாழ்த்துக்களை புலனத்தில் அனுப்பத்துவங்கினேன்...

பகல் ஒன்றரை மணிக்கு ஜோமோ கென்யாட்டோ விமான நிலையத்தில் இருந்து ஷார்ஜா பயணம். நைரோபியை நோக்கி மலைப்பாதைகளின் வழியே வண்டி விரைந்து கொண்டிருந்தது... மெல்லிய கிறக்கம். கனரக வாகனங்கள் விரைந்த நான்கு வழிச்சாலை. பதினொன்றரை மணிக்கு விமான நிலையத்தை அடைந்து விடலாம் என அலெக்ஸ் சொல்லி பதினைந்தாவது நிமிடத்தில் ... எங்கள் வாகனத்தின் இடது பின்பக்க டயர், பல்லிழந்த பாம்படக் கிழவியின் வாய் போல நெளிந்து கிடந்தது. அலெக்ஸ் மெல்ல சாலையின் ஓரம் வாகனத்தைநிறுத்தி, பின்னால் உபரியாக வைத்திருந்த இன்னொரு டயரை எடுத்து மாற்றத்தொடங்கினான்.அந்த டயர் மொத்தமாக மழித்த நாதஸ்வர வித்துவான் முகச்சாயலில், சாலைப்பிடிப்பிற்கு சற்றும் உதவாத மழமழப்பில் இருந்தது. சற்று தொலைவில் டயர் பங்ச்சர் பார்த்துக்கொள்ளலாம் என சங்கோஜமும், வருத்தமுமாக அலெக்ஸ் டயரைப் பார்த்தவண்ணம் பேசினான்.

வாகனம் மீண்டும் கிளம்ப ...அச்சத்துடன்பதினைந்து நிமிடங்கள் பயணம், வல்கனைசிங் கடையொன்றில் டயர்பங்ச்சர் ஒட்டி, வாகனம் ஓடத்துவங்கிய நேரம் 10.55. ஓட்டைப்பல் தெரிய அலெக்ஸ் சிரித்தான்... 'ஹகுன மட்டாட்டா... ஹ்... ஹ்ஹா...'

விமான நிலையம் அடைந்த நேரம்பகல் 11.50.கட்டியணைத்து நன்றி சொன்னஅலெக்ஸுக்குஅன்பைத்தெரிவித்து, கைகுலுக்கிநன்றி சொன்னோம். 'ஆல்வின்... (அர்விந்த்) அடுத்தவிடுமுறைக்கு இங்கு உன்னை மறுபடிகாணக் காத்திருக்கிறேன்'

நீண்ட வரிசைகளில் மக்கள் கூட்டம். ஏகத்துக்கு இந்திய முகங்கள். சீனக்குழு ஒன்று ஷார்ஜாசெல்கிறபயணிகளின்வரிசையில் நின்றுகொண்டிருந்தது.

ஆறு நாட்களுக்கு முன் வந்திறங்கி நுழைவுரிமைப் படிவம் பூர்த்தி செய்து வரிசையில் நின்றதில் தொடங்கி,

- நைரோபி நகரத்தில் ஒரு மழை நாள் இரவு கழித்த அனுபவம்...

- சுவாமி நாராயண் சத்சங்கத்தின் செழிப்பு, ஓடி வந்து மூச்சிரைக்க அன்பைச் சொன்ன சிறுவன் ராதாகிருஷ்ணா...

- உடல் நிலை சரியில்லாத மகனை மனைவியிடம் விட்டு அவ்வப்போது தொலைபேசி நலம் கேட்டுக்கொண்ட படி எங்கள் நலம் பேணிய நல்லுள்ளம் அலெக்ஸ்...

- குறிஞ்சியும், மருதமும், நெய்தலுமாக நீண்ட நிலவழிப்பயணம், கறுத்த கம்பீர மனிதர்கள், அவர்களின், ஆதூரமான, தன்மையான வார்த்தைகள்...

- சியானா ஸ்பிரிங்ஸ் இரவுகள், கேம்ப் ஃபயர் கணங்கள்...

- மேல் வந்து மொய்த்த ஈக்கள், ஆப்ரிக்க எருதுகள், மாராநதியின் பாறைகள், நீர்நிலைகளில் கிடைக்கும் முதலைகள்...

- மசாய் இனத்தலைவனின் அன்பான கைக்குலுக்கல்...

- கிடைக்கும் 40டாலர் மாதச்சம்பளத்துக்கு, காட்டுக்குள் இரவுக் காவலாளியாக சுற்றி, பகலில் உறங்கி, மாதமொரு முறை ஆறு நாட்கள் தான்சானியா எல்லைக்கு அருகிலிருக்கும் வீட்டுக்கு சென்று வரும் காஸ்பர்...

• 'எனது அம்மாவுக்கு உடல் நிலை சரியில்லை. அவசரமாக செல்ல வேண்டும். நீங்கள் அனுமதித்தால் உங்களுடன் பயணம் செய்து நைவாஷா செல்லும் வழியில் உள்ள நாகோரு எனும் ஊரில் இறங்கிக்கொள்ளவா?...' எனத் தயக்கத்துடன் கேட்ட சியான்னா ஸ்பிரிங்ஸ் பணிப்பெண் ஜோஸ்பின்.

• பயணங்களின் போது சுழன்று வீசும் மண்ணும், புழுதியும், மக்களும்,... அனுபவங்களும்...நினைவுகளும்....

மலேசிய, சிங்கப்பூர், சீன, ஐரோப்பிய பயணங்களைப்போல, ஆப்ரிக்க பயணம் நளினமான, கேளிக்கைப்பயணமன்று. புவியியலும், வரலாறும், மண்ணும், புழுதியும், கானகமும், கர்ஜனையும், இரவும், இருட்டும், ஊரெங்கும் வீசும் கால்நடைத் தொழுவத்தின் விநோத மணமும், பயமும், பசுமையுமான, திடுக்கிடும் சம்பவங்கள் நிறைந்த பயணம். குவிந்திருக்கும் வளங்கள், மெலிந்து, நலிந்திருக்கும் மண்ணின் மைந்தர்களின் வாழ்க்கை என அனுபவங்கள் வேறுவிதம்.

இவையனைத்திற்கும்மேலாக, பயணம் முழுக்க உணர்ந்த வியப்பானதொரு விஷயம், வேறு கண்டம்... வேறு மக்கள்...வேறு வாழ்க்கை முறை... வேறு நிலம் என்ற உணர்வு ஒருபோதும் தோன்றாத பயணம். வீசும் காற்றிலும், பேசும் மொழியிலும், காய்கறி, பழங்களின் சுவையிலும், மனிதர்களின் அணுக்கத்திலும், அரவணைப்பிலும், மண்ணின் மணத்திலும்... எதோ ஒரு தொடர்பு. எங்கோ தென்னிந்திய குக்கிராமம் ஒன்றின் அத்தனை சாயலும் தெரிகிற சின்னச் சின்ன ஊர்களினூடே சென்று வந்த உணர்வு.

நமது மனத்தின் அடியாழத்தில், கிராமமும், ஓடையும், ஆறும், மலைகளும், விலங்குகளும், பறவைகளும், பழமையும் தங்கி நிலைத்திருப்பதுபோல நகரமும், அதன் படாடோபமும், பரபரப்பும்

ஒட்டவே இல்லை.நகரத்தின் அவசர கதியில், டச் ஸ்க்ரீன் சின்ட்ரோமில், நாம் உலவிக்கொண்டிருந்தாலும், இவ்வித ஏகாந்த கானகப் பயணங்களின் போது, உயிர்ப்பும் உண்மையும் மெல்ல வெளிவந்து நமது மரபணுவில் உறைந்து கிடக்கும் பரம்பரைச் செயற் கூறுகள் போல, நினைவில் உறைந்திருக்கும் கற்கால கானகவாழ்வை கொஞ்சமேனும் மீட்டெடுக்கத்தான் செய்கிறது.

‘எ 9735... AIR ARABIA to Sharjah ...’ விமானத்துக்குரிய அழைப்பு, அறிவிப்பு ஒலித்துக்கொண்டு இருந்தது.

செக்யூரிட்டி செக் வரிசையை நோக்கிநடந்தோம். ஐந்து மணிநேரப் பயணம்.

வீடு திரும்ப... விண்ணில்பறக்கத் தயாரானோம்.

ஒருபோதும் களைய முடியாத காடுகளின் நினைவைச்சுமந்து கொண்டு...

‘நினைவில் காடுள்ள மிருகத்தை எளிதாகப் பழக்க முடியாது.

அதன் தோலில் காட்டுச் சதுப்பு நிலங்களின் குளிர்ச்சி.

அதன் மயிர்க்கால்களில் காட்டுப்பூக்களின் உக்கிரவாசனை.

அதன் கண்மணிகளில் பாறைகளில் வழுக்கிவிழும் காட்டுச் சூரியன்.

அதன் வாயில் காட்டாறுகள் கர்ஜிக்கின்றன.

அதன் நாவில் காட்டுத்தேன் எரிகின்றது.

அதன் செவிகளில் அடவிகளின் மேகங்கள் முழங்குகின்றன. அதன் இரத்தத்தில் காட்டானைகள் பிளிறுகின்றன.

அதன் இதயத்தில் காட்டு நிலாக்கள் பூக்கின்றன.

அதன் சிந்தனைகள் காட்டுப்

பாதைகளில் குதித்தோடுகின்றன.

நினைவில் காடுள்ள மிருகத்தை

எளிதாகப் பழக்க முடியாது.

என் நினைவில் காடுகள் உள்ளன'

---கவிஞர் கே.சச்சிதானந்தன்

சசி.S.குமார்

Dental and Medical Clinic
Dental Timing
Saturday
Medical Timing
Saturday